രണ്ട് നോവലുകൾ

INSIGHT PUBLICA

Nadakkavu, Kozhikode, Kerala, 673011
www.insightpublica.com
e-mail: insightpublica@gmail.com
Title: Randu novelukal
(Malayalam)
Author: Sidharthan Paruthikad
Cover Photo: Satheesh CS
First Insight Edition: March 2025

Printed and Published by
InsightinPublica Printers & Publishers Pvt. Ltd.
ISBN: 978-93-5517-828-2

₹230/-

രണ്ട് നോവലുകൾ

സിദ്ധാർത്ഥൻ പരുത്തിക്കാട്

INSIGHT PUBLICA ®

ചന്ദ്രിക ആഴ്ചപ്പതിപ്പിൽ ഖണ്ഡശഃ പ്രസിദ്ധം ചെയ്ത എന്റെ രണ്ട് നോവലുകൾ. 1969 ൽ അനന്തരം അവൾ. 1973-ൽ തടവറകൾ.

ഈ നോവലുകളുടെ ഇൻസൈറ്റ് പബ്ലിക്കയുടെ പുതിയ പതിപ്പുകളാണ് ഇപ്പോൾ പ്രസിദ്ധം ചെയ്യുന്നത്.

ഇൻസൈറ്റ് പബ്ലിക്കയോട് സ്നേഹവും നന്ദിയും.

പരുത്തിക്കാട്

ലക്ഷ്മി അമ്മയുടെയും മാധവൻ വൈദ്യരുടെയും നാലു മക്കളിൽ രണ്ടാമനായി വള്ളിക്കുന്നിൽ ജനനം. വള്ളിക്കുന്ന്, ചാലിയം, കോഴിക്കോട് എന്നിവിടങ്ങളിൽ വിദ്യാഭ്യാസം.

ഏതോ ഒരാൾ, അനന്തരം അവൾ, തടവറകൾ, പരുത്തിക്കാടിന്റെ കഥകൾ, അങ്ങനെത്തന്നെയാണ് ഇപ്പോഴും കാര്യങ്ങൾ, ആപ്തം, സഖാവ് സി.കെ(എഡിറ്റർ) എന്നിവയാണ് പ്രസിദ്ധീകരിച്ച രചനകൾ. 2020ൽ കേരള സാഹിത്യ അക്കാദമിയുടെ സമഗ്ര സംഭാവനാപുരസ്കാരം ലഭിച്ചു.

ഭാര്യ : പരേതയായ സരസ്വതി.

മക്കൾ : സ്മൃതി, ശ്രുതി

മരുമക്കൾ : എൻ.കെ. ഭൂപേഷ്, നൃപൻ വടക്കൻ

പേരമക്കൾ : അഗ്നിവേശ് സ്മൃതി ഭൂപേഷ്, നൈറ ശ്രുതി നൃപൻ

വിലാസം : അക്ഷരം, പി.ഒ. തേഞ്ഞിപ്പലം - 673 636

ഫോൺ : 0494 2404704, 9847068712

E-mail:sparuthikad@gmail.com

സിദ്ധാർത്ഥൻ പരുത്തിക്കാട്

എഴുതാൻ ഉത്സാഹിപ്പിക്കുകയും
ആദ്യ പ്രതിഫലം നൽകുകയും ചെയ്ത
ചന്ദ്രിക പത്രാധിപരായിരുന്ന
എ.എം. കുഞ്ഞിബാവക്ക്
സ്നേഹാദരങ്ങളോടെ...

ഉള്ളടക്കം

അനന്തരം അവൾ

ഒന്ന്

ജാലകങ്ങൾ തുറന്നിട്ടപ്പോൾ, പോക്കുവെയിലിന്റെ ഇളം നാളങ്ങൾ മുറിയിലേക്കു കടന്നുവന്നു. മനസ്സിനുള്ളിലേക്ക് ഏതോ സുന്ദരാനുഭൂതികൾ അലയടിച്ചു വരുന്നു.

കട്ടിലിലെ മടക്കിവെച്ച കിടക്കയിൽ ചാരിക്കിടന്നുകൊണ്ട് മിനി പുറത്തേക്കു നോക്കി. മഞ്ഞവെയിലിൽ മയങ്ങിക്കിടക്കുന്ന വയലുകൾ. അകലെയുള്ള കുന്നിൻപുറത്ത് തലയുയർത്തി നിൽക്കുന്ന ക്ഷേത്രം.

ഹൈസ്കൂളിൽ പഠിച്ചിരുന്ന കാലത്ത്, മിക്ക ദിവസങ്ങളിലും ക്ഷേത്രത്തിൽ പോയി പ്രാർത്ഥിക്കുമായിരുന്നു. എന്തെല്ലാം പ്രാർത്ഥനകൾ! അന്ന് അമ്മയുണ്ടായിരുന്നു. അമ്മ മരിച്ചതിനുശേഷവും ഒന്നുരണ്ടു തവണ പോയിട്ടുണ്ട്. കിഴക്കേതിലെ സുമംഗലയുടെ കൂടെ. കോളേജിൽ പോയി തുടങ്ങിയതിൽ പിന്നെ അതിലൊന്നും താല്പര്യമില്ലാതായി. ദൈവത്തിൽ വിശ്വാസമില്ലാത്തതുകൊണ്ടായിരുന്നില്ല. വിശ്വാസം മനസ്സിൽ മതിയല്ലോ എന്നു കരുതും.

പക്ഷേ, എല്ലാം അകതാരിൽ മാത്രം കാത്തു സൂക്ഷിച്ചാൽ പോരെന്നും അല്പസ്വല്പം പ്രകടനങ്ങൾ ആവശ്യമാണെന്നും ഒരിക്കൽ തോന്നി. അത് മോഹനന്റെ വിവാഹക്ഷണപത്രിക കൈയിൽ കിട്ടിയപ്പോഴായിരുന്നു.

ഏതാനും വർഷങ്ങൾക്കുമുമ്പ് നടന്ന, വെറും ഓർമ്മകൾ മാത്രമായിക്കഴിഞ്ഞ, അസുഖകരമായ കാര്യങ്ങളിലേക്ക് വൃഥാ മനസ്സ് വഴുതി വീഴുകയാണോ! മിനി ഓർത്തു: ഹൃദയത്തിൽ മുറിവുകളൊന്നുമുണ്ടായില്ല; ചില പോറലുകളേറ്റുവെങ്കിലും. മോഹനനും താനും ഒന്നിച്ചു പഠിച്ചു. ഒന്നിച്ചു ഗ്രാജ്വേറ്റു ചെയ്തു. ആ കഥ അവിടെ അവസാനിക്കേണ്ടതായിരുന്നു...

കത്തുകൾ കൈമാറുകയുണ്ടായില്ല. കണ്ണുകൾകൊണ്ടു സംസാരിച്ചില്ല. ഒന്നിച്ച സിനിമ കാണാനും പിക്കിനിക്കിനും പോയില്ല. എന്നിട്ടും...

കരളിൽ കൂടുകെട്ടാൻ തുനിഞ്ഞ മോഹത്തിന്റെ കിളി ചിറകിട്ടടിച്ചു. തളർന്നുവീണു...

എല്ലാം കഴിഞ്ഞ അധ്യായങ്ങളാണ്. രണ്ടു ധ്രുവങ്ങളെ ഒന്നിച്ചു ചേർക്കാമെന്നു വ്യാമോഹിച്ച മനസ്സിന്റെ ചാപല്യങ്ങളുടെ കഥകൾ.

ഈ പരിദേവനങ്ങൾ അനാവശ്യമാണ്. തനിക്കൊന്നും നഷ്ടപ്പെട്ടിട്ടില്ല. അവൾ സ്വയം ആശ്വസിക്കുവാൻ ശ്രമിച്ചു.

ദിവസങ്ങൾക്കു മുമ്പുണ്ടായ ഒരു രംഗം മനസ്സിൽ കറപിടിച്ചു കിടക്കുന്നു. ഓഫീസിലേക്കു പോവാനൊരുങ്ങുകയായിരുന്നു. വടക്കെ മുറിയിലെ നിലക്കണ്ണാടിയിൽ നോക്കി സാരിയുടെ ചുളിവു തീർക്കുന്നതിനിടയിൽ അച്ഛന്റെ പരിക്ഷീണമായ ശബ്ദം ഇഴഞ്ഞു വന്നു.

'മോ...ളെ...മിനി...ക്കുട്ടി...'

തിടുക്കത്തിൽ അച്ഛൻ കിടക്കുന്ന മുറിയിലേക്കു കടന്നു ചെന്നു. ഉദ്വേഗത്തോടെ, അച്ഛന്റെ വെളുത്ത ശ്മശ്രുക്കൾ പൊടിഞ്ഞുനിൽക്കുന്ന, വർഷങ്ങളുടെ പ്രവാഹത്തിൽ ചാലുകൾ വീണ കരുവാളിച്ച മുഖത്തേക്ക് നോക്കി.

എണ്ണയുടെ കാറിയ മണം ചുരത്തി നിൽക്കുന്ന ചാരുകസേരയിൽ അച്ഛൻ കണ്ണടച്ച് മലർന്നു കിടക്കുന്നു. ഒരു നിമിഷം, അവൾ നിശ്ചലയായി. ശരീരത്തിലെവിടെയെല്ലാമോ വിയർപ്പുചാലുകളൊഴുകിക്കൂടുന്നു! ആയാസത്തോടെ അവളുടെ ചുണ്ടുകൾ ചലിച്ചു.

'അ...ച്ഛാ....'

'ഉം....'

അച്ഛൻ മെല്ലെയൊന്നു മൂളി. ആഴമേറിയ ഒരു കിണറിന്റെ അന്തരാളത്തിൽ നിന്നുമുയർന്ന ഒരു പ്രതിധ്വനിപോലെ തോന്നി അവൾക്ക്. എങ്കിലും തെല്ലു ആശ്വാസമായി. ഒരിക്കലും സങ്കൽപിക്കാനാവാത്ത മറ്റെന്തെല്ലാമോ ഓർത്തുപോയിരുന്നു അവൾ. പരിഭ്രമം നേർത്തു നേർത്തില്ലാതായപ്പോൾ മെല്ലെ ചോദിച്ചു:

'അച്ഛാ... നെന്തി...നേ...വിളിച്ചത്...?'

അച്ഛൻ കണ്ണുതുറന്ന് അവളെയൊന്നു ഉഴിഞ്ഞുനോക്കി. മിനിക്ക് അത്ഭുതവും അസ്വാസ്ഥ്യവും തോന്നി. അച്ഛന്റെ പ്രകാശമില്ലാത്ത കണ്ണുകളിൽ ഈറൻ പൊടിയുന്നു.

‘അച്ഛനെന്താ... എന്തിനേ... വിളിച്ചത്?...’

അച്ഛൻ അവളെനോക്കി ചിരിക്കാൻ ശ്രമിച്ചു.

‘അച്ഛനൊന്നുംല്ല്യ... മോൾക്കിന്ന്...ആ....പ്പീസുണ്ടോ...’

‘ഉണ്ടല്ലോ... ഇന്നു... തിങ്കളാഴ്ച...യല്ലേ...’

‘ഓ...’

അച്ഛൻ പതിവില്ലാത്തതുപോലെ സംസാരിക്കുന്നു. എന്തെല്ലാമോ മനസ്സിൽ സ്വരൂപിച്ചു കൂട്ടിയിരിക്കുന്നുവെന്നും തോന്നുന്നു. അച്ഛനെന്തു പറ്റി!

‘മോള് കൊറച്ചു... ദിവസം...ലീവെ...ടുക്കണം.’

‘അതെന്തിനാച്ഛാ’

ഒന്നും വ്യക്തമായില്ല. അതിനാൽ അവൾ മെല്ലെ പറഞ്ഞു:

‘അതൊക്കെ... വിഷമാ...ച്ഛാ...ഇപ്പോഴെന്തിനാ ലീവെടുക്കണത്...’

‘നീ... പറയുന്നതു കേൾക്ക്...എന്നും... അച്ഛനെ...നോക്കി.....വീട്ടിലിരുന്നാ...പറ്റ്വോ?

അവൾക്ക് അച്ഛന്റെ ഉദ്ദേശ്യം മനസ്സിലാവുന്നു. അതുകൊണ്ടുതന്നെ ആകാംക്ഷാഭരിതയായി.

അവൾ അന്നു ഓഫീസിൽ, ഫയലിന്റെ മുന്നിലിരുന്നു സ്വപ്നം കാണുകയായിരുന്നു. അച്ഛൻ പറഞ്ഞതിനെക്കുറിച്ച് ഓർത്തോർത്ത്.

- അച്ഛനു വയസ്സായി. മരണം എപ്പോഴാണ് കടന്നുവരികയെന്നറിഞ്ഞുകൂട. അച്ഛന്റെ ബാക്കിയായേക്കാവുന്ന ഉത്തരവാദിത്വങ്ങൾ നിർവ്വഹിക്കുവാൻ അവൾക്കു ആങ്ങളമാരില്ല. അച്ഛന്റെ ഒരു ബാല്യകാല സുഹൃത്ത് പഴയ ബന്ധങ്ങളെയെല്ലാം ഓർമ്മിപ്പിച്ചുകൊണ്ട് അച്ഛനെഴുതിയിരിക്കുന്നു. അയാളുടെ മകനെക്കൊണ്ട് അവളെ വിവാഹം ചെയ്യിക്കുവാൻ താല്പര്യപ്പെട്ടുകൊണ്ട്. ഇത് അച്ഛന്റെയും ആഗ്രഹമാണ്. അതുകൊണ്ട് അവൾ അനിഷ്ടമൊന്നും പറയരുത്. അവൾക്ക് വയസ്സ് ഇരുപത്തഞ്ചായി എന്നത് അച്ഛനെ നിരന്തരമായി വേദനിപ്പിച്ചുകൊണ്ടിരിക്കുന്നു. മാത്രമല്ല അന്യോന്യം അറിയുന്നവരാണ് എന്നതുകൊണ്ട് ഈ ബന്ധം എത്രയും അഭികാമ്യവുമാണ്....

ദിവസങ്ങൾ കഴിഞ്ഞിട്ടും അച്ഛന് വ്യക്തമായ ഒരു മറുപടി കൊടുക്കുകയുണ്ടായില്ല; ഇന്നു മുടക്കു ദിവസമായിരുന്നിട്ടും അച്ഛന്റെ മുറിയിൽ ഏറെ നേരം ചെലവഴിക്കുകയുണ്ടായിട്ടും അതേക്കുറിച്ചൊന്നും പറഞ്ഞില്ല. അച്ഛന്റെ വികാരം മനസ്സിലാക്കാനുള്ള വൈഭവം തനിക്കില്ലാഞ്ഞിട്ടല്ല.

പിന്നെയെന്താണ്? മിനി ചിന്തിച്ചു.

വാസുദേവൻ എന്ന ആ മനുഷ്യനെ ഒരിക്കൽപോലും കണ്ടതായി ഓർക്കുന്നില്ല; അച്ഛന്റെ പഴയ ഒരു സുഹൃത്തിന്റെ മകനാണെന്നുമാത്രമറിയാം. അല്ലെങ്കിൽ അതിലൊക്കെ എന്തിരിക്കുന്നു. സുമംഗലയുടെ വിവാഹം നടന്നതും ഇങ്ങനെയൊക്കെയല്ലേ! എന്നിട്ട് അവൾക്കൊന്നും സംഭവിച്ചില്ലല്ലോ.

വാർദ്ധക്യകാലത്തെ അച്ഛന്റെ അഭിലാഷം തിരസ്കരിക്കുക വയ്യ. യുവത്വം ചോർന്നു തുടങ്ങുന്നതിനുമുമ്പേ വിഭാര്യനായി. മകളെയോർത്തു മാത്രം ഒരു പുനർവിവാഹത്തിനു തുനിഞ്ഞില്ല. മകളുടെ ജീവിതത്തിന്റെ സുഗമമായ ഒഴുക്കിനുവേണ്ടി സ്വന്തം ജീവിതം വെട്ടിക്കീറിയ ത്യാഗിയായ അച്ഛൻ....

രാത്രി എല്ലാം പറയണം. അച്ഛന്റെ അഭിലാഷമാണ് തന്റെ സാഫല്യമെന്നും തനിക്കു വിവാഹത്തെക്കുറിച്ചു മറ്റു സ്വപ്നങ്ങളൊന്നുമില്ലെന്നും...

എല്ലാം... എല്ലാം. ഒരു വേള തന്റെ ഭാവി ഇരുളടഞ്ഞതായിരിക്കാം. എങ്കിലും അച്ഛന്റെ സംതൃപ്തിക്കുവേണ്ടി... അത്രമാത്രം.

മിനി മെല്ലെ എഴുന്നേറ്റിരുന്നു. പുറത്തു മഞ്ഞവെയിൽ മങ്ങിത്തുടങ്ങുന്നു. പടിഞ്ഞാറൻ ചക്രവാളച്ചെരുവിൽ അഗ്നി പടർന്നുപിടിച്ചിരിക്കുന്നത് കണ്ടു.

കോവണിപ്പടി ശബ്ദിക്കുന്നതു കേൾക്കെ, അവൾ ഞെട്ടിപ്പിടഞ്ഞെഴുന്നേറ്റു.

'മിനി...ഉറങ്ങാണോ....?'

പാർവ്വതിയമ്മയുടെ മാർദ്ദവമുള്ള സ്വരം.

'അല്ല... അമ്മായി...'

മുഖത്തു പ്രസന്നത വരുത്തി അവൾ വാതിൽക്കലേക്കു നടന്നു.

മേശപ്പുറത്തുള്ള ഫയലുകൾ അടുക്കിക്കെട്ടുന്നതിന്നിടയിൽ മിനി, എതിർവശത്തെ ചുമരിലേക്കു ഇടം കണ്ണിട്ടുനോക്കി. ക്ലോക്കിൽ മണി അഞ്ചാവുന്നു. ആശ്വാസം തോന്നി.

അല്പം കോങ്കണ്ണും കനത്ത മീശയുമുള്ള ഹെഡ്ക്ലാർക്ക് ടൈപ്പിസ്റ്റ് രാജലക്ഷ്മി ഇരിക്കുന്ന സൈഡിലുള്ള റൂമിലേക്ക് കണ്ണുംനട്ട് ബീഡി പുകയ്ക്കുന്നു. മിനിക്കു തെല്ലു നീരസം തോന്നാതിരുന്നില്ല. ഇന്നു ഓഫീസർ വിസിറ്റിനു പോയ ദിവസമാണല്ലോ!

ടൈപ്പ്റൈറ്ററിന്റെ മിടിപ്പു കേൾക്കാനില്ല. രാജിയും

പുറത്തിറങ്ങാനൊരുങ്ങുകയാവും.

രാജി ആദ്യമായി ജോലിയിൽ പ്രവേശിച്ചതാണ്. ഓഫീസുകളിലെ ഹൃദയമില്ലായ്മയോ, കാപട്യമോ ഒന്നും അറിഞ്ഞിരിക്കാനിടയില്ലാത്ത കൊച്ചുപെണ്ണ്. പഴയ ടൈപ്പിസ്റ്റ് എലിസബത്തിനെ കുറിച്ചോർത്തു. പുരുഷന്മാരുടെ ബലഹീനതയിൽ നിന്നു മുതലെടുക്കാൻ വിദഗ്ധയായിരുന്നു. എലിസബത്ത് ട്രാൻസ്ഫർ ആയതിൽ പിന്നെ ഹെഡ്ക്ലാർക്ക് മിക്കവാറും ഒരു മുനിയെപ്പോലെ മൂകനായിരുന്നു. രാജിയുടെ നിയമന ഓർഡർ വന്നപ്പോൾ അയാൾ പറഞ്ഞിരുന്നത്രേ:

'എലിസബത്തിനെപ്പോലെ.... ഇണങ്ങുന്നതല്ലെങ്കിലും...മിനിയെപ്പോലെ കരടിയാവാതിരുന്നാലും...മതിയായിരുന്നു!....'

പ്യൂൺ ബാവുട്ടിയാണ് അതു തന്നോടു പറഞ്ഞത്. അതു കേൾക്കെ, ഹെഡ്ക്ലാർക്കിനോടുള്ള അമർഷത്തിലുപരി സ്വയം മതിപ്പാണ് മിനിക്കു തോന്നിയത്.

രാജിയെ ഒരു കൊച്ചനിയത്തിയായേ മിനിക്കു കാണാൻ കഴിഞ്ഞുള്ളൂ. പ്രായത്തിലും ഭാവത്തിലുമെല്ലാം. അവൾ തന്നെ മിനിച്ചേച്ചിയെന്നു വിളിക്കുമ്പോഴെല്ലാം മനസ്സ് നിർവ്വചിക്കാനാവാത്ത ഒരു അനുഭൂതിയിലേക്ക് വഴുതി നീങ്ങാറുണ്ട്.

മൂലയിൽ ചാരിവെച്ചിരുന്ന കുടയെടുത്തു മിനി വാതിൽക്കലേക്കു നീങ്ങവെ, ഹെഡ് ക്ലാർക്ക് പറഞ്ഞു:

'എത്ര... രഹസ്യമായി സൂക്ഷിച്ചാലും... പുറത്തുവരുന്ന ചില രഹസ്യങ്ങളുണ്ട്...അല്ലേ...മിസ്റ്റർ അബൂബക്കർ...?'

'അതല്ല സേർ രസം.... നമുക്കു ന്യായമായും കിട്ടേണ്ട ചില അവകാശങ്ങൾ... തരാതിരിക്കാനുള്ള പ്ലാനായിരിക്കും!'

ഹെഡ്ക്ലാർക്ക് കുലുങ്ങുക്കുലുങ്ങി ചിരിച്ചു. ജോണിയും അബൂബക്കറുമെല്ലാം ആ പൊട്ടിച്ചിരിയിൽ പങ്കുചേർന്നു. ഗോവിന്ദൻകുട്ടി മാത്രം എന്തോ ഓർക്കുന്നതുപോലിരുന്നു. ബാവുട്ടിക്കുപോലും ഊറിയൂറിച്ചിരിച്ചു. രാജലക്ഷ്മി ഒന്നും വ്യക്തമാവാതെ മിനിയെ തുറിച്ചു നോക്കി. മിനിയാവട്ടെ തെല്ല് അമ്പരപ്പോടെ എല്ലാവരേയും.

'ആളു... സ്വല്പം... കറുത്തിട്ടാണെങ്കിലും നല്ല ആരോഗ്യമുള്ള കൂട്ടത്തിലാ....'

അബൂബക്കർ സ്വരം താഴ്ത്തിക്കൊണ്ടു പറഞ്ഞു. അല്പസ്വല്പം കവിതകളെല്ലാമെഴുതുന്ന ഗോവിന്ദൻകുട്ടിമാത്രം മൗനം പൂണ്ടു.

'ആൾറൈറ്റ്... അതിലാണ് മിസ്റ്റർ അബൂബക്കർ... കാര്യം...

അല്ലാതെ... ഗോവിന്ദൻകുട്ടി കരുതുന്നതുപോലെ... കവിത കേൾക്കാനൊന്നുമായിരിക്കില്ലല്ലോ... വല്ലവരും ചെല്ലുന്നത്...'

ചിരി! പൊട്ടിച്ചിരി.

മിനിക്ക് അവരുടെ ചിരിയുടെ പൊരുളെന്തെന്നറിയാൻ ജിജ്ഞാസയുണ്ടായെങ്കിലും പുറത്തേക്കിറങ്ങി. അവളുടെ നിഴൽപോലെ രാജിയും.

ഇരുവരും റോഡിലേക്കിറങ്ങി. രാജി പതിവുപോലെ, വിരസമായ ഓഫീസ് പുരാണങ്ങൾ പറയാൻ തുടങ്ങരുതേയെന്ന് മിനി എന്തുകൊണ്ടോ അപ്പോൾ ആശിച്ചു. പുതിയ സർക്കുലർ ടൈപ്പുചെയ്തതിനെക്കുറിച്ചും ഓഫീസർ ഓവർടൈപ്പ് കണ്ടു വിളറിയെടുത്തതിനെക്കുറിച്ചും ഹെഡ്ക്ലർക്ക് കാര്യമില്ലാതെ രാജിയുടെ മേശക്കരികിൽ വന്നുനിന്നതിനെക്കുറിച്ചും അയാളുടെ മാന്യതയില്ലാത്ത നോട്ടത്തെക്കുറിച്ചും അവൾ എന്നും പറയാറുണ്ട്...

ഇന്ന് മനസ്സ് അപരിചിതമായ മേച്ചിൽ സ്ഥലങ്ങൾ തേടിപ്പോവുന്നു. മിനി കരുതി.

'മിനിച്ചേച്ചി... ക്കെന്താ ... ഒരു മൗനം...'

'ഹേയ്... ഒന്നുംല്ല്യ....'

മിനി ചിരിക്കാൻ തുനിഞ്ഞു.

'എന്താണവര്... പറഞ്ഞു ചിരിച്ചത്....'

'എനിക്കും... ഒന്നും മനസ്സിലായില്ല... കുട്ടി'

മിനി രാജിയുടെ കണ്ണുകളിലേക്കുറ്റുനോക്കിക്കൊണ്ടു പറഞ്ഞു. പെട്ടെന്നാണ് പുറകിൽ ബാവുട്ടിക്ക ചിരിച്ചുകൊണ്ട് വരുന്നത് കണ്ടത്.

'രാജി...ബാവുട്ടിക്ക വരുന്നുണ്ട്...നമ്മൾക്കു ചോദിക്കാം...'

ബാവുട്ടിക്ക അടുത്തെത്തുംവരെ നടത്തം സാവധാനത്തിലാക്കി. മുഖവുരയൊന്നും കൂടാതെ മിനി തിടുക്കത്തിലാരാഞ്ഞു:

'എന്താ... ബാവുട്ടിക്ക..... നിങ്ങളെല്ലാരും.. പറഞ്ഞു ചിരിച്ചത്?'

'അതോ...'

ബാവുട്ടിക്കയുടെ കുഴിഞ്ഞ കണ്ണുകളിൽ കള്ളച്ചിരി.

'ഇന്ന് കാലത്തു... ഒരാള്... ആപ്പീസില്.... വന്നില്ലേ... അയാള്...'

'അയാള്...'

'ആപ്പീസരെ...കാണാനൊന്നും വന്നതായ്ര്ന്നില്ല.... മിനിസാറിനെ കാണാനേയിനും മൂപ്പര്... ഹെഡ്ക്ലാർക്കിനോടു.... സ്വകാര്യത്തിൽ...

പറഞ്ഞതാ...അയാളാണ് മിനി സാറിനെ...'

മിനിക്കു പിന്നീടൊന്നും കേൾക്കണമെന്നു തോന്നിയില്ല. ബാവുട്ടിക്കയുടെ കുഴിഞ്ഞ കണ്ണുകളിൽ ചിരിയുടെ അവശിഷ്ടം തങ്ങി നിൽക്കുന്നു. രാജിയുടെ മിഴികളിലാവട്ടെ കുസൃതി നാമ്പെടുക്കുന്നു. മിനിക്കു തെല്ലു ജാള്യം തോന്നി.

ബാവുട്ടിക്ക അടുത്തുള്ള മുറുക്കാൻ കടയിലേക്കു കയറി. രാജിക്കു എന്തെല്ലാമോ പറഞ്ഞ് മിനിയെ ഇക്കിളിപ്പെടുത്തണമെന്നുണ്ടായിരുന്നു. പക്ഷേ മിനിയുടെ മുഖത്തു തെളിഞ്ഞ ഭാവഭേദം കാൺകെ, മൗനം പാലിക്കാനാണു തോന്നിയത്.

വർക്കിങ്ങ് വിമൻസ് ഹോസ്റ്റലിന്റെ മുന്നിലെത്തിയപ്പോൾ രാജി യാത്ര പറഞ്ഞു. പതിവുപോലെ അവൾ മെല്ലെ മൊഴിഞ്ഞു:

'മരിച്ചിട്ടില്ലെങ്കിൽ... ഇനി നാളെ... കാണാം... അല്ലേ മിനിച്ചേച്ചി...'

ഒരു വികാരശൂന്യയെപ്പോലെ മിനി തലയാട്ടി. പൂഴിത്തരിയും ചെമ്മണ്ണും പുരണ്ടു കിടക്കുന്ന ഇടവഴിയിലൂടെ അവൾ ധൃതിയിൽ നടന്നു.

'പാർവ്വതീ...'

വെറ്റിലയിൽ ചുണ്ണാമ്പു തേക്കുന്നതിനിടയിൽ കുഞ്ഞൻ വൈദ്യർ സ്വരമുയർത്തി വിളിച്ചു.

മറുപടിയൊന്നുമുണ്ടായില്ല.

വെറ്റില ചുരുട്ടി വായിലേക്കു തിരുകി. ഇടിച്ചു പാകമാക്കി വെച്ചിരിക്കുന്ന അടയ്ക്ക ഒരു നുള്ളെടുത്തു വായിലേക്കിട്ടു.

മനസ്സിൽ വ്യക്തവും അവ്യക്തവുമായ ഒരു കുതൂഹലം. ഇപ്പോൾ അയാൾക്കു ആരോടെങ്കിലും ഒന്നു ഉള്ളുതുറന്നു സംസാരിക്കാതെ വയ്യ.

വീണ്ടും വിളിച്ചു.

'എടീ'

വാത്സല്യം ഏറെ തോന്നുമ്പോൾ സഹോദരിയെ അയാൾ അങ്ങനെയാണ് വിളിക്കുക, അമ്മയില്ലാത്ത മകളോടുള്ളതിനേക്കാൾ മമതയാണ് ചെറുപ്പത്തിൽതന്നെ വിധവയായ പെങ്ങളോട് എന്നു പലരും കുഞ്ഞൻ വൈദ്യരെക്കുറിച്ചു പറയാറുണ്ട്. അതിൽ അത്ഭുതമില്ല. വൈധവ്യം വന്നതിനുശേഷവും പാർവ്വതിയമ്മക്കു പല വിവാഹാലോചനകളും വന്നതാണ്. അവർക്കു ഇഷ്ടമില്ലാത്തതുകൊണ്ടു മാത്രം പുനർവിവാഹം നടക്കുകയുണ്ടായില്ല.

'...ന്റെ കല്യാണം ഒരിക്കൽ നടന്നു... പക്ഷേ ദൈവത്തിനു അതിഷ്ട മുണ്ടായില്ല. പിന്നെ ഓപ്പയെന്തിനാ... പിന്ന്യേം... എനിക്കു മരിക്കുന്നതു വരെ ഓപ്പയുടെ കൂടെ കഴിഞ്ഞാ മതി.'

കുഞ്ഞൻവൈദ്യർക്കു മറുത്തൊന്നും പറയാൻ കഴിഞ്ഞില്ല. മീനാക്ഷി മരിച്ചപ്പോൾ, വീടിനെ ചൂഴ്ന്നു നിന്ന ഇരുട്ടിനെ തൂത്തുവാരിയത് അവളാണ്. മിനിക്കു അവളൊരു അമ്മയും മിനി അവൾക്കൊരു മകളുമായി വർഷ ങ്ങൾ കടന്നുപോയി.

പാർവ്വതിക്കിപ്പോൾ പ്രായം അമ്പതോളമായിക്കാണും. തന്നെ ക്കാൾ പത്തു വയസ്സിന്നിളപ്പമാണല്ലോ. കുഞ്ഞൻ വൈദ്യർ മനസ്സിൽ കണക്കുകൂട്ടി.

'ഓപ്പ... വിളിച്ചോ....'

പാർവ്വതിയമ്മ ഉമ്മറത്തേക്കു കടന്നുവന്നു. അയാൾ നീട്ടിവലിച്ചൊന്നു തുപ്പി. മുറ്റത്തെ ചരലിൽ ചുവന്ന മഷിക്കുപ്പി തട്ടിമറിഞ്ഞതു പോലെ രക്തവർണം.

'ഉം.'

പാർവ്വതിയമ്മയുടെ കരിപുരണ്ട മുഖത്തുനോക്കി അയാൾ മെല്ലെ മൂളി.

'ഇന്ന്...മോള്...ആപ്പീസിലേക്ക്... കൊറച്ച് നേർത്തെ പോയോ?'

'നേർത്തൊന്നും അല്ല... എന്തേ ചോദിച്ചത്....?'

'ഒന്നും...ല്ല്യാ...അവക്കെന്തോ....ഈയിടെയായി....ഒരു വിഷമം...ഈ... കല്യാണം... ഇഷ്ടല്ല്യാ...ന്ന്... ണ്ടോ...നിന്നോടു...വല്ലതും...പറയണ്ടായോ...'

എന്താണ് മറുപടി പറയേണ്ടതെന്നറിയാതെ പാർവ്വതിയമ്മ തെല്ലും വിഷമിച്ചു. വിവാഹം നിശ്ചയിച്ചതു മുതൽ മിനി അസ്വസ്ഥയാണെന്ന കാര്യം അവർ ഓർത്തു. കഴിഞ്ഞ രാത്രിയിൽ തന്നെ കെട്ടിപ്പിടിച്ചു കിടക്കവെ, അവൾ മനസ്സിന്റെ മൂടി തുറന്നുകാട്ടുകയുണ്ടായി. ഗദ്ഗദം പതിയിരുന്നിരുന്നു അവളുടെ കണ്ഠനാളത്തിൽ!

മിനി ഈ വിവാഹം ഇഷ്ടപ്പെടുന്നില്ല! വൈവാഹികജീവിതത്തെക്കു റിച്ച്, അവൾക്ക് ചെറിയ തോതിലുള്ളതെങ്കിലും ഒട്ടേറെ സങ്കല്പങ്ങളുണ്ട്. ഏതൊരു പെൺകിടാവും മനസ്സിൽ നിഗൂഢമായി സൂക്ഷിച്ചുവെക്കുന്ന അഭിലാഷങ്ങൾ..

പറഞ്ഞിട്ടെന്തു കാര്യം? എല്ലാം നിശ്ചയിച്ചു കഴിഞ്ഞു. അവളും സമ്മതം മൂളിയതാണല്ലോ.

'ഇഷ്ടക്കേടൊന്നും ഇല്ല്യ... പക്ഷേ... വാസുവിന്റെ ജോലിയെക്കുറിച്ച്...

അവൾക്കു തെല്ല പ്രയാസം...ണ്ട്...'

'ഉം...എന്താ... പോലീസുകാരനല്ലേ...അവൻ.. അതിലെന്താ... അന്തസ്സ...കുറവ്...'

പാർവ്വതിയമ്മ മറ്റൊന്നും പറഞ്ഞില്ല. അതുകൊണ്ടു കാര്യമില്ലെന്നറിയാം.

'ഈ കല്യാണം... ന്നൊക്കെ പറയണത് ഒരു യോഗം. അവൾക്ക് ഭാഗ്യം... ണ്ടെങ്കില് ഇതൊക്കെ മതി... വാസു ചെറുപ്പല്ലേ ഉയരാനുള്ള കാലമൊക്കെയുണ്ടല്ലോ. പിന്നെന്താ അവൻ കൊറച്ചു കറുത്തിട്ടാന്നൊരു ദോഷം...ണ്ട് മനുഷ്യന്മാര് കറുത്തിട്ടും വെളുത്തിട്ടും തന്നെയല്ലേ...'

'അവൻ.. മിനിക്കുട്ടിക്കൊരു ചേർച്ചയും ല്ല്യാ...'

കുഞ്ഞൻ വൈദ്യർക്കു ക്ഷോഭം വന്നു. മുറ്റത്തേക്കു നീട്ടിവലിച്ചു തുപ്പി.

'എനിക്കറ്യോ അതൊക്കെ... ചേർച്ചയില്ലത്രേ! അവൾക്കു പറ്റിയിട്ടില്ലെങ്കിൽ അതു പറ്യാൻ പാടില്ലായിരുന്നോ...'

'ഓപ്പയെന്തിനാ ദേഷ്യപ്പെടണത് അവളൊന്നും പറഞ്ഞില്ല...' പാർവ്വതിയമ്മ അയാളെ തണുപ്പിക്കാൻ ശ്രമിച്ചു.

കുഞ്ഞൻവൈദ്യർ തുടർന്നു ഒന്നുമുരിയാടിയില്ല. അയാളുടെ ഉൾത്തടത്തിൽ അസ്വാസ്ഥ്യം രൂപം കൊള്ളുന്നു. ഇനി ഒന്നുകൊണ്ടും ഈ വിവാഹം നടക്കാതിരുന്നുകൂടാ. അതഭിമാനക്ഷയമായിരിക്കും. കുറേയേറെ സ്നേഹബന്ധങ്ങളെ വെട്ടിമുറിക്കലായിരിക്കും.

എങ്കിലും തനിക്കു അല്പം പിഴച്ചുവോ! കുഞ്ഞൻവൈദ്യർ ശങ്കിക്കാതിരുന്നില്ല. മിനി ഒരു ഡിഗ്രിക്കാരിയാണ്. മാന്യമായൊരു ജോലിയുണ്ട്. അഴകുള്ളവളുമാണ്. ഈ ബന്ധം മിനിക്കൊരു തീരാദുഃഖമായിരിക്കുമോ..! അങ്ങനെയൊന്നും ചിന്തിക്കേണ്ടതില്ല. എല്ലാം വെറും തോന്നലുകളാണ്....

അയാൾ ചാരുകസേരയിൽ നിന്നെഴുന്നേറ്റു മെല്ലെ പിറുപിറുത്തു:

'ഒന്നുകൊണ്ടും ഇതു നടക്കാതിരുന്നുകൂടാ...'

പാർവ്വതിയമ്മ അയാളെ തുറിച്ചുനോക്കി. അയാളുടെ മുഖത്തെ, നിശ്ചയദാർഢ്യം കാൺകെ, തെല്ല അമ്പരക്കാതിരുന്നില്ല.

'ഓപ്പക്കു കഷായം... കൊണ്ടുരട്ടെ....'

'എനിക്കിപ്പോ കഷായും വേണ്ട മുക്കിടിയും വേ..ണ്ട'

പാർവ്വതിയമ്മ അകത്തളത്തിലേക്കു കടന്നു.

ഉമ്മറത്തിരുന്ന് ഓപ്പ ആരോടാണ് ഉച്ചത്തിൽ സംസാരിക്കുന്നത്!

പാർവ്വതിയമ്മ അടുക്കളയിലെ ജനലഴികളിൽ കൂടി നോട്ടമയച്ചു. മുറ്റത്തു പന്തലുയർത്താനുള്ള ശ്രമമാണെന്ന് തോന്നുന്നു, ഓപ്പ എന്തെല്ലാമോ നിർദ്ദേശങ്ങൾ കൊടുക്കുന്നു.

'ഈന്തോലക്കാണ് കുട്ടരേ വല്ല്യ വീര്യം'

കോരുവിന്റെ ചിലമ്പിച്ച ശബ്ദം എളുപ്പത്തിൽ തിരിച്ചറിയാം.

'കോരു ഏട്ടന് കേക്കണോ ഈന്തോല എത്ര വേണമെങ്കിലും കിട്ടാനുണ്ട്. എത്രവേണം ഈ അയ്യപ്പനെത്തിച്ചു തരും.'

തെല്ലിടകൊണ്ട് മുറ്റത്ത് ഒരു കല്യാണപ്പന്തൽ ഉയരുകയാണല്ലോ എന്നോർത്തിട്ടും പാർവ്വതിയമ്മയ്ക്ക് എന്തുകൊണ്ടോ സന്തോഷിക്കാൻ കഴിഞ്ഞില്ല.

രണ്ട്

കൈയെത്താവുന്ന അകലത്തിൽ ഒരു പുഷ്പം അതിന്റെ പൂർണ വർണപ്പൊലിമയോടെ സുഗന്ധം പൊഴിച്ചു കൊണ്ട് വിടർന്നു നിൽക്കുക. ആ പുഷ്പത്തിന്റെ നനുനനുത്ത ദലങ്ങൾ കൊഴിയാതെതന്നെ അതു പറിച്ചെടുക്കണമെന്നും അതിന്റെ സുഗന്ധം ആത്മാവിലേക്ക് ആവഹിച്ചെടുക്കണമെന്നും കരുതുക. പക്ഷേ ആ സുന്ദര സൂനം പറിച്ചെടുക്കാനാവാതെ അതിന്റെ മനോഹാരിതയിൽ മുഗ്ധനാവുകയും മനസ്സുമുഴുക്കെ എഴുതാനാവാത്ത കവിത നിറയുകയും ചെയ്യുന്ന പരമമുഹൂർത്തത്തിൽ മറ്റൊരാൾ ആ പുഷ്പം നിഷ്ക്കരുണം പൊട്ടിച്ചെടുത്ത് സ്വന്തമാക്കുക!

അപ്പോൾ ഉൾത്തടത്തിലൂറിക്കൂടുന്ന വികാരമെന്താണ്? ദുഃഖമാണോ, ആത്മനിന്ദയാണോ?

അതാണു തനിക്കു സംഭവിച്ചത്. ഒരു സിഗരറ്റിനു തീപ്പറ്റിക്കവെ, ഗോവിന്ദൻകുട്ടി കരുതി. വ്യാഖ്യാനിക്കാനോ വിശകലനം ചെയ്യാനോ ആവാത്ത അസ്വാസ്ഥ്യമാണ് ഉള്ളിൽ!

മുറിയിൽ മെഴുകുതിരിയുടെ അരണ്ട വെളിച്ചം തളർന്നുകിടക്കുന്നു. സന്ധ്യക്കുപോയതാണ് കറന്റ്. ഇലക്ട്രിസിറ്റിക്കാരുടെ വകതിരിവി ല്ലായ്മയെക്കുറിച്ച് എല്ലായ്പ്പോഴും അമർഷം കൊള്ളാറുള്ള ഹെൽത്ത് എജുക്കേറ്റർ റഹ്മാൻ മൂടിപ്പുതച്ചുറങ്ങുകയാണ്, യാതൊരല്ലലുമില്ലാതെ. റഹ്മാന് ജീവിതം ഒരു സംഗീതമാണ്. അപസ്വരമോ, അവതാളമോ ഇല്ലാത്ത ഒരു മനോജ്ഞസംഗീതം. വിവാഹിതനും ഒരു കുഞ്ഞിന്റെ പിതാവുമാണ് റഹ്മാൻ.

റഹ്മാൻ! താങ്കളെത്ര അനുഗൃഹീതനാണ്! താങ്കളുടെ കുഞ്ഞിനെക്കു റിച്ചും സുന്ദരിയായ ഭാര്യയെക്കുറിച്ചും ഉൽക്കടമായ കുതൂഹലത്തോടെ, വാചാലതയോടെ വിവരിക്കാറുള്ള അവസരങ്ങളിൽ എന്റെ ഹൃദയം

വീർപ്പുമുട്ടിയിരുന്നതും വിമൂകമായി തേങ്ങിയിരുന്നതും താങ്കൾ അറിഞ്ഞിരുന്നില്ല...!

ഇല്ല; താങ്കളുടെ മുമ്പിലും എന്റെ ഹൃദയം തുറന്നു കാട്ടുകയുണ്ടായില്ല...!

ഗോവിന്ദൻകുട്ടി സിഗരറ്റു കുറ്റി ആഷ്ട്രേയിലേക്കിട്ടു. ആഷ്ട്രേയിൽ നിന്നും പുകച്ചുരുളുകളുയരുന്നത് നിർന്നിമേഷനായി നോക്കിയിരുന്നു.

അയാൾ ഓർത്തു: ഇന്നു ഓഫീസിൽ വിരസമായ മണിക്കൂറുകളാണ് തള്ളിനീക്കിയത്. തന്റെ എതിർവശത്തുള്ള ഒഴിഞ്ഞ കസേരയിലേക്കു നോക്കിയിരിക്കവെ, ഹൃദയത്തിൽ ഒരു ശവക്കല്ലറ ഉയരുന്നുണ്ടായിരുന്നില്ലേ! അഭിലാഷങ്ങളുടെ ശവക്കല്ലറ!

മിനി തനിക്കൊരിക്കലും, ആശ നൽകിയിരുന്നില്ല. പലപ്പോഴും അകലാനുള്ള അവസരങ്ങൾ സൃഷ്ടിക്കുകയല്ലാതെ. എന്നിട്ടും മനസ്സ് മിനിയെ ചുറ്റിപ്പറ്റി നില്ക്കാൻ കൊതിച്ചതെന്തുകൊണ്ടായിരുന്നു!ഒരു തുള്ളി സ്നേഹത്തിനു വേണ്ടിയുള്ള ആത്മാവിന്റെ അദമ്യമായ ദാഹമായിരുന്നുവോ!

വർഷങ്ങൾക്കുമുമ്പ് ഹൃദയത്തിൽ ചവിട്ടിമദിച്ചുകൊണ്ട് ഒരു പെൺകിടാവു കടന്നുവന്നു; കടന്നുപോവുകയും ചെയ്തു. അമ്മാവന്റെ മകൾ തുളസി! ഇളം പ്രായത്തിൽതന്നെ സ്വന്തമെന്നു കരുതി മനസ്സിൽ പ്രതിഷ്ഠിച്ചിരുന്ന മുറപ്പെണ്ണ്...

എന്തിട്ടെന്തുണ്ടായി!

അമ്മാവന്റെ വീടിന്റെ ഉയരം കൂടിയില്ലായിരുന്നുവെങ്കിൽ, പഴയ ഇല്ലിപ്പടിയുടെ സ്ഥാനത്തു സിംഹത്തിന്റെ തലയുള്ള വലിയ ഗേറ്റ് ഉയർന്നിരുന്നില്ലെങ്കിൽ...

ഒരു വേള, തുളസി തന്റെ ജീവിതത്തിലെ കൂട്ടുകാരിയാവുമായിരുന്നു. ഗോവിന്ദൻകുട്ടി നെടുവീർപ്പിട്ടു.

അല്ലെങ്കിൽ അതിനൊത്തു താനും വളരേണ്ടിയിരുന്നു. അതുണ്ടായില്ലല്ലോ. അച്ഛൻ പെട്ടെന്നു മരിച്ചു. പിന്നീട് എല്ലാ നിലക്കും ചെറുതാവുകയായിരുന്നു.

തുളസി ഗ്രാജ്വേറ്റ് ചെയ്തപ്പോൾ, തനിക്കു എത്തിപ്പിടിക്കാനായതു ഒരു ഗുമസ്തന്റെ തേമാനം വന്ന കസേര മാത്രം.

ഒരു ലോവർഡിവിഷൻ ക്ലാർക്കിനു പകൽക്കിനാവുമാത്രമേ കാണാനാവൂ. തുളസിയുടെ വെളുത്തുമെലിഞ്ഞ കഴുത്തിൽ ആ പരുക്കൻ മിലിട്ടറി ഓഫീസർ മിന്നുകെട്ടിയ നാൾവരേയും താൻ ഭാവനയിൽ നീന്തിത്തുടിക്കുകയുണ്ടായി.

മാന്തളിരുപോലുള്ള മൃദുലമായ ആ കവിളുകളിൽ തനിക്കൊരിക്കലും ഇഷ്ടപ്പെടാനാവാത്ത ആ മിലിട്ടറി ഓഫീസറുടെ ഉരത്ത വദനം എത്ര യെത്ര വട്ടം ഉരുമ്മിയിരിക്കും...

ചിന്തകൾ കാടുകയറുകയാണോ! മാന്യമല്ലാത്ത രീതിയിൽ. ഇതു വില കുറഞ്ഞ സെന്റിമെന്റലിസമാണ്.

പിന്നിട്ട കാലത്തിന്റെ ചതുപ്പനിലങ്ങളിലേക്കിറങ്ങിച്ചെല്ലുക രസാവ ഹമാണ്. പലപ്പോഴും നൊമ്പരത്തിന്റെ ചേറിൽ പുരണ്ടുപോവുമെന്നി രിക്കിലും.

എട്ടാം ക്ലാസ് പാസ്സായപ്പോൾ ഒരു പ്രശ്നം തലയുയർത്തി. വീട്ടിനടുത്ത് ഹൈസ്കൂളില്ല. തുടർന്നു പഠിച്ചതു അമ്മാവന്റെ വീട്ടിൽ താമസിച്ചായിരുന്നു. നാലുനാഴിക അകലെയുള്ള ഹൈസ്കൂളിലേക്കു ചോറ്റുപാത്രവും ഒരു കെട്ട് പുസ്തകവുമായി പോയിരുന്നത് ഇന്നലെ കഴിഞ്ഞതുപോലെ തോന്നുന്നു.

അക്കാലത്ത് തന്റെ ക്ലാസ്സിലെ ഏറ്റവും അടുത്ത സുഹൃത്ത് 'പോത്തൻ' ശ്രീധരനായിരുന്നു. ക്ലാസ്സിലെ ഏറ്റവും മുതിർന്ന വിദ്യാർത്ഥി യായിരുന്നു ശ്രീധരൻ. അവന് 'പോത്തനെ'ന്ന 'ബഹുമതി' കൊടുത്തത് ഉണ്ണിമാഷായിരുന്നു. ഇന്ന് ശ്രീധരൻ എവിടെയാണെന്നറിവില്ല; സ്ത്രീപു രുഷബന്ധത്തിന്റെ 'അതിനിഗൂഢ'മായ കഥകൾ ആദ്യമായി കേട്ടത് ശ്രീധരിനിൽനിന്നാണ്. തുന്നൽ പഠിപ്പിച്ചിരുന്ന മൈക്കിൾ ടീച്ചറുടെ മുഴുത്ത അവയവങ്ങളെക്കുറിച്ചു ശ്രീധരൻ വിവരിച്ചുകൊണ്ടിരിക്കെ, ഏതോ ഒരു സ്വപ്നലോകത്തിലെന്നോണം വിഭ്രമം പൂണ്ടിരുന്നത് ഇപ്പോഴുമോർക്കുന്നു.

ഒരിക്കൽ ഒരു അമളി പിണഞ്ഞു:

തുളസി തേഡ്ഫോറത്തിലേക്കു ജയിച്ച വർഷം. ഒരുദിവസം തുളസി സ്കൂളിൽ നിന്നു രണ്ടുമൂന്നു പെൺകുട്ടികളുടെ അകമ്പടിയോടെ ക്ലാസ്സു കഴിയുന്നതിനു മുമ്പ് വീട്ടിലേക്കു പോയി. വീട്ടിലെത്തിയപ്പോഴറിഞ്ഞു: തുളസി വയസ്സറിയിച്ചിരിക്കുന്നു.

പിറ്റേ ദിവസം രാവിലെ കടന്നു ചെല്ലുമ്പോഴുണ്ട് ശ്രീധരൻ സ്കൂൾ ഗേറ്റിൽ ചിരിച്ചുകൊണ്ട് നിൽക്കുന്നു. കൈയിൽ എരിയുന്ന ബീഡി.

'എടോ... ഗോവിന്ദൻ... കുട്ടി...നിന്റെ... തുളസി...ഇന്നലെ...ഗേൾസ് റ്റും... ചീത്തയാക്കി...യല്ലേ?'

തനിക്കൊന്നും മനസ്സിലായില്ല, മിഴിച്ചുനിന്നു.

'എടോ...വഷളാ...അവളെന്താ...ഇന്നു...സ്കൂളിൽ... വരാത്ത...

തെന്നറി..യാവോ?'

'ഉം... തുളസി...വയസ്സറിയിച്ചിരിക്കാ...'

'അങ്ങനെ...പറ.. എന്താ... വയസ്സറിയിക്കാ...ന്നാ..ച്ചാൽ..ഗോവിന്ദ ൻകുട്ടിക്കറിയാവോ..?'

അപ്പോഴാണ് അതേപ്പറ്റി ചിന്തിച്ചത്.

വയസ്സറിയിക്കുക എന്നൊക്കെ പെണ്ണുങ്ങൾ പറയുന്നതു കേട്ടിട്ടുണ്ട്. പക്ഷേ കൂടുതൽ ഒന്നു അറിവില്ല.

'നിശ്ച...ല്ല്യ....'

ഒരു കള്ളച്ചിരിയോടെ, ബീഡിയുടെ പുക കലാപരമായി ഊതി പറത്തിക്കൊണ്ട്, ശ്രീധരൻ വിവരിച്ചു തന്നു. അറപ്പു തോന്നി. ലജ്ജയും. എല്ലാറ്റിനുമുപരി അവിശ്വസനീയതയും!

ആ സംശയം തീർക്കണമെന്നു മനസ്സിൽ കരുതി.

നാലഞ്ചു ദിവസം കഴിഞ്ഞപ്പോഴാണ് സൗകര്യം കിട്ടിയത്. മുകളിലെ നടുമുറിയിലിരുന്ന ഇംപോസിഷൻ എഴുതുകയായിരുന്നു. ഞായറാഴ്ച. പുറത്ത് വെയിൽ മങ്ങിത്തുടങ്ങുന്നു.

കാച്ചിയ എണ്ണയുടേയും ചന്ദനസോപ്പിന്റെയും ഗന്ധം ഒഴുകിവന്നു. അതോടൊപ്പം ഒരു പടപട ശബ്ദവും

തുളസി!

കുട്ടിയുള്ള നനഞ്ഞ പച്ചപ്പാവാട തുടകളിൽ പറ്റിപ്പിടിച്ചു നിൽക്കുന്നു. വിടർത്തിയിട്ടിരിക്കുന്ന കുന്തളഭാരം മാറിൽ ഇഴയുന്നു. കൈത്തണ്ടയിൽ നനഞ്ഞ തോർത്തുമുണ്ട്. കണ്ണുകളിൽ ലജ്ജ ഒളിച്ചുകളി നടത്തുന്നു.

ഗോവിന്ദൻകുട്ടി പേനയുടെ തുമ്പ് കടിച്ചുപിടിച്ചുകൊണ്ട് ഒരു നിമിഷം അന്തിച്ചിരുന്നുപോയി! അതേവരെ തോന്നിയിട്ടില്ലാത്ത ഒരു അജ്ഞാതവികാരത്തോടെ തുളസിയെ നോക്കി.

അവൾ തിടുക്കത്തിൽ പറഞ്ഞു:

'ഗോവിന്ദൻകുട്ട്യേട്ടൻ ഒന്നു അപ്പുറത്ത് പോ. ഞാനൊന്നു ഈറൻ മാറ്റട്ടെ...'

വടക്കെ മുറിയിൽ അക്ഷമയോടെ കാത്തുനിൽക്കവെ, പോത്തൻ ശ്രീധരൻ പറയാറുള്ള കഥകളോർത്തു. മൈക്കിൾ ടീച്ചറെക്കുറിച്ചു നിനച്ചു. ചിന്തകൾ അവസാനിച്ചതാവട്ടെ തുളസിയിലും. തുളസി ഈറൻ മാറ്റുന്നതു ഭാവനയിൽ കണ്ടു. പച്ചപ്പാവാട ഉരിയുന്നതും നേർത്ത ജാക്കറ്റ് അഴിച്ചുവെച്ച്...

ഗോവിന്ദൻകുട്ടി പതുങ്ങിപ്പതുങ്ങിയാണ് നടുമുറിയിലേക്ക് കടന്നുചെന്നത്. തുളസി മുടിയിൽ വിരലുകളോടിച്ചുകൊണ്ടു നിൽക്കുന്നു.

'ഗോവിന്ദൻകുട്ട്യേട്ടൻ എന്താ എഴുതുന്നത്...'

'ഒന്നുംല്ല്യ...'

മനസ്സിൽ മറ്റെന്തോ ആയിരുന്നു. തെല്ലിട കഴിഞ്ഞപ്പോൾ പറയാൻ തോന്നി;

'ഒരു കത്തെഴുതാണ്...'

'ആർക്കാണ്...'

'ഒരു പെങ്കുട്ടിക്ക്...'

'ഏതു പെങ്കുട്ടിക്ക്...'

'ഇവിടെ ന്റടുത്തു നില്ക്കണ പെങ്കുട്ടിക്ക്.' അവളുടെ മുഖത്തു നാണത്തിന്റെ അരുണിമ. തുളസി എന്തോ ഓർക്കുന്നതുപോലെ തോന്നി.

ഗോവിന്ദൻകുട്ട്യേട്ടന്റെ ക്ലാസിലെ ആ പോത്തനില്ലേ ഒരു ജാതി അസത്താ.

'എന്തേണ്ടായി?

'ആ കുട്ടി എപ്പഴും ഓരോ ഗോഷ്ഠി കാണിക്കും ഒരീസം ന്റെ ക്ലാസ്സിലെ ശ്രീദേവിടെ തലയിൽ നിന്നു പൂവെടുത്തു.'

'എന്തിനാ പൂവ് തലയിൽ വെക്ക്ണത്?'

'ആങ്കുട്ട്യേക്കു എടുക്കാനാ? അല്ലെങ്കിലും ഈ ആങ്കുട്ട്യേളൊക്കെ വൃത്തികെട്ടവരാ!'

ഗോവിന്ദൻകുട്ടി പെട്ടെന്നാണ് പറഞ്ഞത്.

'പെൺകുട്ടികളാണ് വൃത്തികെട്ടവര്. നീയിന്നാള് ഗേൾസ് റ്റൂം കേട്ടു വരുത്തിലേ. എനിക്കറ്യാ.'

തുളസിയുടെ കവിളുകൾ ചുവന്നു തുടുത്തു. നൊടിയിടയിൽ കറുപ്പു വ്യാപിക്കുകയും ചെയ്തു.

'ഈ ഗോവിന്ദൻകുട്ട്യേട്ടൻ ഒരുജാതി അസത്താ. ഞാൻ അമ്മ്യോടു പറയും ട്ടൊ!'

അവൾ അമ്മായിയോടു പറയുകയുണ്ടായില്ലെങ്കിലും ഒന്നുരണ്ടു ദിവസം മുഖം കനപ്പിച്ചുനടന്നു.

മുതിർന്നശേഷവും ആ സംഭവത്തെപ്പറ്റി പറഞ്ഞു ചിരിക്കാറുണ്ടായിരുന്നു.

ഗോവിന്ദൻകുട്ടി മറ്റൊരു സിഗരറ്റിനു തീപ്പറ്റിച്ചു. എന്തുകൊണ്ടാണ് ഇപ്പോൾ തുളസിയെ കുറിച്ചോർത്തത്!

മിനിയുടെ വിവാഹത്തിന്റെ ക്ഷണക്കത്തെടുത്ത് വീണ്ടും നോക്കി. ഈ ക്ഷണപത്രികയാണോ, പഴയ സ്വപ്നങ്ങളുടെ ശ്മശാനഭൂമിയിലേക്ക് മനസ്സിനെ നയിച്ചത്!

പ്രിയമുള്ള മിനി, നിനക്കും ഞാൻ മംഗളം നേരുന്നു. നിന്റെ വിവാഹ സുദിനത്തിൽ ഞാനും ഒരു കാഴ്ചക്കാരനായി ഉണ്ടാവും...

തുളസിയെ എനിക്കു മറക്കാനാവാത്തതുപോലെ, നിന്നെയും....

കാലം എന്ന ദിവ്യൗഷധം ഹൃദയത്തിലെ എല്ലാ മുറിവുകളും കരി ക്കുമെങ്കിൽ...

ഗോവിന്ദൻകുട്ടി മെഴുകിതിരിയണച്ചു. ഇരുട്ട് കാത്തു നിന്നിരുന്നതു പോലെ മുറിയിലേക്കടിച്ചു കയറി. മനസ്സിനുള്ളിലേക്കും.

വിജനമായ പന്തലിലേക്കു നോക്കി കുഞ്ഞൻ വൈദ്യർ നെടുവീ ർപ്പയച്ചു. വർണ്ണക്കടലാസ്സുകൾ അവിടവിടെ കീറിപ്പറിഞ്ഞു കിടക്കുന്നു. വാടിത്തുടങ്ങിയ ഈന്തോലച്ചീന്തുകൾ... കടല്ലാസ്സുപൂക്കൾ..ബലൂൺതു ണ്ടുകൾ...

നികത്താനാവാത്ത ഒരു ശൂന്യത. എല്ലാ മാതാപിതാക്കളും ഒരിക്കൽ അനുഭവിക്കേണ്ടുന്ന മാനസികാവസ്ഥ! ഇതു വേദനയാണോ! എങ്കിൽ മാധുര്യത്തിന്റെ വേദനയെന്നു പറയണം. വളരെ മുമ്പ് ശാകുന്തളം വായി ച്ചിരുന്നതോർത്തു. കണ്വമഹർഷിക്ക് ഈ നൊമ്പരമനുഭവപ്പെട്ടിട്ടുണ്ട്. ശകുന്തളയുടെ വളർത്തച്ഛൻ മാത്രമായിരുന്നു കണ്വമുനി. എന്നിരിക്കിലും ആ മുനിവര്യന്റെ വിരഹദുഃഖം എത്ര തീവ്രമായിരുന്നു!

ഈ ദുഃഖം ശൃംഖല ശൃംഖലയായി നിലനില്ക്കും. പ്രപഞ്ചത്തിന്റെ അന്ത്യംവരേക്കും! വർഷങ്ങൾ കൊഴിഞ്ഞു വീഴുമ്പോൾ, വാസുദേവനും മിനിക്കും ഇതു അനുഭവവേദ്യമാവും. അവരുടെ സന്താനപരമ്പരക ൾക്കും...

മനസ്സിൽ സംതൃപ്തി തുളുമ്പി നിൽക്കുന്നു. പ്രതീക്ഷിച്ചതിലും ഭംഗിയായി മിനിയുടെ വിവാഹം നടന്നു. ഇത്രയും ആർഭാടമാവുമെന്നു കരുതിയതല്ല. എല്ലാം ദൈവനിശ്ചയം. അല്ലെങ്കിലും മിനി ഭാഗ്യവതിയാണ്. അമ്മയി ല്ലാതെയാണ് വളർന്നതെങ്കിലും അവൾ ഒരു കണക്കിലും വിഷമിച്ചിട്ടില്ല. അവളെ പഠിപ്പിച്ചു. ഡിഗ്രിക്കാരിയാക്കി. ഉദ്യോഗസ്ഥയുമായി. കരുത്തു ള്ള കൈകളിലേൽപ്പിക്കുകയും ചെയ്തിരിക്കുന്നു.

ഇനി തനിക്ക് ഇന്നുതന്നെ മരിച്ചാലും സങ്കടമില്ല. ഒരച്ഛന്റെ

കർത്തവ്യങ്ങൾ ഇതോടെ അവസാനിച്ചു എന്നല്ല. എങ്കിലും സമാധാനിക്കാം.

വാസുദേവൻ അവൾക്കു യോജിച്ച ഭർത്താവു തന്നെയല്ലേ? എന്താണൊരു മോശം അവന്? അവളുടെ അത്ര പഠിപ്പില്ല എന്നു വേണമെങ്കിൽ പറയാം. അതിലൊന്നുമല്ല ദാമ്പത്യത്തിന്റെ വിജയം കുടികൊള്ളുന്നത്. ചേർച്ചയുള്ള ജാതകമാണെന്നല്ലേ വേലായുധപ്പണിക്കർ പറഞ്ഞത്. പണിക്കർ തന്നോട് കളവു പറയില്ല. കുഞ്ഞിക്കണ്ണൻ ഗുരുക്കളുടെ അടുത്തു ഒന്നിച്ചു സംസ്കൃതം പഠിക്കാൻ പോയിരുന്നതൊന്നും പണിക്കർ ഇന്നും മറന്നിട്ടില്ല. പാറക്കലെ ദേവകി ടീച്ചറെ കല്യാണം കഴിച്ചത് ഒരു ബാങ്ക് ശിപായിയല്ലേ? എന്നിട്ടെന്തേ ഉണ്ടായത്? അവർക്കു കുട്ടികൾ എട്ടെണ്ണമായി. ജാതകപ്പൊരുത്തമാണ് കാര്യം. വാസുദേവൻ തന്റേടമുള്ളവനാണ്. ഒന്നുമില്ലെങ്കിൽ ഒരു പോലീസുകാരനല്ലേ.

മിനിക്ക് എത്രമാത്രം പാരിതോഷികങ്ങളാണ് കിട്ടിയത്! അവളുടെ ആപ്പീസിലെ എല്ലാവരും വന്നു. അല്പാല്പമായി തലനരച്ചു തുടങ്ങിയ ആപ്പീസറുപോലും. അദ്ദേഹം വരുമെന്നു മിനികൂടി കരുതിയതല്ല. എല്ലാം അവളുടെ ഭാഗ്യം.

ഇതൊന്നും കാണുവാൻ മീനാക്ഷിക്കു ഭാഗ്യമുണ്ടായില്ല. പാർവ്വതി പുനർവിവാഹത്തിനു സമ്മതിച്ചിരുന്നുവെങ്കിൽ മിനിക്കിവിടെ ആരുണ്ടാവുമായിരുന്നു! താൻ വീണ്ടും വിവാഹിതനാവുമായിരുന്നോ! അങ്ങനെയൊന്നും ഓർത്തുകൂടാ. എല്ലാം വിധിയാണ്. വിധിയിൽ വിശ്വസിക്കുക.

പുറത്തു വെയിലിനു തിളക്കം കൂടുന്നു. പന്തലിന്റെ സുഷിരങ്ങളിൽ കൂടി, വെളിച്ചത്തിന്റെ നുറുങ്ങുകൾ വീണുകിടക്കുന്നതു കാണാൻ ചന്തമുണ്ട്.

പന്തലെല്ലാം പൊളിച്ചുനീക്കണം. നീലാണ്ടനെ കാണുന്നില്ല. കോരുവിനും നീലാണ്ടനുമൊക്കെ പ്രത്യേകിച്ചെന്തെങ്കിലും കൊടുക്കണം. അവരൊക്കെ വളരെ ബുദ്ധിമുട്ടിയിരിക്കുന്നു. സ്വന്തമെന്നപോലെയാണ് അവരൊക്കെ പാടുപെട്ടിട്ടുള്ളത്. ഉപകാരസ്മരണയുള്ളവനാണ് കോരു. അവന്റെ അച്ഛൻ സുഖമില്ലാതിരുന്നപ്പോൾ എത്ര മരുന്നാണ് താൻ കൊടുത്തത്! തന്റെ കളിക്കൂട്ടുകാരനായിരുന്നു വേലു. കാറ്റും മഴയുമുള്ള ഒരു രാത്രിയിലാണ് പാവം വേലു മരിച്ചത്. ഒരു ദിവസം താനും...! മരിക്കാൻ ഭയമില്ല. എങ്കിലും മിനിക്കൊരു കുഞ്ഞുണ്ടായി കണ്ടതിനു ശേഷം കണ്ണടഞ്ഞാൽ മതിയായിരുന്നു.

കുഞ്ഞൻ വൈദ്യർ മെല്ലെ എഴുന്നേറ്റ് തെക്കെ അറയിലേക്കു കടന്നു. ജാലകങ്ങൾ തുറന്നിട്ടു. മുറിയിൽ എന്തിന്റെയോ സുഗന്ധം തങ്ങിനില്ക്കുന്നു.

മേശപ്പുറത്തു മിനിക്കു കിട്ടിയ പാരിതോഷികങ്ങൾ നിരന്നു കിടക്കുന്നു. ഒന്നും അവൾ കൊണ്ടുപോയിട്ടില്ല. ഇനി വരുമ്പോൾ കൊണ്ടുപോവാമെന്നാണ് വാസുദേവൻ പറഞ്ഞത്. വാസുദേവന്റെ പെങ്ങൾക്ക് അപ്പോൾ തന്നെ കൊണ്ടുപോവണമെന്നുണ്ടായിരുന്നു. അതു മനസ്സിലാക്കിയാണ് പാർവ്വതി പറഞ്ഞതെന്നു തോന്നുന്നു.

'ഇതൊന്നും ഇവിടെ വെക്കണ്ട മിനിക്കുട്ടിയെ ഞങ്ങൾ തന്നു ഇതൊക്കെ അവളുടേതാണ്...'

മിനി ഒന്നുമുരിയാടാതെ നിന്നു. മുഖത്തു എന്തോ വിഷാദം. അപ്പോഴാണ് വാസുദേവൻ തന്റെ നേരെ നോക്കി പറഞ്ഞത്:

'എല്ലാം ഇവിടെയിരിക്കട്ടെ. അമ്മാവാ പിന്നെ കൊണ്ടുപോവാം.. സൗകര്യം പോലെ...'

ഓടക്കുഴൽ വിളിച്ചുകൊണ്ടു നിൽക്കുന്ന ശ്രീകൃഷ്ണന്റെ പ്രതിമ ആരുടെ വകയാണ്? അവളുടെ കൂട്ടുകാരി, രാജലക്ഷ്മി കൊടുത്തതാണെന്നു തോന്നുന്നു. തനിക്കിഷ്ടപ്പെട്ടത് അതാണ്. കൊടുക്കുകയാണെങ്കിൽ ഇങ്ങനെയുള്ളതാവണം. പുസ്തകങ്ങളും മറ്റും കൊടുത്തിട്ടെന്താണ്? ഈ ശ്രീകൃഷ്ണന്റെ മുന്നിൽ ചന്ദനത്തിരി കത്തിച്ചുവെക്കുന്നത് നന്നായിരിക്കും. സന്ധ്യയിലാവട്ടെ. അല്ലെങ്കിലെന്തിന്? അതിവിടെ വെക്കാനുള്ളതല്ലല്ലോ.

പിന്നിൽ കാൽപെരുമാറ്റം. കുഞ്ഞൻവൈദ്യർ തിരിഞ്ഞുനോക്കി.

'ഓപ്പക്കു കുളിക്കണ്ടേ. വെള്ളം ചൂടായി...'

'ഉം...'

അയാൾ ഇടനാഴിയിലേക്കു കടന്നു.

മൂന്ന്

രാജലക്ഷ്മി കനത്ത കൺപോളകൾ മെല്ലെ തുറന്നു നോക്കി. നേരം നല്ലവണ്ണം പുലർന്നിരിക്കുന്നു. എന്നിട്ടും എഴുന്നേൽക്കാൻ തോന്നുന്നില്ല, എന്തൊരു ക്ഷീണം!ഓ, എമിലി എഴുന്നേറ്റു പോയിരിക്കുന്നു. വളരെ വൈകിയാണ് ഇന്നലെ ഉറങ്ങിയത്. എമിലിയുടെ കഥകൾ കേട്ടു കിടന്നാൽ ഉറക്കം വരില്ല.

മുഖം നിറയെ വസൂരിക്കലകളുള്ള എമിലി തോമസ്സിനോട് തനിക്ക് ആദ്യമെല്ലാം വെറുപ്പായിരുന്നു. പക്ഷേ അവളുടെ കലവറയില്ലാത്ത സ്വഭാവം പിന്നെപ്പിന്നെ തന്നെ ആകർഷിക്കുകയാണുണ്ടായത്. മറ്റുള്ള സഹവാസികളുമായി ഇഴുകിച്ചേരാനാവുന്നില്ല. രാധ ടീച്ചർ ആരുമായും ഇണങ്ങിച്ചേരുന്ന പ്രകൃതമല്ല. ഹോസ്പിറ്റലിൽ ജോലിയുള്ള ലിസിയും കുഞ്ഞാനിയും ഇല്ലാത്ത പൊങ്ങച്ചം നടിച്ചുകൊണ്ടു നടക്കുന്നവരാണ്.

എമിലിയുടെ ലജ്ജയില്ലായ്മയും തന്റേടവും കാൺകെ തോന്നാറുണ്ട്, ഇവൾ ഒരു പുരുഷനാവേണ്ടതായിരുന്നു.

അപഗ്രഥിക്കാനാവാത്തതാണ് അവളുടെ വ്യക്തിത്വമെന്നു തോന്നുന്നു. ഉള്ളിൽ ഒരു ദുഃഖസാഗരവുമായി നടക്കുകയാണെന്നു ഒരിക്കലും തോന്നുകയില്ല. ഒരു ഫാമിലിപ്ലാനിങ്ങ് ഹെൽത്ത് അസിസ്റ്റന്റായ എമിലിയുടെ ശമ്പളം കൊണ്ട് ആറംഗങ്ങളുള്ള ഒരു കുടുംബം കഴിയണം. ഒരനിയൻ കോളേജിൽ പഠിക്കുന്നു. വിവാഹപ്രായമായ രണ്ടനിയത്തിമാരുണ്ട്. വാർദ്ധക്യം ബാധിച്ച അച്ഛൻ. അവശയായ അമ്മ.

കുടുംബരഹസ്യങ്ങളെല്ലാം തന്നോടു മാത്രമേ പറയുകയുള്ളു. അതും രാത്രിയിൽ ഒന്നിച്ചു കിടക്കുമ്പോൾ. തന്റെ ബെഡ്ഡിനരികിലാണ് എമിലി ബെഡ്ഡു വിരിക്കുക.

പ്രപഞ്ചത്തിലെ സമസ്തചരാചരങ്ങളും സുഖസുഷുപ്തിയിലാണ്ടു

കിടക്കുന്ന നിശാമദ്ധ്യങ്ങളിൽ എമിലിതന്നെ പതുക്കെ വിളിക്കും.

'രാജീ'

വികാരതരളിതമായ ആ സ്വരം കേൾക്കെ, ഹൃദയത്തിൽ മഞ്ഞുറവ പൊട്ടിയൊഴുകി തുടങ്ങും.

'ഉം'

'നിനക്കെത്ര വയസ്സായി'

'എന്തിനാ'

'വെറുതെ ചോദിച്ചതാ..'

'ഇരുപത്തിരണ്ട്...കഴിയുന്നു.'

'എന്റെ...രണ്ടാമത്തെ...അനിയത്തിയുടെ പ്രായം..'.

'നിനക്കെന്നോട് വെറുപ്പുണ്ടോ?'

'ഉം...ഉം...'

'എനിക്കെത്ര വയസ്സായീന്നറിയോ....'

'ഇല്ല...'

'മുപ്പത്തി...രണ്ട്...'

'എന്നിട്ടെന്താ... കല്യാണമൊന്നും കഴിക്കാതെ...'

'അതോ...രാജിക്കറിയില്ലേ... ഞങ്ങളുടെ... വിവാഹം...ഒരുതരം കച്ചവടമാണ്... കനത്ത സ്ത്രീധനം കൊടുക്കണം...അതുമല്ല...'

സുഖദമായ ഒരു ആലസ്യത്തോടെ രാജലക്ഷ്മി കണ്ണടച്ചുകൊണ്ടു കിടന്നു. ഇന്നു മുടക്കു ദിവസമാണല്ലോ. മുറിയിൽ ആരുടെയോ പാദപതനശബ്ദം.

'രാജീ... എഴുന്നേൽക്ക്ണില്ലേ...ഓ... സൺഡേയാണെന്ന് കരുതീട്ടാ....? എഴുനേൽക്കപ്പാ...'

മെല്ലെ കണ്ണ് തുറന്നു. എമിലി തോമസ്സ് ഈറനുടുത്തുകൊണ്ട് നിൽക്കുന്നു. നനവുതട്ടിയ നേർത്ത ഉടയാടകളിലൂടെ എമിലിയുടെ യാത്ര പറയാൻ മടിച്ചുനിൽക്കുന്ന യൗവനത്തിന്റെ നിഴലുകൾ! രാജി കണ്ണുകൾ പിൻവലിച്ചു.

'ഇന്നു നേർത്തെതന്നെ കുളിച്ചല്ലോ...'

'പള്ളിയിൽ പോവണം. പിന്നെ വേറെയൊരു കാര്യവുമുണ്ട്...'

രാജി എഴുന്നേറ്റു ബെഡ്ഡിൽ തന്നെയിരുന്നു. ഞായറാഴ്ച ഏറെക്കുറെ അങ്ങനെയാണ്. ചടഞ്ഞിരിക്കുക.

കിടക്ക മടക്കിവെച്ച് പുറത്തേക്കു കടന്നു. മുറ്റത്തെ പൂഴിമണലിൽ ചൂല്ല തട്ടിയതിന്റെ അവ്യക്ത രേഖകൾ. കാളിത്തള്ള ഇത്തുവാരി പോയിരിക്കുന്നു.

മൂടൽമഞ്ഞിന്റെ നേർത്ത അലകൾ, ഏതോ ദുഃഖകരമായ ഓർമ്മകളെപ്പോലെ, എവിടെയോ ഒഴുകിക്കൂടുന്നു!

തലേദിവസം കിട്ടിയ മിനിയുടെ എഴുത്തിനെ കുറിച്ചോർത്തു. ഒരിക്കൽക്കൂടി വായിക്കാൻ തോന്നുന്നു. രാജി എഴുത്തെടുത്തു. അല്പം ചരിവുള്ള മിനിയുടെ കൈപ്പട നന്ന്.

....പ്രിയപ്പെട്ട രാജി,

ഇത്ര പെട്ടെന്നൊരെഴുത്ത് സ്വാഭാവികമായും ഇപ്പോൾ എന്നിൽനിന്ന് പ്രതീക്ഷിച്ചിരിക്കയില്ല അല്ലേ? ഒന്നും നാം പ്രതീക്ഷിക്കുന്നപോലെയല്ലല്ലോ സംഭവിക്കുക!

നീ അന്നു പറഞ്ഞതുപോലെ മധുവിധുവിന്റെ മാദക ലഹരിയിലൊന്നുമല്ല. അതുകൊണ്ടു ആത്മവിസ്മൃതിയുമില്ല. സൗഖ്യം തന്നെയല്ലേ? ഓഫീസ് വർത്തമാനങ്ങൾ എന്തെല്ലാമുണ്ട്? ഹെഡ്ക്ലാർക്കിന്റെ ശല്യം തുടരുന്നോ? പുതുതായി ആരെങ്കിലും വന്നിട്ടുണ്ടോ...? പഴയവരാരെങ്കിലും പോവുകയും? എല്ലാവരോടും അന്വേഷണമറിയിക്കു. ബാവുട്ടിക്കയോടു പ്രത്യേകിച്ചും.

എന്റെ ലീവ് കഴിയാൻ വേണ്ടി പ്രാർത്ഥിക്കുകയാണ്. എനിക്കിവിടെ വാസ്തവത്തിൽ വീർപ്പുമുട്ടുകയാണെന്നിയത്തീ. എനിക്കീ വീടിന്റെ ആത്മാവ് കണ്ടെത്താനാവുന്നില്ല...അദ്ദേഹത്തിന്റെ വിവാഹിതയായ പെങ്ങൾ മാലിനിയും അവളുടെ മകൾ കൊച്ചുമിടുക്കി സ്വപ്നയും ഇപ്പോൾ കൂട്ടിനുണ്ട്.

വീടിന്റെ പടിഞ്ഞാറെ ഓരത്തിലൂടെ നീണ്ടുനീണ്ടു പോവുന്ന റെയിൽപാളങ്ങളിലേക്ക് നോക്കി നിങ്ങളെയെല്ലാം ഓർത്തു വെറുതെയിരിക്കും. മിക്കപ്പോഴും പരിസരങ്ങളെ പിടിച്ചുകുലുക്കി ആർത്തട്ടഹസിച്ചു കൊണ്ട് ട്രെയിൻ കടന്നുപോവുമ്പോഴാണ് ധ്യാനത്തിൽ നിന്നുണരുക.

ആകപ്പാടെ എന്തോ വിരസത. സ്വപ്നങ്ങളെല്ലാം ജീവനറ്റു കിടക്കുന്നു. ഇവിടെ പുസ്തകങ്ങളൊന്നുമില്ല കുട്ടി. ഏതാനും വായിച്ചു പഴകിയ വാരികകളല്ലാതെ. പിന്നെ കേൾക്കണോ ഒരു വലിയ കാര്യം? ഗോവിന്ദൻകുട്ടി നമ്മൾക്കൊരിക്കൽ ഒരു നോവൽ വായിക്കാൻ തന്നിരുന്നില്ലേ? 'രക്തപുഷ്പങ്ങൾ.' അതു വായിച്ചു നീ കരഞ്ഞതു ഞാനോർക്കുന്നു. അതിന്റെ കർത്താവ് ജയദേവൻ, എന്റെയൊരു അനിയനായിരിക്കുന്നു. എന്റെ

ഹസ്സിന്റെ ഇളയച്ഛന്റെ മകനാണ് ജയദേവൻ. നല്ലൊരു ചെറുപ്പക്കാരൻ. നിയമബിരുദധാരിയാണ്. പരിചയപ്പെട്ടുന്നേയുള്ളൂ. അധികമൊന്നു മെഴുതി ബോറടിക്കുന്നില്ല. ഹോസ്റ്റലിലെ എല്ലാവരോടും അന്വേഷണം പറയൂ. നിങ്ങളുടെയെല്ലാം ബോഡിഗാർഡ് എമിലി തോമസ്സിനോട് പ്രത്യേകിച്ചും.

നിന്റെ മിനിച്ചേച്ചി.

'രാവിലെ... തന്നെ... ആരുടെ...കത്താ...മനഃപാഠമാക്കണത്... മോളേ...'

രാജി തിരിഞ്ഞുനോക്കി. ലിസി ടൂത്ത്ബ്രഷ് വായിൽ തിരുകിക്കൊണ്ടു നില്ക്കുന്നു.

'നമ്മുടെ മിനിയുടെതാണ്...എല്ലാവരോടും അന്വേഷണം പറഞ്ഞിരിക്കുന്നു.'

'ഓ...'

രാജി കത്തുമടക്കി പെട്ടിയിൽ വെച്ചു. രാത്രി തന്നെ മറുപടി എഴുതി വെക്കണം. എന്നാൽ കാലത്തു പോസ്റ്റ് ചെയ്യാം.]

ജാലകത്തിന്റെ അരികിലായിട്ടിരിക്കുന്ന ടേബിളിൽ 'പതിനാലാം നമ്പർ വിളക്ക് മുനിഞ്ഞു കത്തികൊണ്ടിരിക്കുന്നു. മിനി വലതു ഭുജം മേശപ്പുറത്ത് ഊന്നി അല്പം ചരിഞ്ഞു നിന്ന് ജാലകത്തിലൂടെ വെളിയിലേക്കു അലക്ഷ്യമായി നോക്കി.

പുറത്ത് മുറ്റിനിൽക്കുന്ന ഇരുട്ട്. മാനത്ത് അവിടവിടെയായി, ഉറക്കം തൂങ്ങുന്ന നക്ഷത്രങ്ങൾ...

നിർവ്വികാരത പകരുന്ന അസുന്ദരരാത്രി; മിനി കരുതി.

- ആകാശം തെളിയുമ്പോൾ, കുളിർവെളിച്ചം നൃത്തം വെച്ചു തുടങ്ങുമ്പോൾ, പൂവുകൾ ഓർത്തോർത്ത് ചിരിക്കുകയും പക്ഷികൾ കുതൂഹലത്തോടെ പാടാൻ തുടങ്ങുകയും ചെയ്യുന്നു...

എന്നോ, എവിടെയോ വായിച്ച വരികൾ. ആരുടേതാണ്? മിനി ഓർക്കാൻ ശ്രമിച്ചു.

ഈ രാത്രിയുടെ വൈരൂപ്യത്തിനും വിരസതക്കും കനം ചേർക്കാനെന്നോണം തെല്ലകലെ റെയിൽവേ സ്റ്റേഷനിൽ നിന്ന് തീവണ്ടിയെഞ്ചിനുകളുടെ അസഹ്യവും ഭീകരവുമായ ശബ്ദം

കട്ടിലിൽ വിരിച്ച, എന്തിന്റെയെല്ലാമോ സുഗന്ധം പൊടിഞ്ഞു നിൽക്കുന്ന കിടക്കയിൽ ചരിഞ്ഞുകൊണ്ട് വാസുദേവൻ ഇമപൂട്ടാതെ മിനിയെ നോക്കിക്കൊണ്ട് കിടന്നു. ചിമ്മിനി വിളക്കിന്റെ പ്രകാശം

അവളുടെ കവിളുകൾക്കു കമനീയമായ ഒരു പരിവേഷം ചാർത്തുന്നുണ്ട്.

വാസുദേവന്റെ അകതാരിൽ കൗതുകം നുരയിട്ടു പൊങ്ങുന്നു. ഹൃദയം വികാരപാരവശ്യത്താൽ വീർപ്പുമുട്ടുകയാണോ.

അവിശ്വസനീയമായ ഒരു സുന്ദരസ്വപ്നം പോലെ, ഒരു ശുഭമുഹൂർത്തത്തിൽ, എന്റെ ജീവിതത്തിലേക്കു കടന്നുവന്നവളേ...

നീ എനിക്കു അപ്രാപ്യയാണെന്നു കരുതിയിരുന്നു. മോഹങ്ങൾ ചിറകുകളൊതുക്കി, മനസ്സിലെ ഇരുട്ടു സൃഷ്ടിച്ച പൊത്തിൽ ആരുമാരുമറിയാതെ വിതുമ്പിയിരുന്നു....

ജാലകത്തിലൂടെ കടന്നുവരുന്ന കാറ്റിനു മത്തുപിടിപ്പിക്കുന്ന സുഗന്ധമുണ്ട്. ആത്മാവിൽ പുളകം വിതറുന്ന സുഗന്ധം. നേർത്ത കാറ്റ് മിനിയെ തഴുകി കടന്നാണിവിടേക്കെത്തുന്നത്. ഈ മണം നാളുകളോളമായി മനസ്സിൽ നിറഞ്ഞു നിൽക്കുന്നതാണ്. ഈ ദിവ്യഗന്ധം യുഗയുഗാന്തരങ്ങളിലും മനസ്സിൽ നിറഞ്ഞുനിൽക്കട്ടെ.

മിനി വിളക്കിന്റെ തിരി നീട്ടുന്നതു കണ്ടു. എന്തോ എഴുതിത്തുടങ്ങുന്നതും. അയാൾ സ്വരം മയപ്പെടുത്തികൊണ്ട് ചോദിച്ചു:

'എന്താണെഴുതുന്നത്...

തലയുയർത്താതെ, താഴ്ന്ന ശബ്ദത്തിൽ മിനി പറഞ്ഞു:

'ഒരു കത്താണ്.'

'വീട്ടിലേക്കാണോ...'

'ഉം ഉം ഒരു കൂട്ടുകാരിക്ക്...' അയാൾ മനസ്സിൽ ഒരു ചിത്രം വരക്കാൻ ശ്രമിച്ചു:

എന്തെല്ലാമായിരിക്കും കൂട്ടുകാരിക്കെഴുതുന്നത്? സൽക്കാരങ്ങളിലും പാർട്ടികളിലും പങ്കെടുത്ത് മടുത്തു, രണ്ടു ദിവസമായി വിശ്രമിക്കുകയാണ്. ഇപ്പോൾ ഒരുവിധമെല്ലാം അവസാനിച്ച മട്ടാണ്. ഇവിടെ എനിക്ക് പരമസുഖമാണ് പിന്നെ...

ഒരു വേള, ഇങ്ങനെയൊന്നുമായിരിക്കില്ല എഴുതുന്നതെന്നു വരുമോ? ഇവിടെ അസുഖമാണെന്നെഴുതുമോ! ഭർത്താവിനെ ഇഷ്ടപ്പെട്ടില്ലെന്നും അന്തസ്സില്ലാത്തതാണ് ഭർത്താവിന്റെ ജോലിയെന്നുമൊക്കെ...?

അങ്ങനെയെല്ലാം ഒരിക്കൽ അവൾ സൂചിപ്പിച്ചിരുന്നു. ഒരിക്കൽമാത്രം!

വാസുദേവൻ അകാരണമായി നടുങ്ങി. മിനിയെ സൂക്ഷിച്ചുനോക്കി. നോക്കുംതോറും അപകർഷതാബോധത്തിന്റെ പടുകുഴിയിലേക്കിറങ്ങും പോലെ.

അയാൾ അസ്വസ്ഥതയോടെ ഒരു നിമിഷം കണ്ണടച്ചു കിടന്നു. അത്ഭുതം, ആളിപ്പടരുന്ന അഗ്നിജ്വാല. അതു മിനിയാണ്.

ആജ്ഞാശക്തി സ്ഫുരിച്ചു നിൽക്കുന്ന നീണ്ട മിഴിയിണകൾ തന്നിൽ തറച്ചു നിറുത്തി അവൾ അട്ടഹസിക്കുന്നു.

'ദുഷ്ടൻ... ദുഷ്ടൻ'

വാസുദേവൻ ഭീതിയോടെ കൺമിഴിച്ചു. മിനി എഴുതുകയാണ്. അയാൾ കിടക്കയിൽ എഴുന്നേറ്റിരുന്നു. ഒരു ബീഡിയെടുത്തു തീപ്പിടിപ്പിച്ചു. ശരീരത്തിലെവിടെയെല്ലാമോ വിയർപ്പു പൊടിയുന്നു!

'കഴിഞ്ഞില്ലേ?'

അയാളുടെ ശബ്ദത്തിൽ, അസംതൃപ്തിയുണ്ടായിരുന്നു. പകയും!

മറുപടിയൊന്നുമുണ്ടായില്ല!

'ഇനി നാളെ എഴുതാം...'

'കഴിഞ്ഞു...'

ആഞ്ഞാഞ്ഞു ബീഡി വലിച്ചു. ബീഡിയുടെ പുക വളയങ്ങളായി മുറിയിൽ അലയുന്നു.

ഒഴിച്ചുകൂടാനാവാത്ത ഒരു ചടങ്ങു നിർവ്വഹിക്കുന്ന മനോഭാവത്തോടെ, മരവിക്കുന്ന യാന്ത്രികഭാവത്തോടെ മിനി കിടക്കയിൽ കയറി കിടന്നു.

'വിളക്കണെക്കട്ടേ...'

ആരോടാണ് അന്വേഷിക്കുന്നത്! അവൾ ഓർത്തു.

ബീഡിയുടേയും വിയർപ്പിന്റേയും ദുസ്സഹമായ മണം. ഇര കണ്ടെത്തിയ ഒരു വന്യമൃഗത്തിന്റെ ഭാവം...

പിന്നിട്ട ഏതാനും രാത്രികളിലെന്നപോലെ അവളുടെ ആത്മാവ് ആർത്തനാദം പുറപ്പെട്ടുവിക്കുന്നുണ്ടായിരുന്നു.

മുഖത്തു ഊഷ്മളനിശ്വാസങ്ങൾ വന്നു പതിക്കുന്നു. ശരീരവും മനസ്സും മർദ്ദിക്കപ്പെട്ടുകയാണോ!

കാക്ക കരയുന്ന ശബ്ദം കേൾക്കെ അവൾ ഞെട്ടിയുണർന്നു. ഇരുട്ട് വെളിച്ചത്തിലലിഞ്ഞു തീരുന്നത് തുറന്നു കിടക്കുന്ന ജാലകത്തിലൂടെ കാണാം. തന്നെ വരിഞ്ഞു ചുറ്റിക്കിടക്കുന്ന കൈയെടുത്തു മെല്ലെ മാറ്റി വെച്ചു.

വാതിൽ ചാരിയിട്ട് പുറത്തേക്കു കടന്നു. ശബ്ദമുണ്ടാവാതിരിക്കാൻ മനസ്സുവെച്ചുകൊണ്ട് മെല്ലെ കോവണിയിറങ്ങി.

'ഏടത്ത്യമ്മേ...'

മാലിനി ചിരിച്ചുകൊണ്ട് ഉമ്മറത്തു നിൽക്കുന്നു. മിനിയുടെ തളർന്ന കണ്ണുകളിലേക്കു നോക്കി തെല്ലു കുസൃതിയോടെ അവൾ ചോദിച്ചു.

ഏടത്ത്യമ്മ ഇന്നു അമ്പലക്കുളത്തിലേക്കു കുളിക്കാനുണ്ടോ....

മിനി വല്ലായ്മയോടെ തലയാട്ടി.

വാസുദേവൻ പുതപ്പു നീക്കിയിട്ടു കിടക്കയിൽ എഴുന്നേറ്റിരുന്നു. ഒരു ബീഡിക്കു തീ കൊളുത്തി. ജാലകത്തിലൂടെ വെളിച്ചത്തിന്റെ ഇളം നാമ്പുകൾ കടന്നുവരുന്നു.

അലക്ഷ്യമായി പുറത്തേക്കു നോക്കിക്കൊണ്ടു മുകളിലെ വരാന്തയിൽ നിന്നു. കിണറ്റിൻകരയുടെ അപ്പുറത്തുനിന്നു മിനി ആരോടോ സംസാരിക്കുന്നതു കണ്ടു. ചിരിക്കുന്നതും! ശീമക്കൊന്ന തഴച്ചു വളർന്നു നിൽക്കുന്ന കിഴക്കുഭാഗത്തേക്കു സൂക്ഷിച്ചുനോക്കി. ആരോടാണ് അവൾ സംസാരിക്കുന്നത്? കുണുങ്ങിക്കുണുങ്ങി ചിരിക്കുന്നതും?

നാല്

ജയദേവൻ മുറ്റിവളർന്ന കുറ്റിത്താടിയിൽ വിരലുകളോടിച്ചുകൊണ്ട് വെറുതെയിരുന്നു. എഴുതാനിരിക്കുന്ന നോവലിലെ കഥാപാത്രങ്ങളാണ് മനസ്സിൽ, ഒരിക്കലും തോന്നിയിട്ടില്ലാത്ത വിധത്തിൽ ആ കഥാപാത്രങ്ങളെ കുറിച്ചോർക്കവെ മനസ്സു പതറുന്നു! തന്റെ തൂലികത്തുമ്പിൽ ഒതുങ്ങി നിൽക്കാൻ മടിക്കുന്ന വ്യക്തിത്വമുള്ള കഥാപാത്രങ്ങളല്ലേ ഭാർഗ്ഗിയും കാമാക്ഷിയും ആ വൃദ്ധനുമെല്ലാം. ആശങ്ക തോന്നുകയാണ് വെറുതെ.

ആ തീം ഉള്ളിൽ കടന്നു കൂടിയിട്ടു വർഷങ്ങളായി. എന്നിട്ടു അതിന്റെ രൂപരേഖപോലും തയ്യാറാക്കാൻ തുനിഞ്ഞിട്ടില്ല. അലസതയാണേറെ.

-ഭാർഗ്ഗവി, നിന്റെ വ്യക്തിത്വത്തിനു പോറലേല്പിക്കാതെതന്നെ നിന്നെ ഞാനവതരിപ്പിക്കും. കാലം എത്ര നീണ്ടുപോയാലും. നിഷ്കളങ്കമായ നിന്റെ ഹൃദയം പോലെ സദാ പുഞ്ചിരി പുരണ്ടു കിടക്കുന്ന ശ്രീത്വമുള്ള നിന്റെ മുഖവും നീണ്ട നീലിമയാർന്ന കണ്ണുകളും ഞാനെങ്ങനെ മറക്കാനാണു കുട്ടി.

വാസുവേട്ടന്റെ ഭാര്യ തന്റെയൊരു ആരാധികയാണെന്നു പറഞ്ഞപ്പോൾ, അലസത പൂണ്ടു കിടന്ന തന്നിലെ സാഹിത്യകാരൻ ഞെട്ടിയുണരുകയുണ്ടായോ...

മിനിയേടത്തി ഒരു ഗ്രാഡ്വേറ്റാണെന്നറിഞ്ഞിരുന്നു. എങ്കിലും ഉയർന്ന നിലവാരത്തിലുള്ള അഭിപ്രായങ്ങളും മാനദണ്ഡവുമുള്ള ഒരു വായനക്കാരിയാണെന്നു ധരിച്ചിരുന്നില്ല. അവരെക്കുറിച്ച് അടുത്തറിയുന്തോറും വാസുവേട്ടനു പ്രതീക്ഷിക്കാവുന്ന ഒരു വധുവായിരുന്നില്ലെന്നു തോന്നിപ്പോവുന്നു. കാഴ്ചയിലെ യോജിപ്പില്ലായ്മ സഹിക്കാം. അവരിരുവരേയും ഒരു തുലാസിലിട്ടു തൂക്കിയാൽ വാസുവേട്ടന്റെ തട്ട് ഒരിക്കലും സമനിലയിലേക്കെത്തി നില്ക്കില്ല. ഒരു നിലക്കും!

മിനിയേടത്തിക്കു ഭർത്താവിനെ അകമേ സ്നേഹിക്കുവാൻ കഴിയുമോ! ഇല്ലെന്നാണ് തനിക്കു പലപ്പോഴും മനസ്സിലായിട്ടുള്ളത്. മിനിയേടത്തി അവരുടെ ദൈന്യഭാവം മൂടിയൊതുക്കാൻ ശ്രമം നടത്തിയ ചില അവസരങ്ങളെക്കുറിച്ച് ഓർമ്മ വരുന്നു. അപ്പോഴെല്ലാം അവരോടു സഹതാപം പ്രകടിപ്പിച്ച്, കൂടുതൽ തളർത്തുവാൻ തനിക്ക് അവ്യാഖ്യായമായ ഒരു ഉൾപ്രേരണ ഉണ്ടായിരുന്നില്ലേ; വീണുകിട്ടിയ വാസുവേട്ടന്റെ സൗഭാഗ്യത്തിൽ അസൂയപൂണ്ട തന്നിലെ അസംതൃപ്തമായ യുവത്വം മാത്രമാണോ ഹേതു!

മിനിയേടത്തി ഒരു ആകർഷക ബിന്ദുവാണെന്നും അമൂർത്തമായ ഏതോ ഒരു ശക്തിവിശേഷത്താൽ താൻ ഒരു ആകർഷിതവസ്തുവായി പരിണമിക്കുകയാണെന്നും സംശയിച്ചു പോവുന്നു. തന്നെ ആകർഷിക്കുന്ന മിനിയേടത്തിയുടെ വ്യക്തിത്വമെന്താണ്! അവരുടെ അംഗസൗഷ്ഠവമാണോ! സഹൃദയത്വമാണോ! വിദ്യാസമ്പന്നതയാണോ!

ഈ ഗുണങ്ങളെല്ലാമുള്ള എത്രയോ യുവതികളുമായി താൻ ബന്ധപ്പെടുകയുണ്ടായിട്ടുണ്ട്. രക്തത്തിന്റെ ചൂടും വിയർപ്പിന്റെ ഗന്ധവും മേനിയുടെ സ്നിഗ്ധതയും എല്ലാം എല്ലാം അനുഭവവേദ്യമായിക്കൊണ്ടുള്ള ബന്ധങ്ങൾ തന്നെ! ഒരുവേള എന്നെങ്കിലും വന്നെത്താവുന്ന തന്റെ ജീവിതത്തിലെ കൂട്ടുകാരിക്ക് ഉണ്ടാവണമെന്നഭിലഷിക്കുന്ന എന്തെല്ലാമോ ഗുണഗണങ്ങൾ മിനിയേടത്തിയിൽ താൻ ദർശിക്കുന്നതുകൊണ്ടാവാം.

മാലിനിയുടെ കൂടെയാണ് ആദ്യമായി മിനിയേടത്തി ഇവിടെ വന്നത് വിവാഹപ്പിറ്റേന്നാണോ? അന്നുരാത്രി അമ്മ തന്നോടു പറയുകയുണ്ടായി:

'കേട്ടോ.. മോനെ...നമ്മുടെ... വാസുവിനൊന്നും... കിട്ടേണ്ടതല്ല ആ കുട്ടി...'

താൻ തട്ടിക്കയറുകയാണുണ്ടായത്.

'ഈ അമ്മക്കെന്താ... വാസുവേട്ടനെന്താ ഒരു കൊറവ്... അവരാരെങ്കിലും കേട്ടാ മോശാണ്.'

'ഞാനതിനു ആർത്തു വിളിച്ചോ...നിന്നോടു പറയ്യേ...'

അപരിചിതത്വത്തിന്റെ തിരശ്ശീല നീങ്ങിയത് എത്ര പെട്ടെന്നാണ്! മിനിയേടത്തി പലപ്പോഴും ഇവിടെ വന്നു. പുസ്തകത്തിനും. അല്ലാതെയും. എന്നും വരണമെന്ന് അതിനിഗൂഢമായി താൻ ആഗ്രഹം പ്രകടിപ്പിച്ചു. മിനിയേടത്തി ചോദിച്ചു.

'എന്തിനാ..?'

'വെറുതെ കാണാൻ'

'വെറുതെ കണ്ടിട്ടെന്താ...'

ചിരിച്ചുകൊണ്ട് പെട്ടെന്ന് മറയും. ഒരിക്കൽ അമ്മ ചോദിച്ചു.

'നിങ്ങൾ രണ്ടാളും മുമ്പു പരിചയം ണ്ടോ... കോളേജിന്നോ മറ്റോ....'

'കഴിഞ്ഞ ജന്മത്തിലാവും...' മിനിയേടത്തി. അമ്മ ചിരിച്ചു. താനും.

കഴിഞ്ഞ ദിവസം മിനിയേടത്തിയോടു ചോദിച്ചു.

ട്രാൻസ്ഫറിനു ശ്രമിക്കുന്നില്ലേ.

വിദൂരതയിൽ മിഴിനട്ട് തെല്ലുനേരം മൂകയായി നിന്ന് വളരെ താഴ്ന്ന സ്വരത്തിലാണ് പറഞ്ഞത്:

എന്തിന്? എന്റെ വീട്ടിലാരാ... വയസ്സായ അച്ഛനും അമ്മായിയുമല്ലേ ഉള്ളു. അതൊക്കെ... കുറെ കഴിഞ്ഞു മതി

വാസുവേട്ടൻ എന്തു പറഞ്ഞു...

എന്തു പറഞ്ഞാലെന്താ...

മിനിയേടത്തിയെന്താ ഇങ്ങനെ സംസാരിക്കുന്നത്...

ഓ... പ്ലീസ് ഞാനെത്ര തവണ പറഞ്ഞു. മിനിയേടത്തിയെന്ന് വിളിക്കാതിരിക്കു. മിനിയെന്നു വിളിച്ചൂടെ... എനിക്കത്ര വയസ്സൊന്നുംല്യ...

അവരുടെ കണ്ണുകളിൽ തിളക്കം. മുഖത്തു പാരവശ്യം.

യു ആർ മൈ എൽഡർ സിസ്റ്റർ ഇൻലോ

അതു പോട്ടെ... നമ്മൾ തനിച്ചാവുമ്പഴെങ്കിലും മിനിയെന്നു വിളിച്ചൂടെ?

എന്നെയെന്താ വിളിക്കുന്നത്.

എന്താ വിളിക്കേണ്ടത്

ആ കണ്ണുകളിലേക്ക് തനിക്കു നോക്കാനായില്ല അപ്പോൾ.

മനസ്സ് ഒരു കുരങ്ങിനെപ്പോലെയാണ്! ജയദേവൻ കരുതി. എഴുതാനിരിക്കുന്ന നോവലിനെക്കുറിച്ചു ചിന്തിച്ചു എത്തിപ്പെട്ടിരിക്കുന്നത് മിനിയേടത്തിയിലാണ്.

മേശപ്പുറത്ത കടലാസ്സുതുണ്ടിൽ എന്തെല്ലാമോ കുത്തിവരച്ചുകൊണ്ടിരുന്നു. മിനിയെന്ന് ഇംഗ്ലീഷിൽ സ്വല്പം കലാപരമായി വെറുതെയെഴുതി. അതുതന്നെ വീണ്ടും വീണ്ടും എഴുതി. ഒന്നും നിനച്ചുകൊണ്ടായിരുന്നില്ല. മനസ്സിന്റെ ചാപല്യമായിരിക്കാം.

"ഏതു മിനിയാണിത്ര ഭാഗ്യവതി?"

ജയദേവൻ ഞെട്ടിത്തിരിഞ്ഞു നോക്കി. മിനി ചിരിച്ചുകൊണ്ടു

പുറകിൽ നിൽക്കുന്നു. കൂടെ സ്വപ്നമോളും. ജയദേവനു തെല്ല ജാള്യം തോന്നി. ആരുടെയോ മുന്നിൽ വെച്ച് വിവസ്ത്രിതനായതുപോലെ. കടലാസ്സുണ്ട ചുരുട്ടി വലിച്ചെറിഞ്ഞ് തന്റെ ജാള്യത്തിൽ നിന്നു രക്ഷ പ്പെടുവാനെന്നോണം അയാൾ വിളിച്ചു.

'സ്വപ്നമോളേ മാമന്റെയടുത്തു വരൂ'

സ്വപ്ന മിനിയുടെ സാരിത്തുമ്പിൽ പിടിച്ചു തൂങ്ങിക്കൊണ്ട് കിണുങ്ങി നിന്നു.

'തനിച്ചിരുന്നു സ്വപ്നം കാണുകയാണോ!'

'സ്വപ്നം കാണാനല്ലേ യോഗമുള്ളൂ...'

മിനി ഒരു നിമിഷം മൂകയായി.

'വാസുവേട്ടൻ പോയോ...?'

'നാളെയാണു പോണതെന്നു തോന്നുന്നു.'

വീണ്ടും തെല്ല നേരത്തെ നിശ്ശബ്ദത! സ്വപ്നമോള് മേശപ്പുറത്തിരുന്നു പുസ്തകങ്ങൾ മറിച്ചു നോക്കുന്നു.

'ആ നോവൽ വായിച്ചു കഴിഞ്ഞോ! എങ്ങനെയുണ്ട്...'

'വായിക്കാൻ തുടങ്ങിയില്ല. മനസ്സിന്നൊരു സുഖവുമില്ല...'

'അല്ലെങ്കിൽ മധുവിധുവില്ലണ്ടോ പുസ്തകം വായിക്കുക! മനസ്സിന്റെ സുഖമില്ലായ്മ മനസ്സിലായില്ല.'

'ഹും മധുവിധു! നിങ്ങൾക്കൊന്നും എന്റെ വിഷമങ്ങൾ മനസ്സിലാവി ല്ല.'

'വിരോധമില്ലെങ്കിൽ എന്നോടു പറയൂ...'

'പറയാൻ വിഷമമുണ്ടെങ്കിലും പറയാതിരുന്നുകൂടാ...'

ജയദേവൻ ആകാംക്ഷയോടെ മിനിയുടെ മുഖത്തേക്കുറ്റു നോക്കി.

'ചുരുക്കി പറയാം. ഞാനിവിടെ കൂടെക്കൂടെ വരുന്നതിലും നിങ്ങളു മായി സംസാരിക്കുന്നതിലും വാസുവേട്ടൻ സംശയിക്കുന്നു.'

'വാസുവേട്ടൻ എന്തു പറഞ്ഞു?'

'പറഞ്ഞതു മുഴുവൻ പറയണോ... നിങ്ങൾ വിഷമിക്കരുത്...'

'നെവർ'

'നിങ്ങൾ അത്ര നല്ല ആളൊന്നുമല്ലത്രേ... പല സ്ത്രീകളുമായും ചീത്ത കൂട്ടുകെട്ടുകളുണ്ട്. കള്ളക്കഥകളെഴുതും എന്നൊക്കെ! കഴിഞ്ഞൊരു ദിവസം രാവിലെ നിങ്ങൾ വേലിക്കൽ നിന്നിരുന്നില്ലേ അവിടന്നാണ്

ളുടക്കം. എന്തൊരു സംശയായിരുന്നു എന്നറ്യോ? എന്തെല്ലാമാണ് സംസാരിച്ചത്-എന്തിനേ ചിരിച്ചതെന്നെല്ലാം ചോദിച്ചു. എനിക്കു മട്ടുത്തുപോയിട്ട്വോ...'

ജയദേവൻ ഞെട്ടിയില്ല. എന്നാൽ എന്തോ വല്ലായ്മ തോന്നി. താൻ കാരണം ഒരു സ്ത്രീ കണ്ണീരു കുടിക്കാനിടവരിക!

'മായി...വ്വാ...'

സ്വപ്നമോള് മിനിയുടെ നേരെനോക്കി ചുണ്ടു കൂർപ്പിച്ചു.

'പോവ്വാട്ടൊ... മോളേ...'

മിനി, ജയദേവന്റെ നേരെ നോക്കി മെല്ലെ പറഞ്ഞു.

'ഞങ്ങൾ.. പോട്ടെ...'

അയാൾ തലയാട്ടി. തുള്ളിത്തുളുമ്പുന്ന നിതംബത്തിൽ തലയിട്ടടിക്കുന്ന മുടിത്തുമ്പും വീതിയുള്ള പച്ചബോർഡറുള്ള ഇളം മഞ്ഞസാരിയും എല്ലാം കണ്ണിൽനിന്നു മറഞ്ഞിട്ടും മനസ്സിൽ മിന്നിനിൽക്കുന്നു!

വൈകുന്നേരം ജയദേവൻ പതിവുപോലെ ഏകാകിയായി നടക്കാനിറങ്ങി. മനസ്സിലിരിക്കുന്ന കഥാപാത്രങ്ങളുമായി സല്ലപിച്ചുകൊണ്ട്. റെയിൽപാളത്തിന്നരികെ വെച്ച് വാസുദേവനെ കണ്ടുമുട്ടി. ഭവ്യതയോടെ ചോദിച്ചു;

'വാസ്വേട്ടൻ...നാളെ... പോവുന്നല്ലേ...'

'ഫാ... എന്നിട്ട്...വേണം....നിനക്കു....തുടങ്ങാൻ...അല്ലെടാ... പോയാലും...ഞാൻ വരുമെഴ...'

ജയദേവൻ സ്തംഭിച്ചുപോയി. വാസുദേവന്റെ കണ്ണുകളിൽ ചുകപ്പു രേഖകൾ. വായിൽനിന്നു മദ്യത്തിന്റെ പുളിച്ച മണം.

ജയദേവന്റെ കൈകൾ ഉയർന്നതാണ്! എന്തോ ഓർത്തിട്ടെന്നപോലെ തിരിഞ്ഞു നടന്നു.

അപ്പോഴും വാസുദേവൻ പുലമ്പുണ്ടായിരുന്നു;

'അവന്റെ... ഒരു അന്വേഷണം... കൊല്ലും... ഞാൻ... എല്ലാറ്റിനേയും....'

കാലത്തു കണ്ണുതിരുമ്മി എഴുനേറ്റപ്പോഴും മനസ്സ് അസ്വസ്ഥമാണ്. വിസ്മൃതിയിലടക്കി വെക്കാനാവുന്നില്ല കഴിഞ്ഞ ദിവസത്തിലെ ആ സംഭവം. രാത്രിയിൽ ഉറക്കം വരാതെ ആ വീട്ടിലേക്കു ശ്രദ്ധ തിരിച്ചു കിടന്നു. അവിടെനിന്നു എന്തെങ്കിലും അപശബ്ദങ്ങൾ കേൾക്കുമെന്നു

പ്രതീക്ഷിച്ചിരുന്നു. എന്നാൽ ഉറക്കം വന്നെത്തും വരെ ഒന്നും കേൾക്കു കയുണ്ടായില്ല.

കഴിഞ്ഞ ദിവസത്തിലെ ആ സംഭവം ആരും അറിയാതിരിക്കട്ടെ. വാസുവേട്ടനു അപ്പോൾ ബോധമുണ്ടായിരുന്നില്ല. എങ്കിലും ആ തരത്തി ലുള്ള സംശയം വാസുവേട്ടന്റെ ഉള്ളിൽ എപ്പോഴോ കടന്നുകൂടിയിരിക്ക ണമല്ലോ!

താൻ നിർദ്ദോഷിയാണെന്നു പറയാമോ? താൻ ഒരിക്കലും പ്രകടി പ്പിച്ചുകൂടാത്ത, അകത്തളത്തിൽ അതിനിഗൂഢമായി കരുതിയ ഏതോ ചില വികാരങ്ങൾ വെളിയിലേക്കു തോണ്ടിയെടുക്കുകയല്ലേ വാസു വേട്ടൻ ചെയ്തത്! സ്വന്തം മനസ്സിന്റെ നഗ്നതയിലേക്കു വിരൽ ചൂണ്ടി നില്ക്കുകയാണ് ആ സംഭവം.

പണ്ടും തമ്മിൽ ശത്രുത പുലർത്തിയിരുന്നു. സ്കൂളിൽ പഠിക്കുന്ന കാലത്തു മറ്റു പലതിലായിരുന്നു മത്സരം. താൻ കോളേജിൽ ചേർന്ന പ്പോഴും വാസുവേട്ടൻ ഹൈസ്കൂൾ വിട്ടിരുന്നില്ല. വീട്ടുകാരെല്ലാവരും തന്നെ അഭിനന്ദിച്ചിരുന്നപ്പോൾ അമർഷം ഒതുക്കി നിൽക്കുന്ന വാസുവേട്ടനെ കാണാൻ തനിക്കൊരു രസമായിരുന്നു. എല്ലാം പഴയ കഥകളാണ്.

വാസുവേട്ടന്റെ മനസ്സിൽ സംശയത്തിന്റെ വിത്ത് പാവാൻ ഇടവ രുത്തരുതായിരുന്നു. താനൊരു അപരാധവും ചെയ്തിട്ടില്ലെന്നു എത്രയും ഉച്ചത്തിൽ വേണമെങ്കിൽ പറയാം. പക്ഷേ തന്റെ മനഃസാക്ഷിയെ പ്രീതിപ്പെടുത്താനാവുമോ!

ജയദേവൻ അസ്വസ്ഥതയോടെ മുറ്റത്തേക്കിറങ്ങി. മുറ്റത്തെ പൂഴി മണലിൽ ഇളവെയിലിന്റെ നാളങ്ങൾ പുളഞ്ഞു കളിക്കുന്നു. അയാൾ മനസ്സിലുറപ്പിച്ചു; ഇനി മിനിയേടത്തിയുമായി കണ്ടുമുട്ടാനവസരം സൃഷ്ടിക്കരുത്. എന്തിനു അനാവശ്യമായ അസ്വാസ്ഥ്യങ്ങളുണ്ടാ ക്കണം! വാസുവേട്ടന്റെ ഉള്ളിൽ ഉമിത്തീപോലെ, ആ സംശയം നീറി നീറി പിടിക്കുകയും അവരുടെ ദാമ്പത്യത്തിന്റെ ശൃംഖല കൊളുത്തറ്റു പോവുകയും ചെയ്താൽ തനിക്കെന്തെങ്കിലും ചെയ്യാനാവുമോ? അപ്പോൾ ലോകത്തിന്റെ മുന്നിൽ തന്റെ മാന്യത നിലനിറുത്തുവാൻ കഴിയാതെ വരും. അതുകൊണ്ടു കണ്ടിടത്തു വെച്ചു തന്നെ യാത്ര പറയുക. അതാണ് കാമ്യമായിട്ടുള്ളത്.

'ജയാ...'

അമ്മയാണ്. ജയദേവൻ തലതിരിച്ചു.

'നീ...ഇന്നലെ...രാത്രി...എപ്പഴേ...ഒറങ്ങീത്...'

ഉത്തരമൊന്നും പറഞ്ഞില്ല. അമ്മ അത് പ്രതീക്ഷിച്ചിട്ടില്ലെന്നും തോന്നി.

'ഞാനൊരു...ഒറക്കം ... കഴിഞ്ഞ്.... നോക്ക്യപ്പോഴും നിന്റെ മുറിയിൽ... വിളക്കണച്ചിട്ടില്ല. എന്തൊരെഴുത്താണ്. ഇങ്ങനെ...'

ഗേറ്റിനരികിലുള്ള ചുവന്ന അലറിപ്പൂക്കളിലേക്ക് മിഴി നട്ടുകൊണ്ട് അയാൾ നിന്നു.

'നീ... കാപ്പി...കുടിച്ചോ?.....'

'ഇല്ല... ഞാൻ.... പല്ലുതേച്ചിട്ടില്ല...'

'എന്നാ വേഗമാകട്ടെ മോനേ... ആ കാപ്പിയിരുന്നു തണുത്തിട്ടുണ്ടാവും..... ഞാൻ കണ്ടിട്ടില്ലേ ഇങ്ങനത്തെ കുട്ട്യോളെ....'

അമ്മ അകത്തളത്തിലേക്കു കടന്നു. ജയദേവൻ അവിടെത്തന്നെ കുന്തിച്ചുനിന്നു ഒട്ടുനേരം.

ജയദേവൻ ബാത്ത്റൂമിലേക്കു കടന്നു കതകടച്ചു. തണുത്ത ജലം തലയിൽ കോരിയൊഴിക്കവെ നവോന്മേഷം കൈവരുന്നതു പോലെ തോന്നി. ഒരു നിമിഷം നിന്നു. താൻ വളരെ ക്ഷീണിച്ചിരിക്കുന്നു. അമ്മ പറയാറുള്ളതുപോലെ, പത്മാറൈമൻ പറയാറുള്ളതുപോലെ അടുക്കും ചിട്ടയുമില്ലാത്ത തന്റെ ദിനചര്യതന്നെയായിരിക്കും ഹേതു.

അമ്മ കരച്ചിലിന്റെ സ്വരത്തിൽ മിക്കപ്പോഴും പറയാറുണ്ട്. വീട്ടിലിരിക്കുമ്പോഴെങ്കിലും നേരത്തിനു വല്ലതും കഴിച്ചൂടെ...

നഗരത്തിലെ, ഒന്നാംകിടക്കാരുടെതെന്നു കരുതപ്പെടുന്ന ഒരു ഹോട്ടലിലെ, തീൻമേശയിലേക്കു നോക്കി അലസഭാവത്തിലിരുന്നപ്പോൾ, പത്മാറൈമൻ ഒരിക്കൽ പറയുകയുണ്ടായി:

'മി. ജയൻ ഭക്ഷണകാര്യത്തിൽ അല്പം പുറകോട്ടാണെന്നു തോന്നുന്നല്ലോ... വിശപ്പില്ലാഞ്ഞിട്ടാണോ....?'

'എന്റെ ഹൃദയത്തിനേ വിശപ്പുള്ളൂ...' ഇടതു കൈകൊണ്ട് അവളുടെ മാംസളമായ തുടയിൽ മൃദുവായി അമർത്തി. അവൾ ബിരിയാണിയിലെ ഇറച്ചിക്കഷണം വായിലേക്കു തിരുകുന്നതിനിടയിൽ കണ്ണിറുക്കി ചിരിച്ചു.

എന്തായാലും പത്മാറൈമൻ സ്നേഹമുള്ളവളാണ്. നഗരത്തിലെ റേഡിയോ സ്റ്റേഷനിൽ വെച്ചു അവളെ കണ്ടെത്തിയ നിമിഷം അവിസ്മരണീയമാണ്. അവളും ഒരു പ്രോഗ്രാമിനു വന്നതായിരുന്നു! റേഡിയോ സ്റ്റേഷനിൽ ജോലിചെയ്യുന്ന ഊശാൻ താടിക്കാരനായ സുഹൃത്താണ് പരിചയപ്പെടുത്തിയത്.

'ഇത് പ്രസിദ്ധ കഥാകൃത്തായ ജയദേവൻ. ഇവിടുത്തെ ഉദ്യോഗ സ്ഥൻ തന്നെയായിരുന്നു. സ്വാതന്ത്ര്യമില്ലെന്നു പറഞ്ഞ് രാജിവെച്ചു പോയ ധീരൻ....'

'കാണാൻ കഴിഞ്ഞതിൽ ഭാഗ്യം....'

വാലിട്ടെഴുതിയ മിഴിയിണകൾ പരൽമീനുകളെപ്പോലെ കണ്ണടകളുള്ളിൽ പിടഞ്ഞു കളിക്കുന്നത് കൗതുകത്തോടെ നോക്കിയിരുന്നു.

'ഇതു...മിസ്...പത്മാറൈമൻ...ഒരു യുവ ഗായിക...'

"കേട്ടിട്ടുണ്ട്..."

മുമ്പ് അറിവുണ്ടായിരുന്നില്ലെങ്കിലും, അങ്ങനെയാണ് പറഞ്ഞത്.

അന്നു വൈകുന്നേരം കടപ്പുറത്തിരുന്നു കടല കൊറിച്ചുകൊണ്ടിരുന്നപ്പോൾ, റേഡിയോ സ്റ്റേഷനിലെ സുഹൃത്ത് പറഞ്ഞു.

'നിനക്കു പരിചയപ്പെടുത്തി തന്ന... പത്മാറൈമനില്ലേ...അൽപസ്വൽപമൊക്കെ പാടും. ഞാനിടക്ക് ചാൻസുണ്ടാക്കികൊടുക്കും...നമുക്ക്.. കാര്യവുമുണ്ടേ!...' സുഹൃത്തിന്റെ ഊശാൻതാടി കാറ്റിലുലഞ്ഞു. കണ്ണുകളിൽ ചിരി.

അവളെ എളുപ്പത്തിൽ മെരുക്കിയെടുക്കാൻ കഴിഞ്ഞു. തിയേറ്ററുകളിലൂടെ, ഹോട്ടൽമുറികളിലൂടെ ആ ബന്ധം പരിപുഷ്ടമാക്കപ്പെട്ടിരിക്കുന്നു. നഗരത്തിലെ ഏതോ ഒരു മാദകരാത്രിയിൽ ഡൺലപ്പ മെത്തയിൽ തളർന്ന് മലർന്നു കിടക്കവെ അവൾ ചോദിച്ചിരുന്നു:

'എന്നെക്കുറിച്ചു ഒരു കഥയെഴുതാമോ...'

'നിന്റെ എന്തുകഥ! ഇതൊക്കെ തന്നെയല്ലേ...' അവൾ പരിഭവം നടിച്ചുകൊണ്ടു അകന്നു കിടന്നു. സ്ഥാനം തെറ്റിക്കിടന്നിരുന്ന വസ്ത്രങ്ങൾ നേരെയിട്ട്, തന്റെ മുഖത്തേക്കു തറച്ചുനോക്കിക്കൊണ്ട് അവളുടെ പതനങ്ങളുടെ കഥകൾ പറഞ്ഞു തന്നത് ഇപ്പോഴുമോർമ്മയുണ്ട്.

ജയദേവൻ ബാത്ത്റൂമിൽ നിന്നു പുറത്തേക്കു കടന്നു. പെട്ടെന്നു തോന്നി. താനിതുവരെ ഏതു ലോകത്തിലായിരുന്നു. കണ്ണാടിക്കു മുമ്പിൽ നിൽക്കവെ, എപ്പോഴുമെന്നപോലെ വ്യാകുലപ്പെട്ടു. തനിക്കു കഷണ്ടി വരുന്നു.

എന്നോ കേട്ടുപഴകിയ ഒരു ഗാനം ചൂളം വിളിച്ചുകൊണ്ട് പോർട്ടിക്കോവിൽ നിന്നു. ഒരു സൂട്ട്കെയ്സ് തൂക്കിപ്പിടിച്ചുകൊണ്ട് വാസുവേട്ടൻ മുറ്റത്തേക്കിറങ്ങുന്നതു കണ്ടു. വലിയമ്മയും മാലിനിയും ഗേറ്റുവരെ കൂടെ പോവുന്നതും. സ്വപ്നമോള് മുറ്റത്തെ പൂഴിമണലിൽ ഓടിക്കളിക്കുന്നു. മിനിയേടത്തിയെ കണ്ടില്ലല്ലോ. അല്ലെങ്കിൽ താനെന്തിനു

അതേക്കുറിച്ചോർക്കണം!

ജയദേവൻ വീണ്ടും ആ പഴയ ഗാനം ചൂളം വിളിക്കാൻ ശ്രമിച്ചു.

കുടുസ്സായ ഏതോ മുറിയിൽ നിന്ന് ശുദ്ധവായു തങ്ങി നിൽക്കുന്ന വിസ്തൃതമായ ഒരു മൈതാനത്തിലെത്തിപ്പെട്ടതുപോലെ ആശ്വാസമനുഭവപ്പെട്ടു ഓഫീസിൽനിന്നു വെളിയിലേക്കിറങ്ങിയപ്പോൾ. അഗ്രം ഇടിഞ്ഞു തുടങ്ങിയ സിമന്റ് പടവുകളിറങ്ങവെ, മിനി വെറുതെയൊന്നു തിരിഞ്ഞുനോക്കി.

രാജിയുടെ മൗനം എന്തുകൊണ്ടാണെന്നു മനസ്സിലായില്ല. എന്തുപറ്റി കിലുക്കാംപെട്ടിയെന്നു താൻ പറയാറുള്ള ഈ കുട്ടിക്ക്! അവളുടെ പുതിയ ചെരുപ്പിന്റെ ടക്ക് ടക്ക് ശബ്ദം കൂടിയില്ലെങ്കിൽ താൻ തനിച്ചു നടക്കുകയാണെന്നു തോന്നും.

രണ്ടു ദിവസം മുമ്പു താൻ ഭർത്തൃഗൃഹത്തിൽനിന്നു വന്നതറിഞ്ഞ് രാജി ഓടിയെത്തുകയുണ്ടായി. അവളുടെ ഉന്മേഷരാഹിത്യം അപ്പോഴേ ശ്രദ്ധയിൽപെട്ടിരുന്നു. ചോദിക്കുകയും ചെയ്തു.

'എന്തു പറ്റി... രാജി... വല്ലാതെ ക്ഷീണിച്ചിരിക്കുന്നല്ലോ....'

'സുഖമില്ലായിരുന്നു മിനിച്ചേച്ചി...അതുമല്ല ഇന്നു ഓഫീസിൽ കനത്ത ജോലിയായിരുന്നു...'

അവളുടെ മുഖത്ത് എന്തോ ദൈന്യം പടർന്നിരുന്നു. എന്നാൽ ഒരു നിസ്സാര മട്ടിലാണ് അവളങ്ങനെ പറഞ്ഞത്. രാജലക്ഷ്മിയുടെ ഈ ഭാവഭേദം മിനിയെ തെല്ലു ആശ്ചര്യപ്പെടുത്താതിരുന്നില്ല.

ഉൽക്കടമായ ഏതോ ദുഃഖം വിഴുങ്ങി നടക്കുകയാവാം അവൾ. എല്ലാവർക്കുമുണ്ടാവും അവരവരുടേതായ വേദനകളും മോഹഭംഗങ്ങളും. താൻ തന്നെ ഉള്ളിൽ ഒരു തീക്കുണ്ഡവും വഹിച്ചു നടക്കുകയല്ലേ. എന്നിട്ടും മറ്റുള്ളവരുടെ മുന്നിൽ ലാഘവത്തോടെ സംസാരിക്കുന്നു. സൗമ്യമായി പെരുമാറുന്നു. പൊട്ടിച്ചിരിക്കുക കൂടി ചെയ്യുന്നു. എല്ലാം പൊയ്മുഖങ്ങളാണ്.

ഇന്നു ജോയിനിങ്ങ് റിപ്പോർട്ടു കൊടുത്തപ്പോൾ പുതുതായി ജോലിയിൽ പ്രവേശിക്കുന്നപോലെ എന്തോ ഒരു പരിഭ്രമമായിരുന്നു മനസ്സിൽ. ഓഫീസിലുള്ള എല്ലാ കണ്ണുകളും ചാട്ടുളിപോലെ തന്നിൽ വന്നു തറക്കുന്നു. പുതിയ ഓഫീസർ. പുതിയ ഹെഡ്ക്ലാർക്ക്. മുഖപരിചയമുള്ളവർ നാമമാത്രമായിരുന്നു. പുതിയ ഹെഡ്ക്ലാർക്കിനെ കാൺകെ, യുക്തിബോധമില്ലാതെ ഒരു നിമിഷം സ്തംഭിച്ചുപോയി.

അമേരിക്കയിലോ, കാനഡയിലോ മറ്റോ ജോലി ചെയ്യുന്ന മോഹന നെങ്ങനെ ഈ ഓഫീസിലെ പഴയ കസേരയിൽ വന്നെന്ന്. അതേ മുഖം. ആ നേർത്ത മീശപോലും. ജോൺസൺ എന്ന ഈ മനുഷ്യന് മോഹനുമായി എന്തു ബന്ധമാണുള്ളത്! കോളേജിലെ കൊഴിഞ്ഞുവീണ ദിനങ്ങളെക്കുറിച്ചോർത്തുപോയി അതിശയത്തിന്റെ ആ നിമിഷങ്ങളിൽ!

വർക്കിങ്ങ് വിമൻസ് ഹോസ്റ്റലിന്റെ ഗേറ്റിലെത്തവെ രാജി ചോദിച്ചു:

'മിനിച്ചേച്ചി വരുന്നോ... ഇത്തിരി ഇരുന്നു പോവാം.'

'ഇല്ല... കുട്ടി... പോട്ടെ...'

രാജി ഗേറ്റു കടന്നു പോവുന്നത് ഒരു നിമിഷം നോക്കി നിന്നു. കനത്ത മനസ്സുമായി മിനി മെല്ലെ നടന്നു. വെളിച്ചം അല്പാല്പമായി അലിഞ്ഞു തീരുകയാണ്.

പച്ചച്ചായം പൂശിയ ഗേറ്റ് തുറന്നു. തന്റെ വിവാഹത്തോടനുബന്ധി ച്ച് മോടി പിടിപ്പിച്ചതാണീ ഗേറ്റ്! എല്ലാം എന്തിനുവേണ്ടിയായിരുന്നു. ഉള്ളിൽ ഈർഷ്യ പതഞ്ഞു തുടങ്ങുന്നു.

നടപ്പാതയിൽ വാടി വീണുകിടക്കുന്ന അലറിപ്പൂക്കൾ. നീണ്ട കൂർത്ത മുള്ളുകൾക്കിടയിൽ വിളർത്തു നിൽക്കുന്ന കടലാസ്സു പൂക്കൾ ഏതോ മോഹഭംഗത്തിന്റെ കഥ അയവിറക്കുകയാണോ!

മേശപ്പുറത്തു മുനിഞ്ഞു കത്തിക്കൊണ്ടിരിക്കുന്ന ചിമ്മിനിവിളക്കി ന്റെ പിന്നിലെ ചലിച്ചു കൊണ്ടിരിക്കുന്ന നിഴലിലേക്ക് നോക്കി മിനി വെറുതെയിരുന്നു. അടഞ്ഞു കിടന്ന ജാലകങ്ങൾ തുറന്നിട്ടു. കാറ്റില്ല, അസഹ്യമായ ഉഷ്ണം മാത്രം.

പുറത്തെ കനത്ത ഇരുട്ടിൽ വെട്ടത്തിന്റെ നേർത്ത രേഖകളുണ്ടാ ക്കാൻ ശ്രമിക്കുകയാണ് മിന്നാമിനുങ്ങുകൾ. സ്ലേയിറ്റിൽ കുത്തിവര ക്കുകയും മായ്ക്കുകയും ചെയ്യുന്ന നിഷ്കളങ്കരായ കുഞ്ഞുങ്ങളെപ്പോലെ. രാത്രിയുടെ ഗദ്ഗദമാണോ വയലിൽ നിന്നു കേൾക്കുന്ന കർഷകരുടെ ഈണത്തിലുള്ള മൂളിപ്പാട്ടുകൾ...

എന്തുകൊണ്ടോ അപ്പോൾ ജയദേവനെക്കുറിച്ചോർത്തു. ഒരിക്കൽ പറഞ്ഞിരുന്നു;

'മിനിയേടത്തിയുടെ നാട്ടിലേക്ക് ഒരു ദിവസം വരാം. വയലും കുന്നും പുഴയും മറ്റുമുള്ള മനോഹരമായ നാടാണെന്നല്ലേ പറഞ്ഞത്.'

'ഓ... പാവങ്ങളുടെ നാട്ടിലേക്കൊക്കെ വര്വോ?.... വന്നാൽ ഒരു കഥക്കുള്ള വകയെങ്കിലും കിട്ടും....'

ജയദേവന്റെ കണ്ണുകളിലെ തിളക്കം. ചെമ്പൻനിറമുള്ള മീശ തടവി ക്കൊണ്ടുള്ള ആ നില്പ്!

ഓ, ഒരിക്കലും എത്തിനോക്കാൻ പാടില്ലാത്ത പാതയിലേക്ക് മനസ്സ് ഇറങ്ങിത്തിരിക്കുകയാണോ....!

ഇതെന്തൊരു പരീക്ഷണമാണ്!

-എനിക്കു മാപ്പ്...

ആരോടാണ് മാപ്പു യാചിക്കേണ്ടത്! തനിക്കൊരിക്കലും പൊരുത്ത പ്പെടാനാവാത്ത ആ പരുക്കൻ മനുഷ്യനോടോ! തന്റെ ആത്മാവിൽ പരിക്കേല്പിച്ച ഹൃദയമില്ലാത്ത ആ മനുഷ്യനോടോ...!

ജാലകത്തിലൂടെ നേർത്തൊരു കാറ്റ് കടന്നുവന്നു. ചിമ്മിനിവിളക്കി ന്റെ നാളം ഉലയുന്നു. തന്റെ മനസ്സുപോലെ.

നേരം ഏറെയായിരിക്കുന്നു. അച്ഛൻ ചുമച്ചുചുമച്ച് ഉറങ്ങിയെന്നു തോന്നുന്നു. അമ്മായിയുടെ മുറിയിലും വെളിച്ചമില്ല.

മിനി വിളക്കിന്റെ തിരി അല്പം നീട്ടി. ഇൻലന്റെടുത്തു തുറന്നു വെച്ചു. എങ്ങനെയാണ് സംബോധന ചെയ്യേണ്ടത്? ഒരു നിമിഷം സംശയിച്ചു നിന്നു. സംബോധനയൊന്നുമില്ലാതെതന്നെ തുടങ്ങി.

....അച്ഛന്റെ കൂടെ ഇവിടെ സസുഖം എത്തിച്ചേർന്നു. അച്ഛൻ പിറ്റേ ദിവസം തന്നെ മടങ്ങി. ഓഫീസിൽ ജോയിന്റ് ചെയ്തു. ഇവിടെ എന്റെ അച്ഛനും അമ്മായിക്കും സുഖം തന്നെ. അവിടെ വിശേഷമൊന്നുമില്ലല്ലോ. വീട്ടിൽ നിന്നു എഴുത്തുണ്ടായിരിക്കുമെന്നു കരുതുന്നു. മാലിനി അടുത്തുത ന്നെ പോവുമെന്നു പറഞ്ഞിരുന്നു. പോയോ എന്നറിയില്ല. മിനി.

ഒന്നുരണ്ടു തവണ വായിച്ചു. ഉള്ളിൽ കരുതി. ഇത്രയൊക്കെ മതി. മറ്റെന്തെഴുതാനുണ്ട്! ആ എഴുത്തിന്റെ വിലാസമെഴുതവെ, അവൾക്കു കരയാൻ തോന്നി. ചിരിക്കാനും.

മറ്റൊരു ഇൻലന്റെടുത്ത് മടക്ക് നിവർത്തി. വിലാസമാണ് ആദ്യം എഴുതാൻ തോന്നിയത്. വളരെ മനസ്സിരുത്തി സാവധാനത്തിലെഴുതി. എന്നിട്ടും കൈപ്പട നന്നായില്ലെന്നു തോന്നി. അതു നോക്കി നിമിഷങ്ങ ളോളമിരുന്നു. മെല്ലെ പിറുപിറുത്തു.

'പി.എസ്സ്.ജയദേവൻ...'

ഇൻലന്റ് നിവർത്തി വെച്ചു എഴുതാൻ തുടങ്ങി. നീണ്ട നേരത്തെ ആലോചനക്കുശേഷം.

അഞ്ച്

പ്രിയപ്പെട്ട എന്റെ ദേവാ,

എന്റേതെന്നു ഞാൻ കരുതട്ടെ. ആത്മാവിന്റെ സംതൃപ്തിക്കുവേണ്ടി. ചപലതയെന്നു പഴിച്ചോളൂ. ഞാൻ സഹിക്കും.

അന്നത്തെ രാത്രി. നിലാവുപതഞ്ഞൊഴുകിയിരുന്ന ആ രാത്രി. ആനന്ദഭരിതമായ ഏതാനും നിമിഷങ്ങൾ. ഓർക്കുമ്പോൾ വൈകാരികമായ തകർച്ചയിലേക്കു വഴുതിവീഴുകയാണ് മനസ്സ് വീണ്ടും...വീണ്ടും...

ദേവൻ അന്ന് അസ്വസ്ഥനായിരുന്നു എന്നു ഞാനിപ്പോഴുമോർക്കുന്നു. ഏതോ ഒരു നുറുങ്ങു ദുഃഖം ഹൃദയത്തിലൊതുക്കി വെച്ചിരുന്നതുപോലെ. എന്താണെന്നു പറയുകയുണ്ടായില്ല. എന്തിനു പറയണം അല്ലേ? ഞാൻ ദേവന്റെ ആരാണ്? അപ്രാപ്യമായ മേഖലയിലേക്കെത്തിനോക്കുന്നില്ല; എന്റെ ഓമനേ.

എങ്കിലും നമ്മൾ സമ്മേളിക്കാറുള്ള ആ അനർഘനിമിഷങ്ങളെ ഞാൻ സ്നേഹിക്കുന്നു.

മറ്റൊന്നും അവകാശപ്പെടാൻ അർഹയല്ലെന്നറിയാം. ഞാൻ അനാഘ്രാതയല്ല. എന്റെ കിടപ്പറയിലേക്ക് നാണയം കിലുക്കിക്കൊണ്ട് എത്രയോ പേർ കടന്നുവരാറുണ്ട്. എന്റെ നഗ്നതയിലമർന്ന് എന്തെല്ലാമോ നേടിയിരിക്കുന്നുവെന്ന തോന്നലോടെ അവരെല്ലാം സ്ഥലം വിടാറുമുണ്ട്. അവരുടെ രൂപമെങ്ങനെയെന്നു നോക്കാറില്ല. പേരെന്തെന്നു തിരക്കാറില്ല. എന്നാൽ എന്റെ ദേവാ, അങ്ങ് അങ്ങനെയാണോ! അങ്ങയുടെ ആശ്ലേഷത്തിൽ, സ്പർശത്തിൽ ഞാനൊരു സന്തുഷ്ടയായ, സൗഭാഗ്യവതിയായ കാമുകിയും ഭാര്യയുമെല്ലാം ആയിത്തീരുന്നു. ആ നിമിഷങ്ങളിൽ മാത്രം ഞാൻ ജീവിക്കുന്നു.

ഓരോരിക്കലും നാം യാത്ര പറഞ്ഞു പിരിയുന്നതിനുശേഷമുള്ള തളർച്ചയുടെ ആ നിമിഷങ്ങളിൽ, എന്റെ ആത്മാവ് ആർത്തനാദം പുറപ്പെടുവിക്കാറുണ്ട്; എനിക്കൊരിക്കലും ഒരു നല്ല കാമുകിയും ഒരു നല്ല ഭാര്യയുമാവാൻ കഴിയില്ലല്ലോ എന്നോർത്ത്.

മദ്യപിച്ചുകൊണ്ടാണ് ഞാനിതെഴുതുന്നതെന്ന് അങ്ങു കരുതുമായിരിക്കാം. വിരോധമില്ല. അന്നൊരിക്കൽ ഒരു പെൺകിടാവിനെക്കുറിച്ച് എന്തോ സ്വല്പം പറഞ്ഞിരുന്നുവല്ലോ. 'നിന്നെപ്പോലെ ഒരു സയൻസ് ഗ്രാഡ്വേറ്റാണെന്ന്' മാത്രമല്ലേ പറഞ്ഞിരുന്നുള്ളു അങ്ങയുടെ സ്വാസ്ഥ്യം നശിപ്പിച്ച ആ പെൺകൊടിയേതാണ്? എന്നാണിനി ഇവിടേക്കു വരിക? താമസിയാതെ വരു. ചുംബനങ്ങളോടെ... പത്മാറൈമൻ.

ജയദേവൻ ആ എഴുത്ത് രണ്ടുമൂന്നാവൃത്തി വായിച്ചു. അമർഷമാണ് തോന്നിയത്. വേശ്യയുടെ ഒരു പ്രേമം! കത്ത് പിച്ചിച്ചീന്തി പുറത്തേക്കിട്ടു. ദിവസങ്ങൾക്കു മുമ്പ് കിട്ടിയ കത്താണ്. എന്തിനിതു സൂക്ഷിക്കണം!

അവൾ നാശത്തിന്റെ പാതയൊരുക്കുകയാണ്. ഇനി അവളുമായി ഒരു ബന്ധവും വേണ്ട. നഗരത്തിലെ അന്തർനാടകങ്ങളെ കുറിച്ച് ഒരു നോവലെഴുതണമെന്ന് ബുക്ക്സ്ററാളിലെ അലക്സ് എന്നും പറയാറുണ്ട്. ചുവന്ന തെരുവിനെ കുറിച്ച് പ്രതിപാദിക്കുമ്പോൾ പത്മാറൈമനെ അവതരിപ്പിക്കേണ്ടിവരും. അവൾ ഒരു കഥാപാത്രം മാത്രം. മറ്റൊന്നുമല്ല. അവളൊരുക്കിത്തന്ന രാത്രികൾക്ക് ചുളിവുവീഴാത്ത നോട്ടുകൾ ചെലവഴിച്ചിട്ടുണ്ട്. അപ്പോൾ കൃതഘ്നതയുടെ പ്രശ്നമില്ല.

- അകത്തേക്ക് വലിയാൻ തുടങ്ങുന്ന കവിളിണകൾ. അടിയിൽ ഫ്രെയിമില്ലാത്ത പറ്റിനിൽക്കുന്ന കണ്ണട. ഏതൊരു നിസ്സംഗനെയും ഒരുനിമിഷം പിടിച്ചുനിറുത്തുന്ന വശ്യമായ സൗന്ദര്യം. ആടിയുലഞ്ഞ നടത്തം...

പത്മാറൈമൻ എന്ന കഥാപാത്രത്തിന്റെ അപൂർണമായ ഒരു ചിത്രം വെറുതെ സങ്കല്പിച്ചു.

അലങ്കോലപ്പെട്ടു കിടക്കുന്ന മേശപ്പുറത്ത് മിഴികൾ ചെന്നു വിശ്രമിച്ചു. ചിതറിക്കിടക്കുന്ന പുസ്തകങ്ങൾ. കടലാസ്സുതുണ്ടുകൾ. ഒഴിഞ്ഞ സിഗരറ്റു പേക്കറ്റുകൾ...! കത്തഴിഞ്ഞ തന്റെ ജീവിതത്തിന്റെ പ്രതീകംപോലെ. ജയദേവൻ നിനച്ചു.

പ്രപഞ്ചത്തിന്റെ സ്ഥായിയായ ഭാവം ദുഃഖമാണെന്നു വിശ്വസിക്കുന്ന തന്റെ ഒരു കഥാപാത്രം ഒരിടത്തു ഇങ്ങനെ പറയുന്നുണ്ട്.

'ഞാൻ ഏകാന്തത ഇഷ്ടപ്പെടുന്നു. എന്നാൽ ചിലപ്പോൾ അതിന്റെ

ഇരട്ടി അളവിൽ തന്നെ വെറുക്കുകയും....'

ആ കഥാപാത്രത്തിന്റെ മാനസികാവസ്ഥയാണ് തനിക്കിപ്പോൾ.

ഈ ഏകാന്തത അസഹ്യമായി തോന്നുന്നു. തന്നെ ചൂഴ്ന്നു നിൽക്കുന്ന അസ്വാസ്ഥ്യത്തിന്റെ വലയങ്ങളെ ഭേദിക്കാനാവുന്നില്ല. മിനിയേടത്തിയും പോയി. മടുപ്പുതോന്നുന്ന നിമിഷങ്ങളിൽ അവരുടെ സാമീപ്യം ഒരനുഗ്രഹമായിരുന്നു. എന്തെങ്കിലുമൊക്കെ സംസാരിച്ചിരിക്കും. ഒരിക്കൽ ചോദിച്ചു;

ഈ സാഹിത്യം മാത്രം മതിയോ മറ്റു ജോലിക്കൊന്നും പോവുന്നില്ലേ?

'റേഡിയോ സ്റ്റേഷനിലെ ഉദ്യോഗം റിസൈൻ ചെയ്തവനാണ് ഞാൻ. അറിയോ. പിന്നീടാണ് ബി.എല്ലിനു പോയത്.'

'എന്നിട്ടെന്താ പ്രാക്ടീസ് ചെയ്യാനൊന്നും പോവാത്തത്.'

'വക്കീലാവണമെന്നിപ്പോൾ തോന്നുന്നില്ല.'

'വട്ടുണ്ടോ തലക്ക്....'

'ഇപ്പോഴൊന്നുംല്ല്യ...! അടുത്തു തന്നെ ഒരു പത്രം തുടങ്ങണമെന്നു കരുതുന്നു. ഡിക്ലറേഷനെല്ലാം അപേക്ഷിച്ചിട്ടുണ്ട്. കുറച്ചു പണം തരണേ,'

'ഓ ഞങ്ങൾ പാവങ്ങളാണ്...'

അവരെ കുറിച്ചോർക്കുമ്പോൾ എന്തോ ഒരു ഹൃദയഭാരമാണ് അനുഭവപ്പെടുക. ഒരു സിഗരറ്റിനു തീകൊളുത്തി. മറ്റൊരു കാര്യം ഓർമ്മയിലെത്തി. ഇന്നൊരു കലാസമിതിയുടെ വാർഷികത്തിനു പ്രസംഗിക്കാനേറ്റിരിക്കുന്നു. നാശം. പോകാതിരിക്കാനും വയ്യ. ഏതാനും അടുത്ത സുഹൃത്തുക്കളാണ് അതിന്റെ ഭാരവാഹികൾ.

അടുക്കളയുടെ ഭാഗത്തുനിന്നു അമ്മ ആരോടേ, സംസാരിക്കുന്നതു കേട്ടു. മെല്ലെ അവിടേക്ക് ചെന്നു. മാലിനി. സ്വപ്നമോളും.

'സ്വപ്നമോളേ....'

സ്വപ്ന നാണത്തോടെ ഒഴിഞ്ഞുമാറി. മാലിനി ചിരിച്ചുകൊണ്ടു ചോദിച്ചു:

'ജയേട്ടൻ ഇവിടെ ഉണ്ടായിരുന്നോ...' ജയദേവൻ ചിരിച്ചുകൊണ്ടു നിന്നു.

'ജയേട്ടാ ഞങ്ങളിന്നു വൈകിയിട്ടു പോവ്വാണുട്ടോ'

'ഉവ്വോ ആരുടെ കൂടെ'

'അച്ഛൻ വണ്ടികയറ്റിത്തരും. അവിടെ സ്റ്റേഷനിൽ മോള്ടെ അച്ഛൻ

കാത്തുനില്ക്കും.'

ജയദേവനൊരു കുസൃതിതോന്നി.

'മോള്ടെ അച്ഛന്റെ പേരെന്താ.' മാലിനിക്കു നാണം വന്നു.

'പോ ജയേട്ടാ ഈ ജയേട്ടനെപ്പോഴും കല്യാണ്. ഞാനൊരു പെണ്ണിനെ കണ്ടുവെച്ചിട്ടുണ്ട്. ജയേട്ടന്'

'അങ്ങനെ പറ. പെങ്ങൾക്കു ആങ്ങളയോട് സ്നേഹംണ്ട്, ആ പെണ്ണിന്റെ പേരെന്താ.'

'പേരൊന്നും പറഞ്ഞു തരില്ല. അവിടേക്ക് വന്നാൽ കാട്ടിത്തരാം. ജയേട്ടൻ ഒരീസം വര്വോ?

എന്നെ നാട്ടു കടത്തീതൊന്നും അല്ലല്ലോ. വാസ്വേട്ടനും വരില്ല. ജയേട്ടനും വരില്ല. അച്ഛൻ എപ്പോഴെങ്കിലും വന്നെങ്കിലായി.'

മാലിനിയുടെ മിഴികളിൽ ജലം പൊടിഞ്ഞു. ജയദേവൻ ചിരിച്ചുകൊണ്ടു പറഞ്ഞു.

'അപ്പഴേക്ക് പെണ്ണ് കരഞ്ഞു. വെയിലത്തു മഴ പെയ്യിണപോലാ ഇവളുടെ കരച്ചില്. അടുത്തൊരു ദിവസം വരാം കുട്ടി. പിന്നെ ആ പെണ്ണിനോടും പറഞ്ഞേക്ക്, ഒരുങ്ങിയിരിക്കാൻ...

അവൾ ചിരിച്ചു. കണ്ണുകളിലെ നനവു വറ്റിയിരുന്നില്ല.

'വാസ്വേട്ടന്റെ കത്തുണ്ടായിരുന്നോ?'

'വാസ്വട്ടൻ ഇന്നലെ ഉച്ചക്കിവിടെ വന്നിരുന്നു. എവിടേക്കോ പോണ വഴിയായിരുന്നത്രേ. അടുത്ത വണ്ടിക്കു തന്നെ പോവ്വേം ചെയ്തു. ജയേട്ടൻ ഇവിടെണ്ടോന്നു ചോദിച്ചിരുന്നു.'

സ്വപ്നമോളുടെ കുഞ്ഞിക്കൈയിൽ അഞ്ചു രൂപയുടെ ഒരു നോട്ടു മടക്കിവെച്ചു. മധുരതരമായ ഒരു അസ്വാസ്ഥ്യം തോന്നി അപ്പോൾ. മാലിനി മുറ്റത്തേക്കിറങ്ങി. അമ്മ അവളുടെ കൂടെ പടിഞ്ഞാറേതിലേക്കു പോവുന്നതുകണ്ടു.

തന്നെക്കാൾ രണ്ടു വയസ്സ് കുറവാണ് മാലിനിക്ക്. വാസുവേട്ടന് രണ്ട് വയസ്സ് അധികവും. റെയിൽവേസ്റ്റേഷനടുത്തുള്ള സ്കൂൾ വിട്ടു വരുമ്പോൾ വാസുവേട്ടനുമായി ശണ്ഠ കൂടാത്ത ദിവസങ്ങളുണ്ടായിരുന്നില്ല. അപ്പോഴൊക്കെ മാലിനി തന്റെ പക്ഷത്താണുണ്ടാവുക. സഹികെട്ട് വാസുവേട്ടൻ അവളേയും തല്ലും. വീട്ടിലെത്തിയാലാണ് വിചാരണം. അന്നു അച്ഛനുണ്ട്. അച്ഛനായിരുന്നു മിക്കവാറും വിചാരണ നടത്തിയിരുന്നത്.

ഏതാനും പഴയ ചിത്രങ്ങൾ മനസ്സിൽ മിന്നി.

ആ കൊച്ചുപെണ്ണ് വളർന്നു വലുതായിരിക്കുന്നു!

ഒരു ഭാര്യയായി, ഗൃഹസ്ഥയായി, അമ്മയായി!

വർഷങ്ങളുടെ പുഴകളിലൂടെ, യുഗങ്ങളുടെ സംഗമങ്ങളിലേക്കു ഒഴുകിപ്പോവുകയാണ് ജീവിതങ്ങൾ.

ഒഴുക്കുനിലച്ച്, വറ്റിവരണ്ട് ഒരിക്കലും സംഗമത്തിലെത്താനിടയില്ലാത്ത ജീവിതങ്ങളുമില്ലേ!

കാമാക്ഷി എന്ന തന്റെ മനസ്സിലിരിക്കുന്ന കഥാപാത്രത്തെക്കുറിച്ചോർത്തു.

ഗേറ്റു കടന്നു ആരോ വരുന്നതു കണ്ടു.

പോസ്റ്റുമേൻ

കത്തുകൾ വാങ്ങി പൊളിച്ചു. ഓടിച്ചു നോക്കി. തെക്കുള്ള ഒരു പ്രസിദ്ധീകരണശാലക്കാരുടേതാണ് ഒന്ന്. രണ്ടാമത്തേതു നഗരത്തിലെ ഒരു പ്രമുഖ വാരികയുടെ പത്രാധിപരുടേയും.

'സാറിനിന്നലെ ഒരു എഴുത്തു കൊടുത്തതു കിട്ടിയില്ലേ'

'ഇല്ലല്ലോ. ആരുടെ അടുത്താ കൊടുത്തത്?'

'സാറിന്റെ ചേട്ടനാണ് വാങ്ങിയത്. അങ്ങോരു കൊടുത്തേക്കാമെന്നു പറഞ്ഞ്.'

'എന്നെ കണ്ടില്ലെങ്കിൽ വീട്ടിൽ കൊടുത്താൽ മതി മേലിൽ.'

പോസ്റ്റ്മേൻ ഇറങ്ങിപ്പോയി.

അമർഷം തോന്നിയത് പോസ്റ്റ്മേനോട്. ആ എഴുത്തു ആരുടേതാണാവോ? വാസുവേട്ടൻ എന്തുകൊണ്ടതു വീട്ടിൽ കൊടുക്കാതെ പോയി. ജയദേവനു ആരോടെല്ലാമോ വെറുപ്പു തോന്നി.

ഇന്നു ഞായറാഴ്ചയാണ്. വിശ്രമത്തിന്റെ ദിനം. എന്തെങ്കിലും വായിക്കാം. ഏറെ നേരം കിടന്നുറങ്ങാം. അല്ലെങ്കിൽ സ്വപ്നത്തിൽ മുഴുകിയിരിക്കാം.

വായിക്കാൻ പുതിയ പുസ്തകങ്ങളൊന്നുമില്ല, ഈയിടെയായി സ്വപ്നങ്ങൾ കാണാറില്ല. പിന്നെയുള്ളത് ഉറക്കമാണ്.

ഉറങ്ങുക. തുടർച്ചയായി കിടന്നുറങ്ങുക. രസകരമായി തോന്നി ആ ഭാവന. ആരും ഉപദ്രവിക്കാനില്ല. സമസ്തവേദനകളിൽ നിന്നും

ഒളിച്ചിരിക്കാനുള്ള ഒരേയൊരു വഴി. ആ ദീർഘനിദ്രയിൽ നിന്നു ഒരിക്കലും ഉണരാതിരിക്കുക! യുഗയുഗാന്തരങ്ങൾ വരെ. ഏതോ ഒരു നിശ്ചലലോകത്തിൽ. ഒന്നുമറിയാതങ്ങനെ കഴിച്ചു കൂട്ടുക...!

മിനി സ്വയമിരുന്നു ചിരിച്ചു.

എഴുന്നേറ്റ് അഴിഞ്ഞുലഞ്ഞ മുടി കെട്ടിവെച്ചു. സാരി നേരെയാക്കി. കിടക്ക മടക്കുമ്പോഴാണ് കാണുന്നത്. താലിച്ചെയിൻ കൊളുത്തുവിട്ടു കിടക്കുന്നു.

ഹൃദയത്തിന്റെ ആകൃതിയുള്ള താലി. ഈ മിന്നുന്ന കൊച്ചു താലിക്കു എന്തോ മാന്ത്രശക്തിയുണ്ടോ! മിനുപ്പിച്ച്, ആകൃതിയിലാക്കിയ ഒരു കഷ്ണം മഞ്ഞലോഹം! അതിലേറെയെന്തുണ്ടിതിൽ. എന്നിട്ടും കനം കുറഞ്ഞ ആ മഞ്ഞലോഹത്തിതന്റെ തുണ്ട് കഴുത്തിലണിയാൻ എല്ലാ പെൺകുട്ടികളുമഭിലഷിക്കുന്നു! അതിനുവേണ്ടി വ്രതമനുഷ്ഠിക്കാറുണ്ട്...

-പെൺകുട്ടികളേ, നിങ്ങൾ ഒടുവിൽ ദുഃഖിക്കുന്നു. ആ കൊച്ചുതാലി നിങ്ങളുടെ ജീവിതത്തിലേൽപിക്കുന്ന ദുർവ്വഹമായ ഭാരം അപ്പോൾ മാത്രമറിയുന്നു,

താലിച്ചെയിനെടുത്ത് കോവണിയിറങ്ങി. മുത്തങ്ങപ്പുല്ല് പൊട്ടിമുളച്ചുനിൽക്കുന്ന വടക്കെ മുറ്റത്തിരുന്ന വെയിലു കായുകയാണ് പാർവ്വതിയമ്മ.

'അമ്മായി നോക്കു. ന്റെ താലിച്ചെയിനറ്റു...'

പാർവ്വതിയമ്മ തെല്ലു നടുങ്ങി.

'ഹെ.. എങ്ങനെ മോളെ. അതു കഴുത്തിക്കെട്ടു വേഗം. ചീത്തസമയാണ് ന്റെ കുട്ടിക്ക്'

മിനി ചെയിനെടുത്തുപിടിച്ചു കൊണ്ടു വെറുതെ നിന്നു. അവൾക്കു ഭാവഭേദമൊന്നുമില്ല. പാർവ്വതിയമ്മക്ക് അത്ഭുതവും പരിഭ്രമവും. ഇപ്പോഴത്തെ കുട്ടികൾക്കു യാതൊരു ബോധവുമില്ല.

'കിടക്കയിൽ ഊരി വീണതാ. അമ്മായി ഇതൊന്നു കെട്ടിത്തരു...'

പാർവ്വതിയമ്മ ആ ചെയിൻ കൈയിൽ വെച്ചു തെല്ലുനേരം നിന്നുപോയി!

-ഇതു അശുഭലക്ഷണമാണ്. ഗുരുവായൂരപ്പാ... ഒന്നും വരുത്തരുതേ. തള്ളയില്ലാതെ വളർന്ന കുട്ടിയാണ്, ആർക്കും ഒരു പാപം ചെയ്യാത്ത...

മിനി കഴുത്തു കുനിച്ചു നിന്നു. അവളുടെ വെളുത്ത പിൻകഴുത്തിൽ നേർത്ത ചെമ്പൻ രോമങ്ങൾ. വെയിലിന്റെ നാളം കഴുത്തിലിഴയുന്നു.

‘അതിന്റെ കൊളുത്തു നല്ലോണം അമർത്തണം മോളേ.’

മിനി അടുക്കളയുടെ വടക്കുഭാഗത്തെ വാതിൽക്കൽ, കുപ്പയിലേക്കു കണ്ണയച്ചുകൊണ്ട് നിന്നു. വയസ്സൻമാവ്. കീഴെ കാടുപിടിച്ചുകിടക്കുന്ന തകരച്ചെടികൾ. ഉണങ്ങിത്തുടങ്ങിയ മത്തൻ വള്ളികൾ. അതിന്നിട യിൽ ചിനക്കിനടക്കുന്ന തള്ളക്കോഴിയും കുഞ്ഞുങ്ങളും. അപശബ്ദങ്ങൾ കേൾക്കെ, തള്ളക്കോഴി തലയുയർത്തിനോക്കും. കോഴിക്കുഞ്ഞുങ്ങളെ ചിറകുകൾക്കുള്ളിൽ ഒളിപ്പിച്ചു നിറുത്തും. സംശയത്തോടെ നിമിഷങ്ങ ളോളം കുന്തിച്ചു നിൽക്കും.

അവൾക്കു കൗതുകം തോന്നി!

അമ്മയും കുഞ്ഞുങ്ങളും.

തനിക്കും കുഞ്ഞുങ്ങളുണ്ടാവില്ലേ ഒരു കുഞ്ഞുണ്ടായാലും മതി. നിഗൂഢമായ ഒരു നാണം തോന്നി. ദിവ്യമായ ഒരു കോരിത്തരിപ്പം. എന്തു കുട്ടിയായിരിക്കും ഉണ്ടാവുക. ആൺകുട്ടിയോ, പെൺകുട്ടിയോ? എന്തു കുട്ടിയായാലും തനിക്കിഷ്ടമാണ്. പെട്ടെന്ന് കൊളുത്തറ്റുവീണ താലിയെക്കുറിച്ചോർത്തു. താലികെട്ടിയ ആ മനുഷ്യനെ കുറിച്ചും. അദ്ദേ ഹത്തിനു മൃദുലവികാരങ്ങളൊന്നുമുണ്ടാവില്ലേ!

പ്രഥമരാത്രി ഓർമ്മയിലെത്തുന്നു! എന്തെല്ലാം ഭാവനയിൽ കണ്ടിരു ന്നു! സങ്കൽപത്തിലുണ്ടായിരുന്നതൊന്നും പ്രഥമരാത്രിയിൽ കാണാൻ കഴിഞ്ഞില്ല. രോമാഞ്ചമല്ല, നടുക്കമാണ് ആ രാത്രി ഓർമ്മയിലുണ ർത്തുന്നത്.

അദ്ദേഹം എന്തിനാണ് എപ്പോഴും സംശയം ഉള്ളിൽ വെച്ചു നടക്കു ന്നത്! അദ്ദേഹത്തിന്റെ ആ മനോഭാവം തന്നെ തെറ്റുചെയ്യാൻ പ്രേരി പ്പിക്കുകയാണ് പലപ്പോഴും. നനയാതെ ഈറൻ ചുമക്കുന്നതിനേക്കാൾ നല്ലത് നനയുകതന്നെയല്ലേ? തന്റെ ശരീരം മാത്രമാണ് അദ്ദേഹത്തിനു വേണ്ടതെന്നു തോന്നുന്നു. മനസ്സു കണ്ടെത്തുവാൻ ഒരിക്കൽപോലും ശ്രമിച്ചിട്ടില്ല. സൗമ്യമായി ഒന്നു സംസാരിച്ചിട്ടുപോലുമുണ്ടോ! ഇപ്പോൾ വേദനയില്ല. മരവിപ്പാണ് ഉൾത്തടത്തിൽ. പലപ്പോഴും പറയണമെന്നു കരുതിയതാണ്.

‘ഞാൻ വേശ്യയല്ല, നിങ്ങളുടെ ഭാര്യയാണ്....’

അങ്ങനെ പറഞ്ഞിട്ടും കാര്യമില്ല. അതു മനസ്സിലാക്കാനുള്ള വൈഭ വമില്ലല്ലോ. തനിക്കിനി മുക്തിയില്ല. സംതൃപ്തി ഒരു മരീചികയായിരിക്കാം തന്നെ സംബന്ധിച്ചേടത്തോളം.

ഞെട്ടിതിരിഞ്ഞുനോക്കി. അടുപ്പിൽ തീ കെട്ടിരിക്കുന്നു. ഓടക്കുഴലെടുത്തു ഊതി. കണ്ണിൽ വെള്ളം നിറഞ്ഞു.

മോളേ...'

പാർവ്വതിയമ്മ അടുക്കളയിലേക്കു തിടുക്കത്തിൽ കടന്നുവന്നു.

'ഉമ്മറത്തു ആരാ വന്നിരിക്കുന്നതെന്നു നോക്ക്...'

മനസ്സിൽ പുക നിറഞ്ഞു. അദ്ദേഹം സമയം നോക്കി വന്നതാവും. വെറുപ്പു മറച്ചു പിടിച്ച് വെറുതെ ചോദിച്ചു;

'ആരാ അമ്മായി....'

'നീ തന്നെ ചെന്നു നോക്ക്'

അദ്ദേഹം തന്നെയായിരിക്കും. അമ്മായിയുടെ സംസാരം കേട്ടാലറിയാം.

ഉമ്മറത്തേക്കു ചെന്നു. അവൾ തരിച്ചു നിന്നുപോയി.

'ആരിത്? വഴിയറിയും അല്ലേ? ഇരിക്കു. അവൾ അകത്തേക്കോടുകയായിരുന്നു.' കുതൂഹലത്തോടെ വിളിച്ചു പറഞ്ഞു:

'അച്ഛാ.. അമ്മായി ആരാ വന്നതെന്നു നോക്കു...'

'ആരാ... മോളേ'

ഇരുട്ട് കൂട്ടിനു നിൽക്കുന്ന മുറിയിൽനിന്ന് കുഞ്ഞൻവൈദ്യരുടെ ചിതറിയ സ്വരമുയർന്നു. 'ജയദേവൻ. ഞാൻ പറയാറില്ലേ... അവടെ അനിയൻ.'

പാർവ്വതിയമ്മ ഉമ്മറത്തേക്കു കടന്നുവന്നു. വെള്ളം നിറച്ച കിണ്ടി ചവിട്ടുപടിയിൽവെച്ചു.

'കാലു കഴുകിക്കോ. മോനെയ്ക്ക് മനസ്സിലായില്ല. കാണണ്ടേ നാലല്ലേ അറിയൂ.

ജയദേവൻ ചിരിച്ചു. കുഞ്ഞൻവൈദ്യർ മെല്ലെ ഉമ്മറത്തേക്കു വന്നു. ജയദേവൻ എഴുന്നേറ്റുനിന്നു.

'ഇരിക്കുകുട്ടി... കേട്ടിട്ടുണ്ട് ധാരാളം. മിനി എപ്പഴും പറയും. കാലു കഴുകിയോ.'

'ഉവ്വ്'

ജയദേവൻ കസേരയിലിരുന്നു. പഴയ ചാരുകസേരയിലിരുന്നു കുഞ്ഞൻവൈദ്യൻ വിളിച്ചു പറഞ്ഞു:

'ആ തോർത്തുമുണ്ട് എടുത്തു കൊടുക്കൂ.'

ജയദേവന്റെ ചുമലിൽ തോർത്തുമുണ്ട് വന്നു വീണു. അയാൾ തിരിഞ്ഞുനോക്കി. പുറകിൽ ചിരിക്കുന്ന ഒരു ജോടി കണ്ണുകൾ.

മിനി ധൃതിപ്പെട്ട് അടുക്കളയിലേക്കു കടന്നു. പാർവ്വതിയമ്മ എന്തെല്ലാമോ വട്ടം കൂട്ടി തുടങ്ങിയിരുന്നു! ഉൽക്കടമായ കുതൂഹലത്തോടെ, ഒരുതരം വിഭ്രമത്തോടെ മിനി അടുക്കളയിൽ പരതി നടന്നു. ഏതോ ഒരു അവ്യക്തവികാരത്തിന്റെ ചുഴിയിൽപെട്ടു കറങ്ങുകയാണ് അവളുടെ ഹൃദയം!

മിനി അക്ഷമയോടെ ഒന്നുരണ്ടുവട്ടം പൂമുഖത്തു ചെന്നു നോക്കി. അച്ഛൻ ജയദേവനുമായി സംസാരിക്കുക തന്നെയാണ്. അച്ഛനു ജയദേവനെ വളരെ ഇഷ്ടപ്പെട്ടിരിക്കുന്നല്ലോ! എല്ലാവരുമായും ഏറെനേരം സംസാരിക്കുന്ന പ്രകൃതമല്ല അച്ഛന്റേത്. ഊണു കഴിക്കുമ്പോഴും സംസാരമായിരുന്നു! ഒരു സൂത്രം തോന്നി.

'ജയദേവനു ഊണുകഴിഞ്ഞാൽ ഉറങ്ങുന്ന പതിവുണ്ടച്ഛാ. ഇത്തിരി കിടന്നോട്ടെ'

'ഇപ്പോ കിടക്കുന്നില്ല. ഞാൻ പോവാൻ നോക്കട്ടെ.'

'അതുപറ്റില്ല. ഇന്നു പോവ്വേ? കുട്ടീ ഇത്തിരി കിടന്നോളൂ'

'പോവാതിരിക്കാൻ പറ്റില്ല്യ. ഞാൻ വീട്ടിന്നു പോന്നിട്ടു കുറേ ദിവസായിരിക്കുന്നു. അമ്മ വിഷമിക്കും.'

'അതു സാരല്ല്യ എന്നാ ഒരീസം കൂടിയാവട്ടെ.'

ഒടുവിൽ ജയദേവനു വഴങ്ങേണ്ടി വന്നു.

പാർവ്വതി അമ്മ അടുക്കളയുടെ വാതിലടച്ചു. നടപ്പുരയിൽ ചെന്നിരുന്നു. ചെല്ലപ്പെട്ടി തുറന്നു. നടപ്പുരയിലെ തുറന്നു കിടക്കുന്ന വാതിലിലൂടെ കാറ്റു കടന്നുവരുന്നു. പുറത്തു തിളക്കമുള്ള വെയിൽ. സുഖകരമായ ഒരു ആലസ്യം. തറയിൽ പുല്ലുപായ വിരിച്ചു. ഇത്തിരിയൊന്നു മയങ്ങാം.

മിനി കുഞ്ഞൻവൈദ്യർ കിടക്കുന്ന മുറിയുടെ വാതിൽക്കൽ ചെന്നു എത്തിനോക്കി! മെല്ലെ പിൻതിരിഞ്ഞു. ഇടനാഴിയിലെ വടക്കെ അറ്റത്തുള്ള കോവണിച്ചുവട്ടിൽ എന്തോ ഓർത്തിട്ടെന്നപോലെ തെല്ലുനേരം നിന്നു.

സാവധാനത്തിൽ കോവണികയറി. സിഗരറ്റിന്റെ ഗന്ധം.

ശബ്ദം കേട്ട ജയദേവൻ തലയുയർത്തി.

'ഉറക്കം വരുന്നില്ലേ?'

വാതിൽക്കട്ടിളയിൽ പിടിച്ചുനിന്നുകൊണ്ടു മിനി ചോദിച്ചു. സിഗരറ്റു തുണ്ട് ജാലകത്തിലൂടെ പുറത്തേക്കിട്ടു. അയാൾ ചിരിച്ചു മലർന്നു കിടന്നു. കട്ടിൽ ഞരങ്ങി.

'ഉറക്കം വരാത്തതെന്തുകൊണ്ടാണെന്നറിയോ?'

'അറിയില്ല...'

'മിനിയേടത്തി അറിയും.... വേണ്ട'

'അതു പോട്ടെ എന്റെ കത്തു... കിട്ടിയപ്പോഴേ...വരാൻ.. തോന്നിയുള്ളൂ...അല്ലേ?'

'സൂത്രം പ്രയോഗിക്കയാണോ? ആർക്ക് കത്ത്! എനിക്കു നിങ്ങളെ കത്തൊന്നും കിട്ടിയില്ലേ. എനിക്കയക്കണമെന്നു വിചാരിച്ചിട്ടുണ്ടാവും. അയച്ചത് വാസുവേട്ടനുമായിരിക്കും. അല്ലേ'

മിനിയുടെ മിഴികളിൽ പരിഭ്രമത്തിന്റെ തിര.

'സത്യം പറ. കത്തു കിട്ടിയിട്ടില്ലേ... ഞാനയിച്ചിരുന്നു'

'എനിക്കു കിട്ടിയിട്ടില്ല. ഒരുപക്ഷേ വീട്ടിൽ കിട്ടിക്കാണും.'

തനിക്കു കിട്ടാതെ പോയ ഒരെഴുത്തിനെ കുറിച്ചോർമ്മ വന്നു. ഒരുപക്ഷേ വാസുവേട്ടൻ കൈക്കലാക്കിയ എഴുത്തു അതാവുമോ! ആ കാര്യമൊന്നും ഏതായാലും മിനിയേടത്തി അറിയാതിരിക്കുകയാണ് നല്ലത്.

അവളുടെ മുഖത്തെ നിലാവു മങ്ങിയിരിക്കുന്നു. കണ്ണുകളിലെ ദീപ്തിയും.

അവളുടെ സാമീപ്യത്തിൽ അയാൾക്കെപ്പോഴുമുണ്ടാവാറുള്ളതു പോലെ വിശകലനം ചെയ്യാനാവാത്ത ഒരു അസ്വാസ്ഥ്യം ഹൃദയത്തെ മഥിക്കുന്നുണ്ടായിരുന്നു.

'ഈ കട്ടിലിലിരുന്നു കൂടെ?'

എവിടേക്കോ ദൃഷ്ടികളൂന്നി, മനസ്സിന്റെ മുഖം പൊത്തിക്കൊണ്ട്, മടിച്ചുമടിച്ചു ജയദേവൻ ചോദിച്ചു. പ്രതികരണമെന്തെന്നറിയാൻ വെമ്പി. അവളുടെ മുഖത്തേക്കൊളിഞ്ഞുനോക്കി.

ആ നീൾമിഴികൾ പൊടുന്നനെ ദീപ്തിമത്തായി.

അവൾ ചിരിച്ചു. പൂനിലാവുപോലെ.

'എനിക്കു പേടിയൊന്നും ല്ല്യാ, ജയദേവനാണു പേടിയെന്നു തോന്നുന്നു അല്ലേ...?'

മിനി മുറിയിലേക്കു കടന്നു.

കട്ടിലിലിരുന്നു. കട്ടിൽ സീൽക്കാരം പുറപ്പെടുവിച്ചു.

അവളുടെ നേർത്ത കരങ്ങൾ അയാളുടെ താടിയിൽ സ്പർശിച്ചു. ജയദേവൻ വൈദ്യുതിയേറ്റതുപോലെ പിടഞ്ഞു.

'എന്താ ഒന്നും പറയാത്തത് ജയദേവനു എന്നോടിഷ്ടമില്ലേ...'

സ്വരം പതറിയിരുന്നു.

ജയദേവൻ ഒരു നിമിഷം, ബോധരഹിതനായി!

ഒരു നിമിഷം മാത്രം!

ആ മോഹാലസ്യത്തിൽ നിന്നു ഞെട്ടിയുണരുമ്പോൾ അയാൾ സുഗന്ധമുള്ള, മൃദുലമായ ഒരാശ്ലേഷത്തിലമർന്ന് വീർപ്പുമുട്ടുകയായിരുന്നു. നിമിഷങ്ങൾ ഒഴുകിയൊഴുകിപ്പോയി.

ആറ്

ഗോവിന്ദൻകുട്ടിയുടെ ആത്മഹത്യ മനസ്സിൽ വീഴ്ത്തിയ നിഴൽ മാഞ്ഞുപോയിട്ടില്ല. അതിനിടക്കിതാ മറ്റൊന്ന്! രാജലക്ഷ്മി മെഡിക്കൽ ലീവെടുത്തത് ഇതിനായിരുന്നോ! എല്ലാം വിചിത്രമായി തോന്നുന്നു.

എമിലി തോമസ് പറഞ്ഞപ്പോൾ വിശ്വസിക്കാനായില്ല. എന്തുകൊണ്ടോ രാജിയെക്കുറിച്ച് അങ്ങനെയൊന്നും ചിന്തിക്കുവാൻ കഴിയുന്നില്ല. അടുത്ത കാലത്തായി അവൾ തന്നിൽനിന്നു അകന്ന് പെരുമാറുവാൻ ശ്രമിച്ചിരുന്നോ! ആവശ്യത്തിനു മാത്രമേ സംസാരിച്ചിരുന്നുള്ളു. എന്തായാലും അവൾ ഏതോ വലിയൊരു അസ്വാസ്ഥ്യം മൂടിയൊളിപ്പിച്ച് നടക്കുകയാണെന്നു തോന്നിയിരുന്നു.

താൻ ലീവു കഴിഞ്ഞുവന്ന അവസരത്തിൽ രാജിക്കുണ്ടായിരുന്ന ക്ഷീണവും മൗനവും ഉന്മേഷരാഹിത്യവും എല്ലാം എന്തായിരുന്നുവെന്നിപ്പോൾ ബോദ്ധ്യമായി. ഓഫീസിലാരും അറിഞ്ഞിട്ടില്ലെന്നാണ് തോന്നുന്നത്. ഒരുവേള, ഗോവിന്ദൻകുട്ടിയുടെ മരണത്തിന്റെ മ്ലാനതയിൽ മറഞ്ഞുപോയതായിരിക്കാം ഈ കഥ.

പഴയ ഹെഡ്ക്ലാർക്കിന്റെ ഹൃദയം കരിങ്കല്ല തന്നെ! അല്ലെങ്കിൽ അയാളെ മാത്രമെന്തിനു കുറ്റം പറയുന്നു! ആരെയും വിശ്വസിക്കരുത്. ആരെയും സ്നേഹിക്കരുത്. ആർക്കും ഹൃദയം തുറന്നു വെച്ചുകൊടുക്കരുത്. ആ ദുഷ്ടൻ സമർത്ഥമാംവണ്ണം ട്രാൻസ്ഫർ വാങ്ങുകയും ചെയ്തു. പാവം പെൺകുട്ടി. എന്തായാലും അവൾ ആത്മഹത്യക്കൊന്നും മുതിർന്നില്ലല്ലോ. അത്രയും നല്ലത്.

തെറ്റുചെയ്യുക മനുഷ്യസ്വാഭാവികമാണ്. എങ്കിലും രാജി കൂടുതൽ ശ്രദ്ധിക്കേണ്ടിയിരുന്നു. ജീവിതം അവളുടെ മുമ്പിൽ തുറന്നു കിടക്കുകയായിരുന്നു. ഈ എടുത്തുചാട്ടം വേണ്ടിയിരുന്നില്ല.

അത്ഭുതമായി തോന്നുന്നത് മറ്റൊന്നുമല്ല. അവളെങ്ങനെ അയാളുടെ ചൂണ്ടലിൽ കുരുങ്ങി എന്നുള്ളതാണ്. ജയദേവൻ പറഞ്ഞതെത്ര ശരി. മനുഷ്യമനസ്സുകളെ അപഗ്രഥിക്കാനാവില്ല. അവളൊരിക്കലും, നല്ല അഭിപ്രായം പറഞ്ഞിട്ടില്ലാത്ത ഒരു പുരുഷന് അവളുടേതായ സർവ്വസ്വവും സമർപ്പിക്കുക! അയാൾ വിവാഹിതനാണെന്നുള്ളത് അവൾക്കറിയാമായിരുന്നു. മദഭരിതമായ ഏതാനും നിമിഷങ്ങൾക്കു വേണ്ടി ജീവിതത്തെ നശിപ്പിക്കുവാൻ അവൾ മുതിർന്നുവെന്നോ! പാതി രാത്രിയിൽ വാതിൽ തുറന്നു പുറത്തുപോയിരുന്ന രാജിയെ എമിലി പലപ്പോഴും ഉപദേശിച്ചിരുന്നത്രേ.

എബോർട്ട് ചെയ്യാൻ അവൾ സമ്മതിച്ചു. ഞാനാണ് ഒരു ഹോമിയോ ഡോക്ടറെ പിടിച്ചു ശരിയാക്കി കൊടുത്തത്. മെഡിക്കൽ ലീവ് കഴിഞ്ഞു വരുമ്പോൾ അവൾ പഴയതുപോലെ സുന്ദരിയാവും...

വളരെ ലാഘവത്തോടെയായിരുന്നു എമിലി എല്ലാം പറഞ്ഞത്. എമിലിക്കങ്ങനെ പറയാം!

എവിടെയാണു തെറ്റ്! യൗവനയുക്തയായ ഒരു സ്ത്രീ. അവൾക്കു താല്പര്യം തോന്നുന്ന ഒരു പുരുഷനുമൊത്ത് ഏതാനും നിമിഷങ്ങൾ ചെലവഴിക്കുന്നു. ആ നിമിഷങ്ങളിൽ മറ്റെല്ലാം മറക്കുന്നു. എല്ലാ ജീവ ജാലങ്ങളും ഇണചേരുന്നതുപോലെ.

പക്ഷേ മനുഷ്യർ സന്മാർഗ്ഗബോധമുള്ളവരാണല്ലോ! എന്താണീ സന്മാർഗ്ഗം? ജയദേവൻ ഒരിക്കൽ ആവേശപൂർവ്വം പറയുകയുണ്ടായി:

'വാട്ടീസ് മോറൽ ആന്റ് ഇമ്മോറൽ?' അതു തന്നെ സമാശ്വസി പ്പിക്കുവാൻ പറഞ്ഞതായിരുന്നോ! തെറ്റു ചെയ്തു എന്ന ബോധത്തിൽ താൻ അന്നു കരയുകയുണ്ടായി. കണ്ണീർ തുടച്ചുകൊണ്ട് ജയദേവൻ എന്തെല്ലാമാണ് പറഞ്ഞത്!

'മിനി ഏടത്തിക്ക് ഒരു ഭർത്താവുണ്ട്. അയാളെ നിങ്ങൾക്ക് ഒരു ഭർത്താവെന്ന നിലക്ക് സ്നേഹിക്കാനാവുന്നില്ല എന്നുള്ളത് സത്യം. എന്നിട്ടും അയാളുടെ എല്ലാ മൃഗീയവികാരങ്ങൾക്കും വിധേയയായി ജീവിതകാലം മുഴുവൻ കണ്ണീരു കുടിക്കുക! നിങ്ങളുടേതായ ഒരു ദിവസ മെങ്കിലും ഉണ്ടാവാതിരിക്കുക. എന്നിട്ടും നിങ്ങൾ സംതൃപ്തയാണെന്നു നടിക്കുക. ഈ തരത്തിലുള്ള ജീവിതതത്ത്വങ്ങളിൽ എനിക്കു വിശ്വാ സമില്ല. മിനിയേടത്തി കരയാതിരിക്കൂ. ഇതു തെറ്റാണെങ്കിൽ തന്നെ. ഒരിക്കലെങ്കിലും തെറ്റു ചെയ്യാത്തവരാരുണ്ട്...'

രാജിയെ തെറ്റുകാരിയെന്നു പറയാൻ തനിക്കർഹതയില്ല. അവളെ പ്പോലെ എന്നല്ല: അവളേക്കാൾ വലിയ അപരാധമാണ് താൻ

ചെയ്തിട്ടുള്ളത്. കളങ്കം എത്രപേർ അറിയുന്നു എന്നതല്ലല്ലോ കാര്യം!

ഒരേ ഒരു ദിവസംകൊണ്ട്, ഇത്രയും കാലത്തെ ജീവിതത്തിന്റെ പവിത്രതയത്രയും ചുട്ടുകരിച്ചു! ജയദേവൻ അന്നു വന്നിരുന്നില്ലെങ്കിൽ.

'എന്താ... മോളെ.... ആലോചിച്ച് ഇരിക്കണത്. ഉമ്മറത്തെ വാതിലടച്ചേക്ക് നേരം ഒരു പാടായി.'

പാർവ്വതിയമ്മയുടെ ശബ്ദം കേൾക്കെ, മിനി ഞെട്ടിയുണർന്നു. ശരിയാണ്. ഊണു കഴിഞ്ഞിട്ടെത്ര നേരമായി! അച്ഛൻ കിടപ്പായെന്നു തോന്നുന്നു:

അവൾ ഉമ്മറത്തെ വാതിലടക്കാൻ തുനിയവെ, ഗേറ്റിൽ ഒരു വെളിച്ചം കണ്ടു. ചൂട്ടുവീശി ആരോ കടന്നുവരുന്നു.

'അമ്മായി... ഇവിടേക്കാരോ വരുന്നുണ്ട്.'

'ആരാണീശ്വരന്മാരേ ഈ അസമയത്ത്.'

പാർവ്വതിയമ്മ വന്നു കുനിഞ്ഞുനോക്കി വിളക്കിന്റെ തിരിനീട്ടി. ചൂട്ടു കുത്തിക്കെടുത്തി, ചവിട്ടുപടിയിൽ ശക്തിയായി കാലുരച്ചുകൊണ്ട് കേറിവന്നത് വാസുദേവനായിരുന്നു.

'ആ വാസുവാണോ...ഇത്ര വൈകിയതെന്തേ മോനേ.'

'ഇപ്പഴാണ് സൗകര്യപ്പെട്ടത്. അത്ര തന്നെ.'

അയാളുടെ സംസാരത്തിൽ ഇത്തിരിയും മയമുണ്ടായിരുന്നില്ല. പാർവ്വതിയമ്മ കൂടുതലായൊന്നും പറയാതെ അകത്തളത്തിലേക്കു കടന്നു. മിനിക്കു തെല്ലു വിഷമം തോന്നി.

അവൾ ഒന്നുമുരിയാടാതെ കിണ്ടിയിൽ വെള്ളം കൊണ്ടുവെച്ച് മെല്ലെ അടുക്കളയിലേക്കു കടന്നു.

'മോളെ. ചോറിത്തിരിയുണ്ട്. കൂട്ടാനില്ലല്ലോ'

'എന്തെങ്കിലും ഉണ്ടാക്കണം. അല്ലാതെന്തു ചെയ്യും'

മിനിയുടെ വാക്കുകളിൽ നീരസം കലർന്നിരുന്നു. അവൾ ഉമ്മറത്തേക്കു ചെന്നു ആരോടെന്നില്ലാതെ പറഞ്ഞു.

'കുളിച്ചിട്ടല്ലേ. ഊണു കഴിക്കുന്നത്? വെള്ളം ചൂടാക്കാം. ഞങ്ങളൊക്കെ ഉണ്ടു.'

'എനിക്കിപ്പോൾ കുളിക്കണ്ട. ഹോട്ടലിന്നു ഉണ്ടിട്ടാണ് വരുന്നത്. ഒന്നു കിടന്നാൽ മതി.'

അവൾ തിരിഞ്ഞു നടന്നു.

മിനി കിടക്ക നിവർത്തി. പെട്ടി തുറന്നു. അലക്കിവെച്ച വിരിപ്പെടുത്തു. കൈതപ്പൂവിന്റെ മാദകഗന്ധം ഒഴുകി നടന്നു.

അയാൾ കസേരയിലിരുന്ന് തുരുതുരുന്നനെ ബീഡി വലിച്ചു. ബീഡിയുടെ മണം അയാളുടെ സാമീപ്യമെന്നതുപോലെ അവളിൽ വെറുപ്പുളവാക്കി.

'വീട്ടിന്നാണോ വരുന്നത്?'

അവൾ മടിച്ചു മടിച്ച് ചോദിച്ചു.

'അല്ല... ഇപ്പോ വരുന്നത് ചാരായ ഷാപ്പിന്നാണ്. വർത്തമാനമെല്ലാം പിന്നെ പറയാം. കിടക്കാൻ നോക്ക്.'

പെട്ടെന്ന്, എന്തോ ഓർത്തുകൊണ്ടെന്നവണ്ണം വാസുദേവൻ ചോദിച്ചു.

'ജയദേവൻ ഇവിടേക്ക് വന്നില്ല അല്ലേ?'

'വന്നിരുന്നു.'

'ആഹാ വരാൻവേണ്ടി ക്ഷണിച്ചുകൊണ്ടുള്ള കത്തു കിട്ടാതെ തന്നെ വന്നു അല്ലേ? സ്നേഹത്തിന്റെ ശക്തി....'

അവൾ നിന്നു പരുങ്ങി. ആശങ്ക തോന്നി. ഭീതിയും.

വാസുദേവൻ കസേരയിൽ നിന്നു എഴുന്നേറ്റു. വിളക്കണച്ചു. ഇരുട്ടിൽ തപ്പി കട്ടിലിൽ ചെന്നിരുന്നിപ്പോൾ മനസ്സിലായി; അവൾ അരികിൽ കിടക്കുന്നു.

മദ്യത്തിന്റെ മണം അവളുടെ മൂക്കിലേക്ക് തുളച്ചു കയറി. അവൾ ചുമരിനോട് പററിചേർന്നു കിടന്നു;പതഞ്ഞുവന്ന സങ്കടമമർത്തിക്കൊണ്ട്! മാറിലൂടെ എന്തോ ഇഴയുന്നതുപോലെ തോന്നി.

'ഇതൊന്നും പറ്റില്ല. നേരെ...'

പരുപരുത്ത കൈകൾക്കുള്ളിൽപെട്ടു ഞെരുങ്ങി. വസ്ത്രങ്ങൾ പിച്ചിക്കീറുകയാണെന്നു തോന്നി.

'അയ്യോ..എനിക്ക് വയ്യ...' വിതുമ്പിത്തുടങ്ങിയിരുന്നു അവൾ.

'മിണ്ടരുത് അസത്തേ നീയൊരു പഠിപ്പുകാരി. ഞാൻ മൃഗമല്ലേ മൃഗം'

ഉറക്കെ കരയണമെന്നുണ്ടായിരുന്നു അവൾക്ക്. ചൂഴ്ന്ന് നിൽക്കുന്ന ഇരുട്ടിലേക്കു കണ്ണുതുറുപ്പിച്ചു കിടക്കുവാനേ കഴിഞ്ഞുള്ളൂ! കിതപ്പിനിടയിൽ മുരളുന്നതുപോലെ എന്തോ അവ്യക്തമായി കേട്ടു കൊണ്ടിരുന്നു;

'ഇന്നു ഞാൻ നിന്റെ പവറൊക്കെ തീർത്തു തരാം'

‘ഇത്തിരി വെള്ളം’

അവൾ വിക്കി വിക്കി പറഞ്ഞു. തൊണ്ട വരളുന്നു.

‘വെള്ളം വെ..’

അവളുടെ വികലമായ, താഴ്ന്ന സ്വരം കിതപ്പിനിടയിൽ അയാൾ കേൾക്കുന്നുണ്ടായിരുന്നില്ല.

ജീവിതത്തിൽ ഇതിലും വലിയൊരു ആപത്തിനി വരാനില്ല. കുട്ടത്തോടെ മരിച്ചിരുന്നെങ്കിൽ അതായിരുന്നു ഭേദം. ഇതൊന്നും ഒരിക്കലും നിനച്ചതല്ല. ഈ അവസാനകാലത്ത് ഇങ്ങനേയും അനുഭവിക്കേണ്ടതായുണ്ടായിരിക്കാം.

മുറ്റത്തെ തിണ്ടിനപ്പുറത്ത്, ഉറക്കമുണർന്നിട്ടില്ലാത്ത തകരച്ചെടികളിൽ മഞ്ഞിൻ കണങ്ങൾ. കുഞ്ഞൻ വൈദ്യർ മിഴിനീരിന്റെ മറയിലൂടെ അലക്ഷ്യമായി നോക്കി. നടപ്പാതയിൽ വീണുകിടക്കുന്ന അലറിപ്പൂക്കൾ. നനഞ്ഞു കുതിർന്നു കിടക്കുന്ന ആ പഴമ്പൂക്കളെ ചവിട്ടിമെതിച്ചുകൊണ്ട്, ഒരു കൊടുങ്കാറ്റു പോലെ വാസുദേവൻ ഇറങ്ങിപ്പോകവെ, കുഞ്ഞൻ വൈദ്യർ ഒരു കൊച്ചുകുട്ടിയെപ്പോലെ പൊട്ടിപ്പൊട്ടിക്കരഞ്ഞിരുന്നു.

പൊടുന്നനെ, ഭർത്താവിന്റെ വീട്ടിലേക്ക് പോകുമ്പോൾ മിനി യാത്ര ചോദിച്ച രംഗം ഓർമ്മയിൽ വന്നു. ഉണ്ണികൃഷ്ണന്റെ പ്രതിമയടക്കമുള്ള പാരിതോഷികങ്ങൾ കൊണ്ടുപോകാൻ താനും പാർവ്വതിയും പറഞ്ഞപ്പോൾ അവൾ മിണ്ടാതെ നിന്നു. അതുപിന്നെക്കൊണ്ടു പോവാമെന്ന് സൗമ്യമായി വാസുദേവൻ പറഞ്ഞപ്പോൾ ഇങ്ങനെയൊക്കെ ആയിത്തീരുമെന്ന് ഒരിക്കലും വിചാരിക്കാൻ കഴിഞ്ഞില്ല്. ആ പാരിതോഷികങ്ങൾ പിന്നെയൊരിക്കലും കൊണ്ടുപോവുകയുണ്ടായില്ല.

അകത്തളത്തിൽ നിന്നും ആരോ അമർത്തിക്കരയുന്നതു കേൾക്കാം. ആരാണത്! പാർവ്വതിയാണോ! മിനിയായിരിക്കില്ല. തന്റെ ശേഷി കുറഞ്ഞതെങ്കിലും ഭ്രാന്തു പിടിച്ച കരം അവളുടെ മൃദുലമായ മുഖത്ത് ആഞ്ഞാഞ്ഞു പതിച്ചപ്പോഴും അവൾ കരയുകയുണ്ടായില്ലല്ലോ. അപ്പോൾ കരഞ്ഞുപോയതു താനായിരുന്നു. പാർവ്വതിയും.

എന്റെ മോളേ നീയതു ചെയ്തല്ലോ!

കുഞ്ഞൻ വൈദ്യർ സ്വയം സമാശ്വസിക്കുവാൻ ശ്രമിച്ചു. ശ്രമം വൃഥാവിലായതേയുള്ളൂ. എങ്ങനെ ആശ്വസിക്കുവാനാണ്! ഒരേയൊരു മകൾ. മകനും മകളുമായെല്ലാം ഒരേയൊരു തരി. അവൾക്കാണിതു വന്നു പെട്ടിരിക്കുന്നത്! സമസ്ത അപരാധങ്ങളും അവളുടെ മേൽ ആരോപിക്കാമോ! താനും ഒരു കണക്കിൽ അപരാധിയാണ്. ദുർബ്ബലമായ ഒരു ചരടിലല്ല

വിലപിടിപ്പുള്ള പവിഴം കോർത്തിടേണ്ടത്.

എല്ലാം പിഴച്ചു. ഇനി ചിന്തിച്ചിട്ടൊരു കാര്യവുമില്ല. അപമാനം സഹിക്കുക തന്നെ. മരണം കാത്തു കിടക്കുന്ന തനിക്കിനി എന്തു അപമാനമാണ്! പക്ഷേ മിനിയുടെ കാര്യം! അതോർക്കവെ തളർന്നുപോവുന്നു. എല്ലാ രോഷങ്ങളും ആവിയായി പോവുന്നു! ആരുടെ കാലുപിടിക്കാനും തയ്യാറാണ്. വാസുദേവൻ മിനിയെ ഉപേക്ഷിക്കാതിരുന്നെങ്കിൽ...

അവനനുവദിച്ചാൽതന്നെ, മിനിയൊരുങ്ങുമെന്നു കരുതിക്കൂട. അവൾക്കു ജീവിതത്തെക്കുറിച്ചു ഒരു ബോധവുമില്ലെന്നു തോന്നുന്നു. അല്ലെങ്കിൽ അവനോട് അങ്ങനെയൊക്കെ പറയുമായിരുന്നോ. എന്തായാലും വാസുദേവൻ അവളുടെ കഴുത്തിൽ മിന്നുകെട്ടിയവനല്ലേ? മിനിയുടെ മനസ്സിൽ എന്താണെന്നാരു കണ്ടു!

പാർവ്വതിയുടെ തേങ്ങൽ അവസാനിച്ചിട്ടില്ല. അവളുടെ വേദന തനിക്കേ മനസ്സിലാവൂ. തന്നെക്കാൾ നൊമ്പരമനുഭവിക്കുന്നത് അവളായിരിക്കുമോ!

എന്താണിന്നുണ്ടായത്? അഭിശപ്തമായ ആ രംഗങ്ങൾ മനസ്സിൽ മിന്നുന്നു.

പുലരാൻ കാലത്ത്, കമ്പിളികൊണ്ടു തലയിലൂടെ മൂടി, വിറച്ചു വിറച്ച് ഉമ്മറത്തേക്കു ചെന്നതായിരുന്നു താൻ. പുറത്തു മഞ്ഞുവീഴുന്നുണ്ടായിരുന്നു. അപ്പോഴാണ് തൂണുപിടിച്ചു എവിടേക്കോ നോക്കിനിൽക്കുന്ന വാസുദേവനെ കാണുന്നത്!

'ഹാ വാസ്വാണോ ദ്? പൊലർച്ച ബസ്സിനു വന്നതാണോ. വിശേഷൊന്നുംല്ല്യല്ലൊ...'

'ഞാനിന്നലെ രാത്രി വന്നതാ.'

'അതെയോ, ഞാനറിഞ്ഞില്ല. നേരത്തെ ഒറങ്ങിപ്പോയിന്നലെ...'

'നിങ്ങൾ ഒന്നും അറിയില്ല. വ്ടെ ആരു വന്നാലും എന്തു ചെയ്താലും.'

തികച്ചും പരുഷമായിരുന്നു വാസുദേവന്റെ സ്വരം. മരുമകൻ പറഞ്ഞതിന്റെ പൊരുളെന്തെന്നറിയാതെ അയാൾ പരുങ്ങിനിന്നു.

'നീയെന്താ കുട്ടി ങ്ങനൊക്കെ സംസാരിക്കുന്നത്.'

'പിന്നെ എങ്ങന്യാ സംസാരിക്കേണ്ടത്.'

അതൊരു കൊടുങ്കാറ്റിന്റെ ആരംഭമായിരുന്നുവെന്നിപ്പോൾ തോന്നുന്നു.

വാസുദേവൻ ശബ്ദമുയർത്തി എന്തെല്ലാമോ പറഞ്ഞു. പാർവ്വതി

ഓടി വന്നു. കണ്ണുതിരുമ്മിക്കൊണ്ട് മിനിയും. ഒന്നും വ്യക്തമാവാതെ, പാരവശ്യം മുറ്റിനിൽക്കുന്ന മിനിയുടെ മുഖത്തേക്കു നോക്കി.

'നിങ്ങളുടെ പൊന്നുമോളുണ്ടല്ലോ വലിയ പഠിപ്പുകാരി. അവളിനി എന്റെ ഭാര്യയല്ല. ഞാൻ മുഴുവൻ പറയണോ, അവളൊരു വേശ്യയാണ്.'

അനാരോഗ്യത്തെക്കുറിച്ചും വാർദ്ധക്യത്തെക്കുറിച്ചുമെല്ലാം മറന്നു പോയി ഒരു നിമിഷം.

'എന്തടാ നീ പറഞ്ഞത്. നിനക്കു ഭ്രാന്താണോ...'

'ചാടിയിട്ടൊന്നും കാര്യമില്ല. ഭ്രാന്ത് എനിക്കല്ല. നിങ്ങളുടെ മോക്കാണ് ഭ്രാന്ത്... കാമഭ്രാന്ത്...'

വാസുദേവൻ പോക്കറ്റിൽ നിന്നു ഒരെഴുത്തെടുത്തു.

'ഇതു എന്താണെന്നറിയോ. പൊന്നുമോള് എഴുതിയ കത്താ. ഇതു ആർക്കെഴുതിയതാണെന്നറിയണോ?'

മിനിയുടെ തളർന്ന കണ്ണുകൾ വിടർന്നു. തെല്ലു പരിഭ്രമം തോന്നി. അവൾ എഴുതിയ, ജയദേവന് കിട്ടാതിരുന്ന എഴുത്ത്!

അവൾ ഓർത്തുനോക്കി എന്തെല്ലാമാണ് അതിൽ എഴുതിയിരുന്നത്. ഒരു ഭാര്യ മറ്റൊരു പുരുഷനു എഴുതിക്കൂടാത്ത പലതും അതിലുണ്ട്. തെറ്റാണെന്നു തോന്നുന്നില്ല. താൻ വാസ്തവത്തിൽ ഒരു ഭാര്യയായിരുന്നോ! രാത്രിയിലെ ഒരു ഉപകരണം. ഒരു ഭോഗവസ്തു മാത്രമാണോ ഭാര്യ? കഴിഞ്ഞ രാത്രിയെ കുറിച്ചോർത്തു. ശരീരത്തിലും മനസ്സിലുമേറ്റ പരിക്കുകൾ. അവൾക്കു കരയണമെന്നുണ്ടായിരുന്നു.

പാർവ്വതിയമ്മ, മിനിയുടെ മുഖത്തേക്കു ചോദ്യഭാവത്തിൽ നോക്കി. അവൾ തലതാഴ്ത്തി. ഉള്ളിൽ കരുതി. എല്ലാവർക്കും തന്നിലേ തെറ്റു കാണാൻ കഴിയൂ. അച്ഛൻ വെറുക്കും. അമ്മായി പഴിക്കും. ലോകം മുഴുവനും തന്നെ പ്രതിക്കൂട്ടിൽ കയറ്റും. തന്റെ മാനസികാവസ്ഥ ആർക്കെങ്കിലുമറിയുമോ! തന്നോടാരെങ്കിലും സഹാനുഭൂതി പ്രകടിപ്പിക്കുമോ! എന്തായാലും ഇനി ആ മനുഷ്യന്റെ കൂടെ ഒരു ജീവിതമില്ല. മുന്നിൽ കാണുന്നത് കട്ടപിടിച്ച അന്ധകാരമെങ്കിലും, എവിടെയോ ഒരു പ്രകാശത്തിന്റെ രജതരേഖ കാണുന്നു. എല്ലാമറിയുന്ന ജയദേവൻ.

"അമ്മാമൻ കേൾക്കണം ഞാൻ വായിക്കാം. പ്രിയമുള്ള എന്റെ.."

മിനിക്കു സഹിക്കാനായില്ല. അവൾ സ്വയം മറന്നു. ഈറ്റപ്പുലിയെപ്പോലെ മുന്നിലേക്കു ചാടി.

'അതിവിടുന്ന് വായിക്കരുത്. ആ കത്തു ഞാനെഴുതിയതു തന്നെ.'

കുഞ്ഞൻവൈദ്യരുടെ രോഷം കത്തിജ്വലിച്ചു. അയാൾ മിനിയുടെ മുഖത്ത് ആഞ്ഞാഞ്ഞു പ്രഹരിച്ചു. മിനി കരഞ്ഞില്ല. പാർവ്വതിയമ്മ നിലവിളിച്ചു;

'ഓപ്പ.. മോളെ തല്ലല്ലേ'

'ആരു തല്ലിയാലും വേണ്ടില്ല. ആ കത്തിവിടെ നിന്നു വായിക്കണമെങ്കിൽ ആദ്യം എന്നെ കൊല്ലണം മിനി ഇത്രയും ഉച്ചത്തിൽ ഒരിക്കലും സംസാരിച്ചിട്ടുണ്ടാവില്ല...'

അവൾ വാസുദേവന്റെ നേരെ തിരിഞ്ഞു;

'ഞാൻ ചീത്തയാണെന്നു സമ്മതിക്കുന്നു. ഞാനിനി നിങ്ങളുടെ ഭാര്യയായി ജീവിക്കാൻ ആഗ്രഹിക്കുന്നില്ല. ആ കത്തിവിടെ തരൂ. നമ്മുടെ ബന്ധം അവസാനിപ്പിക്കാനുള്ള എല്ലാ ഏർപ്പാടുകളും ചെയ്തേക്കൂ...'

മിനി പെട്ടെന്ന് ആ എഴുത്തു തട്ടിപ്പറിച്ചു. തുണ്ടം തുണ്ടമായി പിച്ചിച്ചീന്തി പുറത്തേക്കിട്ടു.

വാസുദേവൻ അതു പ്രതീക്ഷിച്ചതല്ല. തന്റെ പൗരുഷം ചോർന്നുപോവുകയാണെന്നു തോന്നി.

വാസുദേവൻ കരുതിയതങ്ങനെയൊന്നുമായിരുന്നില്ല. മിനി തന്റെ കാൽക്കൽ വീണു മാപ്പു ചോദിക്കും. അമ്മാമൻ തന്നെ കെട്ടിപിടിച്ചു കരയും...

'ഞാൻ പോണു. ഇനി ഈ വീട്ടിലേക്കില്ല.'

അയാൾ അമർത്തിച്ചവിട്ടി പടിയിറങ്ങിപ്പോയി.

കത്തിയെരിഞ്ഞ വീടിന്റെ അവശിഷ്ടങ്ങളിൽ നോക്കി നെടുവീർപ്പിട്ടിട്ടെന്തു കാര്യം! എല്ലാം നശിച്ചു.

കുഞ്ഞൻവൈദ്യർ എഴുന്നേറ്റു അകത്തളത്തിലേക്കു കടന്നു. തുറന്നു കിടക്കുന്ന ജാലകത്തിലൂടെ മഞ്ഞിന്റെ ഈർപ്പമുള്ള കാറ്റുവീശി. പ്രഭാതം മൂടിക്കെട്ടി നിൽക്കുന്നു. ദുഃഖം ഘനീഭവിച്ചുകിടക്കുന്ന തന്റെ ഹൃദയം പോലെ.

'അച്ഛാ...'

ആരുടേതാണ് ആ ശബ്ദമെന്നറിയാം. തന്റെ ജീവിതത്തെ ധന്യമാക്കിയത് ആ സ്വരമാണ്. പക്ഷേ ആ പതിഞ്ഞ ശബ്ദം തളർത്തുകയാണ് തന്നെയിപ്പോൾ...

"അച്ഛനും അമ്മായിയുമെല്ലാം എന്തിനാണ് ദുഃഖിച്ചിരിക്കുന്നത്. അച്ഛനറിയോ എന്റെ മനസ്സിലുള്ള ആശ്വാസം! ഞാനിതുവരെ തീ

തിന്നുകയായിരുന്നു. അയാൾ ഒരു മനുഷ്യനല്ല. എങ്ങനെയാണ് അച്ഛനോടതൊക്കെ പറഞ്ഞു മനസ്സിലാക്കി തര്വാ? നമ്മൾക്കൊരു വിഷമവുമില്ലച്ഛാ...

അയാൾ നിർന്നിമേഷനായി ആ തളർന്ന കണ്ണുകളിലേക്കു നോക്കിയതല്ലാതെ ഒന്നുമുരിയാടിയില്ല.

കാലം ചാലുവീഴ്ത്തിയ, എല്ലുന്തിയ ആ കവിളുകളിൽക്കൂടി മിഴിനീർ ഒലിച്ചിറങ്ങുന്നുണ്ടായിരുന്നു.

ഏഴ്

വടക്കുഭാഗത്തെ വയസ്സൻമാവ് നിന്നിരുന്ന സ്ഥലത്തെ വിടവ് നികത്തപ്പെടാതെ കിടക്കുന്നു. ഉണങ്ങിയ അതിന്റെ കുറ്റി ദുഃഖകരമായ ഒരു ഓർമ്മപോലെ നിലകൊള്ളുന്നു!

അച്ഛന്റെ അഭിലാഷം അതുമാത്രമേ സഫലമാക്കുവാൻ കഴിഞ്ഞുള്ളൂവെന്ന് തോന്നുന്നു. ഒരു വൈകുന്നേരം ഓഫീസുവിട്ടു വന്നതേയുണ്ടായിരുന്നുള്ളൂ. അമ്മായി വിളിച്ചു:

'മിനി... ഇതാ അച്ഛൻ ചോദിക്കിണു...'

ധൃതിയിൽ കടന്നുചെന്നു. സാരിപോലും മാറ്റാൻ നിൽക്കാതെ.

'എന്തേ അച്ഛാ...'

അച്ഛൻ കുറേനേരം തന്നെ ഉറ്റുനോക്കുകയുണ്ടായി.

'മോളേ... ഇനി ഞാൻ അധിക ദെവസൊന്നും ണ്ടാവില്ല... ഇത്ര കാലം പറഞ്ഞമാതിരിയൊന്നും അല്ല...'

'അച്ഛനെന്താ പറയണത്... അച്ഛനിപ്പോ ഒന്നുംല്ല്യ.'

'പിന്നെ ഒരു കാര്യം ചെയ്യണം. അച്ഛൻ മരിച്ചാൽ നമ്മടെ വടക്കോറത്തെ മാവ് മുറിപ്പിച്ചുവേണം ദഹിപ്പിക്കാൻ. പാർവ്വതിയോടും പറഞ്ഞിട്ടുണ്ട്. വേറെ ആരോടും അച്ഛനു പറയാനില്ലല്ലോ...'

പിറ്റേ ദിവസം അച്ഛൻ മരിച്ചു. പ്രത്യേകിച്ച് അസുഖമൊന്നുമുണ്ടായിരുന്നില്ല. കാലത്തു കാപ്പി കഴിഞ്ഞ് പതിവുപോലെ സംസാരിച്ചുകൊണ്ടിരുന്നു. പെട്ടെന്നൊരു തളർച്ചയുണ്ടായി. അത്രതന്നെ.

അച്ഛൻ മരിക്കുന്നതിനുമുമ്പ് എപ്പോഴും പറയുമായിരുന്നു;

'മോൾക്ക് ഒരു കുഞ്ഞുണ്ടായി കാണാൻ അച്ഛനു ഭാഗ്യണ്ടായില്ല...'

വിവാഹബന്ധം വേർപെടുത്തുവാൻ അച്ഛനു തീരെ

മനസ്സുണ്ടായിരുന്നില്ല. തന്റെ നിർബന്ധത്തിനു വഴങ്ങിയെന്നുമാത്രം. ചിലപ്പോഴൊക്കെ അച്ഛൻ സ്വയമിരുന്നു ശപിച്ചിരുന്നു.

- ഈ മകൾ എന്നും അസ്വാസ്ഥ്യം മാത്രമേ അച്ഛനു നൽകിയിരുന്നുള്ളൂ.

അച്ഛൻ മരിച്ചതറിഞ്ഞ് ജയദേവൻ വന്നിരുന്നു. മതിപ്പു കൂടിയതേയുള്ളൂ. ദിവസങ്ങളോളം മനസ്സിൽ അതായിരുന്നു; ജയദേവൻ വന്നല്ലോ!

'വാസ്വേട്ടൻ മിനിയേടത്തിയെ ഡൈവോഴ്സ് ചെയ്തുവെങ്കിലും.... എനിക്കിവിടെ വരാതിരിക്കാൻ കഴിഞ്ഞില്ല. പേപ്പറിൽ വായിച്ചാണ് അറിഞ്ഞത്. വേണ്ട സമയത്തൊന്നും വരാൻ കഴിയാത്തതിൽ സങ്കടമുണ്ട്. മിനിയേടത്തിയുടെ ദുഃഖം പങ്കിടുവാനാണ് ഞാൻ വന്നത്..' ജയദേവൻ അന്നുതന്നെ മടങ്ങിയെന്നാണോർമ്മ.

പുലകുളി അടിയന്തരത്തിന് ജയദേവനൊരു ക്ഷണമയച്ചിരുന്നു. അമ്മായിയോടുപോലും അന്വേഷിച്ചിട്ടില്ല. ഏതോ ഒരു നിമിഷത്തിൽ അങ്ങനെ തോന്നി. ജയദേവൻ വന്നില്ല. ഒരു കണക്കിൽ അതു നന്നായി. അല്ലെങ്കിൽ തെറ്റിപ്പിരിഞ്ഞ ചേട്ടന്റെ ഭാര്യവീടുമായി അനിയൻ എന്തിനു ബന്ധം പുലർത്തണം! അറുത്തുമുറിച്ചു കളഞ്ഞതാണല്ലോ എല്ലാ ബന്ധങ്ങളും. ജയദേവൻ അങ്ങനെ കരുതിയിരിക്കാം. നാളുകൾക്കു മുമ്പ് വന്ന അയാളുടെ എഴുത്തിലെ വരികൾ മനസ്സിൽ മിന്നുന്നു.

അടിയന്തിരത്തിനു വരാനൊത്തില്ല. ക്ഷമിക്കുമല്ലോ. അതിനുശേഷമെങ്കിലും വരണമെന്നുണ്ടായിരുന്നു. അവസാനമായി തോന്നിയത് ഇങ്ങനെയാണ്... തീരെ വരാതിരിക്കുക! നമ്മുടെ ഭാവിക്കതാണുത്തമമെന്നു വിശ്വസിക്കുന്നു. പ്രത്യേകിച്ച് മിനിയേടത്തിയുടെ! ഭീരുത്വമെന്ന് ആരോപിച്ചാലും തെറ്റില്ലെന്നു തോന്നുന്നു. മുമ്പത്തെ രൂപത്തിൽ എനിക്കിനി അവിടെ വരാനൊക്കില്ലല്ലോ. അല്ലെങ്കിൽ തന്നെ വേണ്ടത്ര അപകീർത്തിയുമായി കഴിയുകയാണ് ഞാൻ! ആ കാര്യത്തിൽ മാത്രം വാസുവേട്ടൻ എന്നെ പരാജയപ്പെടുത്തി.

വാസുവേട്ടന്റെ വിവാഹം കഴിഞ്ഞതറിഞ്ഞിരിക്കുമല്ലോ. വളരെ ധൃതിപെട്ട്, ഒരു തരം വാശിയോടെയായിരുന്നു വിവാഹം നടത്തിയതെന്നു തോന്നുന്നു. അന്നേദിവസം ഞാൻ സ്ഥലത്തുണ്ടായിരുന്നില്ല. ഞങ്ങൾ തമ്മിൽ രമ്യതയിലല്ലെന്നറിയാമല്ലോ. ഇനിയും ജീവിതത്തിന്റെ പ്രവാഹത്തിൽ, നമുക്കെവിടെവെച്ചെങ്കിലും കണ്ടുമുട്ടാനാവുമെന്നു വിശ്വസിക്കുക....

ഇനിയൊരിക്കലും കണ്ടുമുട്ടാതിരിക്കട്ടെ!

എല്ലാം വ്യാമോഹങ്ങളായിരുന്നു. വ്യർത്ഥമായ സ്വപ്നങ്ങൾ! ചപലമായ പ്രതീക്ഷകൾ!

ജയദേവനിൽനിന്നു ഇങ്ങനെയൊരെഴുത്തു പ്രതീക്ഷിച്ചതല്ല. മനുഷ്യഹൃദയങ്ങളുടെ അഗാധതയിൽ പോലും മുങ്ങിത്തപ്പുന്ന ഒരു എഴുത്തുകാരൻ ഇത്രയും മയമില്ലാതെ, നിഷ്ഠൂരമായി കുത്തികുറിക്കുമെന്നു ആരു നിനക്കും. ഈ ഹൃദയത്തിന്റെ സ്പന്ദമുൾക്കൊള്ളുന്ന വികാരം മനസ്സിലാക്കുന്നതിൽ ജയദേവൻ എന്ന സാഹിത്യകാരൻ പരാജയപ്പെട്ടതാണോ..എങ്കിൽ ജയദേവനെന്ന കേവലമനുഷ്യനെവിടെ...?

പുരുഷന്മാരെല്ലാവരും ശിലാഹൃദയരാണ്. ആരാണങ്ങനെ പറഞ്ഞത്! രാജിയോ, എമിലിതോമസ്സോ... ഓർമ്മയില്ല. അതിന്റെ അർത്ഥം തനിക്കിപ്പോൾ ബോധ്യമാവുന്നു! എന്നത്തേക്കാളുമുപരി.

ഒരു കുഞ്ഞുണ്ടായിരുന്നുവെങ്കിൽ ജീവിതത്തിൽ ഇത്രയേറെ ഏകാന്തതാബോധം അനുഭവപ്പെടില്ലായിരുന്നു. മറിച്ച്, അതൊരു ഭാരമായി തീർന്നിരുന്നുവെങ്കിലോ? സംഭവിച്ചതു രണ്ടുമല്ലല്ലോ!

- ഇനിയൊരിക്കലും, ഒരു ഭാര്യയാവില്ല. ഒരമ്മയും....!

വളരെ നാളുകളോളം ആത്മഹത്യയെക്കുറിച്ചു ചിന്തിച്ചു നടന്നു. ഒരു രാത്രിയിൽ ആത്മഹത്യക്കു മുതിർന്നതുമാണ്...!

സമസ്ത വേദനകളും ഇവിടെ അവസാനിക്കുന്നു എന്ന ഭാവേന, സാരിയിൽ തീർത്ത കുരിക്കിലേക്കു നോക്കി നിമിഷങ്ങളോളം നിന്നു.

പെട്ടെന്നൊരു രൂപം മുന്നിൽ! ശ്മശ്രുക്കൾ നിറഞ്ഞ ഇരുണ്ട വദനം.

ഗോവിന്ദൻകുട്ടി!

വിയർപ്പിൽ കുതിർന്ന് ജാക്കറ്റ് മേനിയിലൊട്ടിപ്പിടിച്ചു. ഗോവിന്ദൻകുട്ടി തന്റെ നേരെ നോക്കി ചിരിച്ചു. മ്ലാനമായ ചിരി. കരയുകയാണെന്നേ തോന്നൂ. അസ്പഷ്ടമായ സ്വരം:

'മിനിയും ആത്മഹത്യക്കൊരുമ്പെടുകയാണോ. മോഹഭംഗങ്ങളുടെ വേദന ഇപ്പോൾ മിനിക്കു മനസ്സിലായോ.

ഞാനെന്തിനാണ് ആത്മഹത്യ ചെയ്തതെന്നറിയാമോ. വേണ്ട മിനിയോട് ഞാനതു പറയുന്നില്ല. എന്തായാലും മിനി ആത്മഹത്യ ചെയ്യരുത്...

അതുകൊണ്ടാർക്കും ഗുണമില്ല.'

അവസാനത്തിലെത്തിയപ്പോൾ വാക്കുകൾ ദൃഢതരമായിരുന്നു. ഗോവിന്ദൻകുട്ടി തിരിഞ്ഞു നോക്കാതെ കടന്നുപോയി. കോവണി

ശബ്ദിക്കുന്നതുപോലെ കേൾക്കുകയുണ്ടായി!

അന്നു തനിക്കുറങ്ങാൻ കഴിഞ്ഞില്ല. വളരെ മുമ്പെന്നപോലെ അമ്മായിയെ കെട്ടിപ്പിടിച്ചു കിടന്നു.

സുമംഗലയുടെ വീട്ടിൽ നിന്നു ട്രാൻസിസ്റ്റർ പാടുന്നതു കേൾക്കാം. ഇഴഞ്ഞിഴഞ്ഞു വരുന്ന വിഷാദമധുരമായ ഒരു ഗാനത്തിൽ മനസ്സു ലീനമായി.

യാത്രക്കാരി...

ഏകാന്തയാത്രക്കാരി...

ഒരു നിമിഷം നിൽക്കു...

നീ...ആരാണെന്നോ എവിടെനിന്നു വരുന്നവളെന്നോ അറിയാതെ തന്നെ ഞാൻ നിന്നോടൊത്തു ചേരാനഭിലഷിക്കുന്നു.

നമുക്കു യാത്ര തുടരാം...

എവിടേക്ക്... അനന്തതയോളം...

ഞാൻ നിസ്വനായ ഒരു യാത്രക്കാരൻ... യാത്രക്കാരി, ഏകാന്തയാത്രക്കാരി...

ഒരു നിമിഷം ആ യാത്രക്കാരി തിരിഞ്ഞു നിൽക്കുകയുണ്ടാവില്ല. യാത്ര തുടങ്ങിയപ്പോൾ അവൾ ഏകയായിരുന്നിരിക്കില്ലല്ലോ! സഹയാത്രികർ വഴിപ്പന്തലുകളിലെ, ശീതളച്ഛായയിൽ തങ്ങിനിന്നിരിക്കാം! നിഷ്ഠുരരും സ്വാർത്ഥികളുമായ സഹയാത്രികർ അവളെ കൈവിട്ടതാവാം. ആ ഏകാന്തപഥിക ഒരിക്കലും തിരിഞ്ഞുനിൽക്കുകയുണ്ടാവില്ല. തിക്താനുഭവങ്ങൾ അവളെ മുന്നോട്ടു നയിക്കുകയേയുണ്ടാവൂ. സങ്കടമടക്കിനിറുത്തി അവൾ യാത്ര തുടരുന്നു.... കാലിടറി വീഴുന്നതുവരെ....!

ആ ഏകാന്തപഥിക താൻ തന്നെയല്ലേ! മിനി സാരി തലപ്പെടുത്ത് കണ്ണുതുടച്ചു.

തടവറകൾ

തടവറകളിലെ മനുഷ്യർ

എരുമേലി പരമേശ്വരൻ പിള്ള

വളരെ കുറച്ചേ എഴുതിയിട്ടുള്ളു. ഒരു നോവലും കുറച്ചു കഥകളും-തടവറകൾ, ഏതോ ഒരാൾ. തന്റെ സർഗാത്മകസിദ്ധികൾ ഒരു പിശുക്കനെപ്പോലെ എവിടെയോ ഒളിച്ചുവെക്കുക, ബാഹ്യസമ്മർദം അതിരൂക്ഷമാകുമ്പോൾ സൂക്ഷ്മതയോടെയും അതേ സമയം നേരിയ സങ്കോചത്തോടെയും ഒരിതൾമാത്രം വെളിച്ചത്തിലേക്ക് മുഖംതിരിച്ചു നിറുത്തുക. ഇതാണ് സിദ്ധാർത്ഥൻ പരുത്തിക്കാടിന്റെ സൃഷ്ടിപരമായ സ്വഭാവം. വെളിച്ചത്തിലേക്ക് മുഖം കാണിച്ച് നിൽക്കുന്ന ആ ഒരൊറ്റ ഇതളിലാകട്ടെ, ജീവിതത്തിന്റെ തനിമ, അതിന്റെ സമസ്ത ഭാവസൗകുമാര്യത്തോട്ടുകൂടി ഉൾച്ചേർന്നിരിക്കുകയും ചെയ്യുന്നു. ഈ രചനകളിൽ നവീനമായ ഒരവബോധത്തിന്റെ നക്ഷത്രത്തിളക്കം ദൃശ്യമാകുന്നുണ്ട്.

എല്ലാ നല്ല എഴുത്തുകാരും താൻ പിറന്നുവീണ മണ്ണിൽനിന്നും വൈകാരികമായി അകന്നുനിൽക്കാൻ വിസമ്മതിക്കുന്നു. ഇത് തികച്ചും സ്വാഭാവികമായ ഒരു മാനസിക പ്രേരണയാണ്. താൻ പിച്ചവെച്ച് വളർന്ന പരിസരത്തിന്റെ ചലനാത്മകമായ അന്തരീക്ഷം സർഗധനനായ ഏത് എഴുത്തുകാരന്റേയും അമൂല്യസമ്പത്തത്രേ. ഈ വിലപ്പെട്ട സമ്പത്ത്, സർഗ സൃഷ്ടിയിലേർപ്പെട്ടിരിക്കുന്ന ധന്യമുഹൂർത്തങ്ങളിൽ എഴുത്തുകാരന്റെ ബോധമണ്ഡലത്തെ പ്രകാശമാനമാക്കുന്നു. ഗ്രാമാന്തരീക്ഷത്തിലാണ് ഈ ഭാവം അതിന്റെ പൂർണതയിൽ കാണാൻ കഴിയുന്നത്. വാസ്തവത്തിൽ എഴുത്തുകാരന്റെ സൃഷ്ടിപരമായ വ്യക്തിസത്തയുടെ അടിത്തറതന്നെ ഇതാകുന്നു. സിദ്ധാർത്ഥൻ പരുത്തിക്കാടിന്റെ ഏത് കഥയിലും തന്റെ ബാലസഹജമായ കൗതുകത്തെ ഉണർത്തിവിട്ടുകയും കൗമാരത്തെ വികാരസാന്ദ്രമാക്കുകയും ചെയ്ത ഗ്രാമത്തിന്റെ ഉൾത്തുടിപ്പുകളും ശാലീനതയും അനിവാര്യഘടകമെന്ന നിലയിൽ പ്രതിഫലിച്ചിരിക്കുന്നതായി കാണാം. മാനവസമൂഹത്തെ

ഒന്നായി സ്നേഹിക്കേണ്ട എഴുത്തുകാരന്റെ മനസ്സ് സങ്കുചിതമായിത്തീരുന്നു എന്ന വിമർശനം ഇവിടെ പ്രസക്തമല്ല. വിശ്വമാനവികതയുടെ ഒരു നറുംചെപ്പ് തന്റെ അനുഭവലോകത്തിൽനിന്ന് വേർതിരിച്ചെടുത്ത്, സഹൃദയസമക്ഷം സമർപ്പിക്കുക എന്ന എഴുത്തുകാരന്റെ മൗലികധർമ്മം ഇവിടെ യാഥാർത്ഥ്യമാകുന്നു.

എഴുത്തുകാരന്റെ പ്രതിബദ്ധത ഏറെ വിമർശനവിധേയമായിക്കൊണ്ടിരിക്കുന്നു. ആരോടായിരിക്കണം അഥവാ എന്തിനോടായിരിക്കണം പ്രതിബദ്ധത എന്ന കാര്യത്തിലേ, ഇപ്പോൾ തർക്കമുള്ളു. ഏതെഴുത്തുകാരനും ഒരു വിധത്തിലല്ലെങ്കിൽ മറ്റൊരു വിധത്തിൽ പ്രതിബദ്ധനാണെന്ന വസ്തുത, വൈകിയെങ്കിലും എതിർകക്ഷിക്കാർ അംഗീകരിച്ചിരിക്കുന്നു. ഈ പ്രതിബദ്ധത ചില പുതിയ എഴുത്തുകാരെ സംബന്ധിച്ചെങ്കിലും ഒരു ഭാരമാണെന്ന അഭിപ്രായം നിരാകരിക്കാനാവില്ല. കലയും സാഹിത്യവും ആശയ പ്രചാരണ മാധ്യമങ്ങളാണ്. പക്ഷേ അവയെ കേവലം വസ്തുതാകഥനങ്ങളാക്കിമാത്രം അവതരിപ്പിക്കുമ്പോൾ, കലയുടേതായ ഔന്നത്യവും സംവേദനക്ഷമതയും നഷ്ടമാകുന്നു. പുരോഗമനവാദിയും വിപ്ലവകാരിയും ആയ സാഹിത്യകാരൻ ഇക്കാര്യംകൂടി മനസ്സിലാക്കേണ്ടതുണ്ട്. സിദ്ധാർത്ഥൻ പരുത്തിക്കാടിന് സമൂഹത്തിൽനിന്ന് വ്യതിരിക്തമായ ഒരു ജീവിതത്തെക്കുറിച്ച് സങ്കല്പിക്കാനാവില്ല. സാമൂഹികജീവിതമാണ് തന്റെ സാഹിത്യസൃഷ്ടികൾക്ക് പ്രേരകമായ ഭൗതിക പശ്ചാത്തലമെന്നും സമഷ്ടിബോധത്തിൽ നിന്ന് ഊറിത്തെളിഞ്ഞുവന്ന മാനസിക ഭാവങ്ങളാണ് തന്റെ പ്രതിഭയുടെ ശക്തിദായക ഘടകമെന്നും സിദ്ധാർത്ഥന് അറിയാം. അതുകൊണ്ടത്രേ ഫ്യൂഡലിസത്തിന്റെ സൃഷ്ടികളായ മനുഷ്യരെ അവതരിപ്പിക്കുമ്പോൾ പോലും അവരെ അതാക്കി തീർത്ത സാമൂഹിക പശ്ചാത്തലത്തെ ചരിത്രാവബോധത്തോടെ അനാവരണം ചെയ്യുന്നത്. ശില്പപരമായി, കാല്പനികതയുടെ നീരോട്ടമാണ് സിദ്ധാർത്ഥന്റെ കൃതികളിൽ പ്രത്യക്ഷമാകുന്നത്. പക്ഷേ ഈ കാല്പനികതയെ മൂർത്തമായ ആധുനികശൈലിയിലേക്ക് സംക്രമിപ്പിക്കുന്നിടത്താണ് ഈ എഴുത്തുകാരന്റെ ഭാഷാചാരുത വെളിവാകുന്നത്. വാക്കുകളെ അഗ്നിജ്വാലയാക്കാനല്ല, വികാരങ്ങളുടെയും അനുഭൂതികളുടെയും ചന്ദ്രികച്ചാറാക്കാനാണ് പരുത്തിക്കാടിന് ഏറെ ഇഷ്ടമെന്നു തോന്നുന്നു. ബുദ്ധിയുമായല്ല ഹൃദയവുമായാണ് അദ്ദേഹത്തിന്റെ ഭാഷയ്ക്ക് ബന്ധം.

മാലിനി എന്ന പെൺകുട്ടിയുടെ അസ്വസ്ഥ ജീവിതത്തിലൂടെ സാഫല്യമടയാനിടയില്ലാത്ത, സ്വപ്നങ്ങൾ നരച്ചുകിടക്കുന്ന തടവറകൾ അനാവരണം ചെയ്യുന്ന നോവൽ- തടവറകൾ-പരുത്തിക്കാടിന്റെ സർഗ്ഗാത്മക കഴിവിന്റെ നിർദർശനമാകുന്നു. തനിക്ക് നിത്യപരിചിതമായ

ഗ്രാമത്തിന്റെ തുടിപ്പുകളാണിവിടെ നോവലിസ്റ്റിന്റെ അസംസ്കൃതവിഭവം. ഈ തുടിപ്പുകളെ അവയ്ക്ക് പ്രേരകമായ മനുഷ്യജീവിതത്തിന്റെ താളവും ശ്രുതിയും വേദനയുമായി വിന്യസിച്ചെടുക്കുന്നിടത്താണ് നോവലിസ്റ്റിന്റെ അവബോധവും മാനവികമായ ഉൾക്കാഴ്ചയും നാം ദർശിക്കുന്നത്. ഹൃദയത്തിൽ എവിടെയോ ഒരു മധുരവികാരമായി സൂക്ഷിക്കുന്ന പ്രേമബന്ധത്തെ താലോലിച്ച് ജീവിക്കുന്ന മാലിനി ഗ്രാമജീവിതത്തിന്റെ പരിച്ഛേദമാണ്.

അപ്പുണ്ണിമ്മാമ പ്രതിനിധീകരിക്കുന്ന ഫ്യൂഡൽ സംസ്കാരം, ഏറ്റുവാങ്ങാൻ പുതിയ തലമുറയിൽ ഒരാളുണ്ടായി, ഗംഗാധരൻ. ഈ സംസ്കാരം സൃഷ്ടിക്കുന്ന നിശ്ചലതയുടെയും സാമൂഹിക ജീർണ്ണതയുടെയും ബലിയാടായിത്തീരുന്ന മാലിനി. മാതാപിതാക്കൾക്കുപോലും അവളെ രക്ഷിക്കാൻ സാധിക്കുന്നില്ല. ഉള്ളിൽ എരിഞ്ഞുനിൽക്കുന്ന അഗ്നിപർവതത്തിന്റെ ചൂട് പുറമെ കാണിക്കാതെ ഏത് പ്രതികൂല സാഹചര്യത്തെയും സമചിത്തതയോടെ നേരിടാനുള്ള മാലിനിയുടെ മാനസികദാർഢ്യം സ്വാഭാവിക സംഭവങ്ങളുമായി ബന്ധപ്പെടുത്തി നോവലിസ്റ്റ് ആവിഷ്കരിക്കുന്നുണ്ട്. തന്റെ ഹൃദയത്തിൽ സ്വന്തം ജ്യേഷ്ഠത്തിയുടെ ഭർത്താവ് രാജനാണ് കുടിയിരിക്കുന്നതെന്ന വസ്തുത നിലനിൽക്കെത്തന്നെ മാലിനി പുലർത്തുന്ന ആത്മസംയമനം സ്ത്രീത്വത്തിന്റെ മഹത്വം വിളിച്ചറിയിക്കുന്നു. ലോലഹൃദയയായ ഒരു പെൺകുട്ടി സഹിക്കാവുന്നതിലേറെ മാലിനി സഹിച്ചു. സാമൂഹികവും ഗാർഹികവുമായ ആഘാതങ്ങളാണ് അവളുടെ മനസ്സിന്റെ സമനില തെറ്റിച്ചത്. ഈ മ്ലാനത വ്യക്തി ദുരന്തത്തിലേക്കും,അതിലൂടെ സാമൂഹിക യാഥാർത്ഥ്യങ്ങളിലേക്കും വിരൽ ചൂണ്ടുന്നു. കാരണം സാഹചര്യമാണല്ലോ വ്യക്തിയെ ഉണർത്തുന്നതും തളർത്തുന്നതും.

തനിക്ക് തികച്ചും പരിചിതമായ മേഖലകളിലാണ് സിദ്ധാർത്ഥൻ തന്റെ സർഗചേതന വ്യാപരിപ്പിക്കുന്നത്. അതുകൊണ്ട് ആ രചനകൾക്ക് മിതത്വവും ശക്തിയും അനുഭൂതിതീവ്രതയും ലഭിക്കുന്നു. ഈ എഴുത്തുകാരന്റെ ചിന്താമണ്ഡലത്തിൽ, നാളെയെക്കുറിച്ച് തെളിച്ചമുള്ള പ്രതീക്ഷ ഉണർന്നുകിടക്കുന്നു. ഈ ഉണർവിനെ തളർത്താൻ, ബാല്യതലത്തിൽ അടിച്ചുയരുന്ന സാമൂഹിക ജീർണതകളോട്, മാനവികതയുടെ പ്രചാരകനായ ഒരെഴുത്തുകാരൻ പ്രതികരിക്കേണ്ടതെങ്ങനെയെന്നും സിദ്ധാർത്ഥന് അറിയാം. ഈ പ്രതികരണബോധം ഉണ്ടാക്കുന്ന അന്തഃസംഘർഷത്തിന്റെ ആവിഷ്കരണമാണ് ഈ സാഹിത്യകാരന്റെ രചനകൾ.

10.4.1973

ഒന്ന്

വിജനമായ കുളക്കടവ്. വഴുക്കലുള്ള കൽപ്പടവിൽ പെരുവിരലമർത്തി നിന്നു. തെളിഞ്ഞ വെള്ളത്തിൽ പുളഞ്ഞുകളിക്കുന്ന മത്സ്യങ്ങൾ. അവൾക്ക് കൗതുകം തോന്നി. നേർത്ത തണുപ്പുള്ള, സുഖകരമായ കാറ്റു വീശുന്നുണ്ടായിരുന്നു.

സോപ്പുപെട്ടി കൽപ്പടവിൽ വെച്ചു. സാരിയഴിച്ച മാറ്റാതെ മുട്ടുവരെ വെള്ളത്തിലിറങ്ങിനിന്നു. കാലിനിടയിൽ മത്സ്യങ്ങൾ വന്നു ഇക്കിളിയിട്ടു. ഉള്ളിൽ കുസൃതിയുടെ നുര. ഞൊടിയിടയിൽ കാലുകൾ ചലിപ്പിച്ചു. കൊച്ചുമത്സ്യങ്ങൾ ഭീതിയോടെ തുഴഞ്ഞുനീങ്ങി. കുമിളകൾ പൊങ്ങി.

സാരി മാറ്റി തോർത്തുടുത്തു. അപ്പോൾ അവൾ വെറുതെയൊന്നു ചുറ്റും കണ്ണോടിച്ചു. കുളത്തിലേക്ക് ചാഞ്ഞുകിടക്കുന്ന പേരക്കാമരത്തിൽ കിഴവൻ മൊച്ച. അവൾക്ക് ചിരി വന്നു. വയസ്സൻ നോക്കിയിരിക്കയാണ്.

ഇന്ന് സ്വല്പം നേരത്തെയാണോ? അത് നന്നായി. വേഗത്തിൽ കുളിച്ചുകയറാം. ശ്രീദേവി വാരസ്യാരോ, പാറുവമ്മയോ എത്തുന്നതിനു മുമ്പേ രക്ഷപ്പെടണം. ഒരു നൂറുകൂട്ടം ചോദ്യങ്ങളുണ്ടാവും. എല്ലാറ്റിനും ക്ഷമയോടെ ഉത്തരം പറയണമല്ലോ. പാറുവമ്മയ്ക്ക് ചോദ്യം മാത്രമല്ല. തുറിച്ച കണ്ണുകൾകൊണ്ട് ദേഹത്തിലൊക്കെ കുത്തിനോവിക്കും. എന്താണിത്ര നോക്കാനുള്ളത് ആവോ! നാവടക്കിവെക്കാറാണ്. എന്നെങ്കിലുമൊരിക്കൽ പറഞ്ഞുപോവും:

'എന്താത്ര നോക്കാൻ. ഞാനൊരു പെണ്ണല്ലാന്നുണ്ടോ...'

പക്ഷേ അതിന്റെ ഫലവും അനുഭവിക്കേണ്ടിവരും. എന്തെങ്കിലും അപവാദം പറഞ്ഞുണ്ടാക്കും.

'നല്ലൊരു തറവാട്ടിലെ കുട്ടി. ഇങ്ങനെയായല്ലോ. ഞാൻ ന്റെ കണ്ണോണ്ടു കണ്ടതാ കൂട്ടരേ...'

ആരെങ്കിലും തലകുലുക്കാനുണ്ടാവാതെ വരില്ല. അമ്പലക്കുളത്തിൽ

അങ്ങനെ സംഭവിക്കുമോ!

കരയ്ക്കുകയറി കുളപ്പുരയുടെ ജീർണ്ണിച്ച വാതില്ക്കലേക്കു വെറുതെയൊന്നു നോക്കി. നനഞ്ഞ ജാക്കറ്റിന്റെ ബട്ടൺ ഇടുന്നതിനിടക്ക് കേട്ടു.

'മാലിനിയുടെ കുളി കഴിഞ്ഞ്വോ?'

തിടുക്കത്തിൽ തലയുയർത്തി. എണ്ണയൊലിക്കുന്ന ഈ മുഖം ആരുടേതാണ്? ഒരു നിമിഷം ഓർമ്മയിൽ പരതി. അത്ഭുതം തോന്നി. വാരിയത്തെ രതി. ആകെ മിനുത്തു കൊഴുത്തിരിക്കുന്നു! അരിവാളുപോലുള്ള പെണ്ണായിരുന്നു. ഉദ്യോഗസ്ഥയായാൽ ഇത്രയും മാറ്റം വരുമോ! രതിയെക്കുറിച്ചു അമ്പലക്കുളത്തിൽവെച്ച് പലപ്പോഴും കേൾക്കാറുള്ള കഥകൾ....

'ഓ... രതി എന്നുവന്നു? ഉദ്യോഗം കിട്ടിയപ്പോഴേക്കും ആളാകെ മാറിപ്പോയല്ലൊ.'

'മാലിനി കളിയാക്കരുതുട്ട്വോ, കുട്ടിയെപ്പോലെ വല്യവീട്ടിൽ ജനിച്ചില്ല. അല്ലെങ്കിൽ ആരെങ്കിലും ഈ ഉദ്യോഗത്തിന് പോവ്വോ?'

രതി ചിരിച്ചുകൊണ്ടാണ് പറഞ്ഞത്. എങ്കിലും മിഴികളിൽ വെളിച്ചം മങ്ങിയത് മാലിനി ശ്രദ്ധിച്ചു. വിഷമം തോന്നി.

'ഞാൻ മറ്റൊന്നും കരുതി പറഞ്ഞതല്ല ട്ട്വോ...'

മാലിനി ഈറൻമുടിയിൽ വിരലോടിച്ചുകൊണ്ടുനിന്നു. രതി കുളത്തിലേക്കിറങ്ങി. ഒന്നരയുടെ മീതെ തോർത്തുമുണ്ട്. കുട്ട്യേടത്തിയെക്കുറിച്ചോർത്തു. വിവാഹത്തിനുശേഷം കുട്ട്യേടത്തി ഒന്നരയുടുക്കാറില്ല. രാജേട്ടൻ പറഞ്ഞത്രേ:

'എന്തിനാണ് അമ്മിണി ഈ കെട്ടിമുറുക്കലൊക്കെ, ഇത് സ്വല്പം കുടുപ്പം തന്നെയാണേ...'

പിന്നെയും എന്തെല്ലാമോ പറഞ്ഞു കളിയാക്കിയത്രേ.

രാജേട്ടൻ അങ്ങനെയാണ്. മുഖംമൂടിയില്ലാത്ത പെരുമാറ്റം. എതിർക്കുന്നവരെപ്പോലും വശത്താക്കുന്ന നയചാതുര്യം.

'മാലിനി പിന്നെന്തെല്ലാമുണ്ട് വർത്തമാനങ്ങൾ? അമ്മിണിയുടെ എഴുത്തുണ്ടാവാറില്ലേ? ബോംബെക്ക് പോയതിനുശേഷം വന്നിട്ടില്ലല്ലോ...'

'കുട്ട്യേടത്തി മിക്കവാറും ഇന്നെത്തും. പുറപ്പെടുന്നു എന്ന് ടെലിഗ്രാം ഉണ്ടായിരുന്നു. പ്രസവത്തിന് വര്വാണ്...'

'ഉവ്വോ? നല്ലകാര്യം.

രതി മുണ്ടിൽ സോപ്പ തേച്ചുകൊണ്ടിരുന്നു. വെളുത്തുകൊഴുത്ത കൈത്തണ്ടയിലെ നീലിച്ച നേർത്ത രോമാവലിയിൽ വെൺനുര ചിതറിവീഴുന്നു.

'വീട്ടിലങ്ങിനെ കഴിയുന്നു അല്ലേ? കല്യാണാലോചനകളൊന്നും...'

മാലിനി പെട്ടെന്നെന്തെങ്കിലും പറയാൻ വിഷമിച്ചു.'

'അടുക്കളയിലങ്ങനെ കൂടുന്നു...'

തെല്ലുകഴിഞ്ഞാണുരിയാടിയത്. ഉള്ളിൽ നിനച്ചു:

കുട്ട്യേടത്തിയെക്കാൾ പ്രായമുള്ള രതി ഇന്നും അവിവാഹിതയാണ്. എന്നിട്ടും അവൾ മറ്റുള്ളവരെപ്പോലെ ആ ചോദ്യമെറിഞ്ഞിരിക്കുന്നു! ഉദ്യോഗമുള്ളവർക്ക് വിവാഹം വേണമെന്നില്ലായിരിക്കാം. അല്ലെങ്കിൽ ജോലിയില്ലാത്ത പെൺകിടാങ്ങൾ താമസിയാതെ വിവാഹിതരാവണമെന്നായിരിക്കുമോ? വേണമെങ്കിൽ തെല്ല് പരിഹാസം കലർത്തി തനിക്ക് മറുചോദ്യം ചോദിക്കാം. അവളെ മുറിപ്പെടുത്തുവാൻ പറ്റിയ ആയുധം തന്റെ പക്കലുണ്ട്.

എന്തിന്?

മനസ്സിലൊന്നും നിക്ഷേപിച്ചുകൊണ്ടായിരിക്കില്ല അങ്ങനെ ചോദിച്ചത്. വ്രണപ്പെടുത്തുക എളുപ്പമാണ്. അതുകൊണ്ടാർക്കെന്തു ലാഭം!

'രതി ഞാൻ വരട്ടെ. എന്നുപോവും.'

'രണ്ടീസം കഴിഞ്ഞേ പോവൂ. അമ്മിണിയോട് അന്വേഷണം പറയണേ...'

'ഓ...'

മാലിനി കുമ്പിട്ടു സോപ്പുപെട്ടിയെടുത്തു. നനഞ്ഞ തോർത്തുമുണ്ട് ഇടത്തെ കൈത്തണ്ടയിലിട്ടു. കുളപ്പുരയുടെ വാതിൽ കടക്കവേ, തിരിഞ്ഞുനോക്കി. രതി തിടുക്കത്തിൽ ജാക്കറ്റഴിക്കുന്നു.

പുരുഷന്മാരുടെ കുളക്കടവിൽനിന്ന് ശബ്ദമുയർന്നുതുടങ്ങിയിരിക്കുന്നു. മാലിനി മെല്ലെയൊന്ന് ഒളിഞ്ഞു നോക്കി. അണ്ടർവെയറുടുത്ത, വെളുത്തു തടിച്ച ചെറുപ്പക്കാരൻ തിരിഞ്ഞുനിന്നു സോപ്പ തേയ്ക്കുന്നു. ആരെല്ലാമോ വെള്ളത്തിൽ കുത്താടുന്നു. തീ പൊള്ളിയതുപോലെ, ഉടൻ തലതിരിച്ചു. ഒന്നുകൂടി നോക്കണമെന്നുണ്ടായിരുന്നു. എങ്കിലും നോക്കിയില്ല.

അഗ്രം ഇടിഞ്ഞുതുടങ്ങിയ പടവുകൾ, ചതവേറ്റു മരവിച്ച മനസ്സുപോലെ. നേർത്ത കിതപ്പനുഭവപ്പെടുന്നുണ്ടോ.....

കടൽക്കരയിലെ ഹൈസ്കൂളിലേക്ക് പോയിരുന്നത് ഈ വഴിക്കായിരുന്നു. ദിവസത്തിൽ രണ്ടുനേരമായി ഈ കൽപ്പടവുകൾ കയറിയിറങ്ങും. അന്നൊരിക്കലും ഇത് ആയാസകരമായി തോന്നിയിരുന്നില്ല. ഒരു പറ്റം കുട്ടികളുണ്ടാവും, ആൺകുട്ടികളും പെൺകുട്ടികളുമായി. കട്ടിയുള്ള നീല പാവാടയും, മഞ്ഞ ജാക്കറ്റും ധരിച്ച്, ബഹളം വെച്ച് കടന്നുപോവുന്ന പെൺകുട്ടികൾ. മാസത്തിൽ രണ്ടുമൂന്നു ദിവസം അമ്പലമുറ്റത്തു കൂടെയുള്ള യാത്ര മുടക്കും. പകരം കുന്നിന്റെ താഴ്വരയിലൂടെയുള്ള വളഞ്ഞ വഴിക്കേ പോവൂ. അതെന്തിനായിരുന്നുവെന്ന് അറിയാമായിരുന്നിട്ടും, കുട്ട്യേടത്തിയോട് ഒരിക്കൽ ചോദിച്ചു:

'കുട്ട്യേടത്തി ഇന്നെന്താ അമ്പലപടിക്കലൂടെ പോയാൽ....'

കുട്ട്യേടത്തി തന്റെ നേരെ നോക്കി കൊഞ്ഞനെ കുത്തി.

'പോടി കിന്നാരം ചോദിക്കാതെ...'

ഉള്ളിൽ ചിരിയുതിർന്നുവെങ്കിലും, മുഖം വീർപ്പിച്ചുനടന്നു. അക്കാലത്ത് മുത്തശ്ശിയുണ്ടായിരുന്നു. വല്ല സംശയവും തോന്നിയാൽ പറയുകയായി:

'അയിത്തോം ശുത്തോം ല്ല്യാത്ത കാലാന്റെ കുട്ട്യേളെ... അമ്പലപടിക്കലൂടൊന്നും പൂവ്വരുതുട്ട്യോ.'

കുട്ട്യേടത്തി പത്താംതരം പാസ്സായ വർഷത്തിലാണ് മുത്തശ്ശി മരിച്ചത്. ചാറൽ മഴ പൊടിഞ്ഞുകൊണ്ടിരുന്ന ഒരു നനഞ്ഞ പ്രഭാതത്തിൽ.

അമ്പലനടക്കൽ ചെന്ന് കണ്ണടച്ചു. കൈകൂപ്പി. എന്നത്തേയും പോലെ മനസ്സ് ശൂന്യം. എന്താണ് പ്രാർത്ഥിക്കേണ്ടത്! കുറേശ്ശെയായി മനസ്സിലെ വിശ്വാസം ചോർന്നുപോവുകയാണോ!

അമ്പലക്കുളത്തിൽനിന്ന് കുളിക്കുന്നു. അമ്പലനടക്കലെ ദേവന്റെ മുമ്പിൽ പ്രണമിക്കുന്നു. ഈ ആവർത്തനത്തിൽ വിരസതയനുഭവപ്പെട്ടുന്നുണ്ട്. തീർച്ച.

ഇന്ന് ശാന്തിക്കാരൻ ഉണ്ണിനമ്പൂതിരിയാണല്ലോ.

കോളേജിൽ പഠിക്കുന്ന ഉണ്ണിനമ്പൂതിരിക്ക് പൂജാകർമ്മങ്ങളുമറിയുമായിരിക്കും.

പ്രസാദം വാങ്ങിയപ്പോൾ ഉണ്ണിനമ്പൂരി ചിരിച്ചു. ചാട്ടുളിപോലെ, മൂർച്ചയുള്ള ഉണ്ണിനമ്പൂരിയുടെ മിഴികളേൽക്കെ, പകരം ചിരിക്കുവാൻ പ്രയാസപ്പെട്ടു. തിരിഞ്ഞുനടന്നു. അപ്പോൾ ഉണ്ണിനമ്പൂരിയെന്തോ അമർത്തിപ്പറഞ്ഞതുകേട്ടു. വ്യക്തമായില്ല, ശ്രദ്ധിക്കാമായിരുന്നു.

എന്തെല്ലാമോ പിറുപിറുത്തുകൊണ്ട് പ്രദക്ഷിണംവെക്കുന്ന

ക്കുനിത്തള്ളയെക്കണ്ടു. കരിങ്കൽഭിത്തിയിൽ ഭക്തവൃന്ദങ്ങളുടെ കനിവു കാത്തിരിക്കുന്ന മൊച്ചയേയും കുഞ്ഞിനേയും കണ്ടു.

കുന്നിന്റെ ഉച്ചിയിലെത്തവേ ആശ്വാസം തോന്നി. ഇളവെയിൽ പരക്കുന്നു, താഴ്‌വരയിലെ തെങ്ങിൻ തോപ്പുകളിലും പച്ച വിരിയിട്ട വയലുകളിലും വെയിൽനാളങ്ങൾ രസം പൂശിത്തുടങ്ങിയിരുന്നില്ല. അകലെ, പടിഞ്ഞാറ് സാഗരനീലിമയിൽ വിലയം പ്രാപിക്കുന്ന പുഴ. പുഴയുടെ മാറിൽ കൈകളൂന്നി, നിവർന്നുകിടക്കുന്ന റെയിൽവേപ്പാലം. നിമിഷങ്ങളോളം നോക്കിനിന്നു. എന്നും കാണുന്ന, പുതുമ നഷ്ടപ്പെടാത്ത കാഴ്ച.

മെല്ലെ നടന്നു. ഈറൻസാരി കാലിലടിച്ച് ശബ്ദമുണ്ടാക്കി. ഒരുതരം താളത്തിൽ. ആ താളം ഉള്ളിൽ കൗതുകമുണർത്തവേ വർഷങ്ങൾ തന്നിൽനിന്ന് കൊഴിഞ്ഞുവീഴുകയാണെന്നു തോന്നി.

കുട്ട്യേടത്തിയും രാജേട്ടനുമെത്തിയിരിക്കുമോ? രാജേട്ടന്റെ വെളുത്ത മുഖം വസൂരിക്കലകൾ വീണു വികൃതമായിരിക്കുമോ? സാരമില്ലാത്തതാണ് എന്നെഴുതിയിരുന്നുവെങ്കിലും. കുട്ട്യേടത്തിയുടെ വീർത്തുന്തിയ വയറു കാണാൻ ചന്തമുണ്ടായിരിക്കും. വിളറിവെളുത്ത മുഖത്ത് ഒരു പ്രത്യേക ഗൗരവം ഒളിഞ്ഞിരിക്കുന്നുണ്ടാവും. കുട്ട്യേടത്തിയെ കാണാനുള്ള മോഹം ഉള്ളിൽ നിറഞ്ഞുനിൽക്കുന്നു.

പടിപ്പുരയിലെ വാതിൽ തുറക്കവെ ചിതലടർന്നു വീണു. നാശം! തലയിൽവീണ ചിതൽത്തരികൾ തട്ടിക്കളഞ്ഞു. അച്ഛൻ പൂമുഖത്തിരുന്നു പത്രം വായിക്കുന്നുണ്ടായിരുന്നു.

നടപ്പുരയിലൂടെ അകത്തളത്തിലേക്ക് കടന്നു.

'നീ എപ്പൊപ്പോയതാടി മാലിനി'

അമ്മയുടെ പരാതിയിൽ പുതുമയില്ല. അതുകൊണ്ടുതന്നെ അവളൊന്നും പറഞ്ഞില്ല. കുഞ്ഞിപ്പാർവതിയമ്മ പിന്നീടൊന്നും ചോദിച്ചതുമില്ല.

മാലിനി ഈറൻ വസ്ത്രങ്ങൾ മാറ്റുവാൻ മുറിയിൽ കടന്നു കതകടച്ചു.

രണ്ട്

പെട്ടി തുറന്നപ്പോൾ മുതൽ മുറിയിലാകെ സുഗന്ധം. ഈ സുഗന്ധമേൽക്കവേ, ഉൾത്തടത്തിൽ നനവൂറുന്നു. ഈർപ്പം തട്ടിയ മനസ്സിൽ വർണ്ണഭംഗിയുള്ള ഒരു സ്വപ്നത്തിന്റെ കരിഞ്ഞു വികൃതമായ ചിറകുകൾ വീണു കിടപ്പുണ്ട്.

-നീ അരുതാത്ത സ്വപ്നം കണ്ടു. പാടിക്കൂടാത്ത പാട്ടുകൾ പാടി. തോന്നിക്കൂടാത്ത വികാരത്തിന്റെ ഒഴുക്കിൽ നീന്തിത്തുടിച്ചു.

എത്തിപ്പെട്ടത് ഇരുട്ടിലായിരുന്നു. കനത്തു നീലിച്ച ഇരുട്ടിൽ ഏതോ മാദകഗന്ധം തളംകെട്ടിക്കിടക്കുന്നു. എന്നിട്ടും ഭീതിയോടെ തിരിഞ്ഞോടി. വെളിച്ചത്തിന്റെ നുറുങ്ങുകൾ കാണുന്നതുവരെ. എത്ര വിദൂരതയിലായിരുന്നു വെളിച്ചം!

വെളിച്ചത്തിന്റെ ലോകത്തിൽ എത്തിപ്പെട്ടിരിക്കുന്നു. എന്നിട്ടും കാണാത്ത കിന്നരലോകത്തിലെ, കേൾക്കാത്ത സംഗീതം മനസ്സിൽ ദുഃഖത്തിന്റെ നുരകളുതിർക്കുന്നു...

ഇളം നീലയിൽ വെള്ളപ്പൂക്കളുള്ള സാരിയെടുത്തു പിടിച്ചുകൊണ്ട് മാലിനി തെല്ലുനേരം നിന്നു. അവൾ സ്വയം ഞെട്ടിയുണർന്നു. ഈറൻ വസ്ത്രങ്ങൾ അയയിലിട്ടു. ഒരു നിമിഷം വീർപ്പടക്കി നിന്നു. തിടുക്കത്തിൽ സാരിയുടുത്തു. നിലക്കണ്ണാടിയുടെ മുമ്പിൽനിന്നു. മുടി ചീകുന്നതിനിടയിൽ കേൾക്കായി:

'മാലൂ നീയെത്ര നേരായി കുളിച്ചുവന്നിട്ട്. കാപ്പിയൊന്നും വേണ്ടേ.'

'ഇതാ വരുന്നു.'

പൗഡർ ഡപ്പിയെടുത്തു ഇടതു കൈവെള്ളയിലേക്ക് കുടഞ്ഞു. കണ്ണാടിയിൽ മിഴിനട്ടു മുഖത്തുപൂശി. സാരിത്തലപ്പുകൊണ്ട് മുഖം തുടച്ചു, എന്തിന് വൈരൂപ്യത്തിന് കനം ചേർക്കണം! പൗഡർ പൂശുമ്പോൾ മുഖത്തെ പാടുകൾ കൂടുതൽ ദൃശ്യമാവുന്നു. മുഖക്കുരുവിന്റെ കലകൾ

മറ്റെന്തോ ആണെന്ന് തോന്നും. പലരും മുഖത്തേക്ക് തുറിച്ചുനോക്കുന്നത് ഇതുകൊണ്ടായിരിക്കാം. വെളുത്ത സുന്ദരമായ മുഖത്ത് മുഖക്കുരു ഒരു ഭംഗിയാണത്രേ. ആരാണങ്ങനെ പറഞ്ഞത്? രാജേട്ടനാണെന്ന് തോന്നുന്നു. അതേ മംഗലത്തെ ഉണ്ണിയോ? രാജേട്ടന് കിട്ടിയത് ഒരൊറ്റ മുഖക്കുരുപോലുമില്ലാത്ത കുട്ട്യേടത്തിയെയാണല്ലോ. ഉണ്ണിക്കിനി ആരെയാണ് കിട്ടുക എന്നാരു കണ്ടു. അവൻ ഒരിക്കൽ മുകളിലെ മുറിയിൽ വച്ച് പതിഞ്ഞ ശബ്ദത്തിൽ പറയുകയുണ്ടായി:

'മാലിനി എന്നെക്കാൾ ഒരു വയസ്സിന് മീതെയല്ലെങ്കിൽ എത്ര നന്നായിരുന്നു.'

അവന്റെ തിളങ്ങുന്ന കണ്ണുകളിലേക്ക് തെല്ലു കൗതുകത്തോടെ നോക്കി.

'എന്തിനാ ഉണ്ണി'

'ന്നാ എനിക്ക് നിന്നെ കല്യാണം കഴിക്കായിരുന്നു.'

ചിരിച്ചുപോയി. കുലുങ്ങിക്കുലുങ്ങി ചിരിച്ചു.

'എന്താ ചിരിക്കണെത്. നോക്ക്, ഞാൻ നിന്നെക്കാൾ എത്ര പൊക്കമുണ്ട്. വേണമെങ്കിൽ ഇപ്പഴും ആവാംല്ലേ...'

അവൻ തന്നെ ചേർത്തുപിടിച്ചു. ഇക്കിളിയായപ്പോൾ കുതറി. എന്തൊരു കരുത്തായിരുന്നു അവന്. അവൻ നിന്നു കിതച്ചു. വല്ലായ്മ തോന്നി. ആരെങ്കിലും കണ്ടാൽ എന്തു കരുതും? കോവണി ശബ്ദിക്കുന്നുണ്ടോ എന്നായിരുന്നു ശ്രദ്ധ.

ഉണ്ണിയെ ഈയിടെയായി കാണാറില്ല. മീഞ്ചന്തയിലുള്ള അവന്റെ അമ്മായിയുടെ വീട്ടിൽ പോയതായിരിക്കും. ഒരു മിലിട്ടറിക്കാരൻ കല്യാണം കഴിച്ച അമ്മായിയുടെ അനുജത്തിയെക്കുറിച്ച് കാണുമ്പോഴൊക്കെ പറയാറുണ്ട്. ഇനി തിരിച്ചുവന്നാൽ ചെവി തോരാതെ കേൾക്കാം.

ഒരു ഇരുപതുകാരനിൽ കവിഞ്ഞതാണവന്റെ ചെയ്തികൾ. ഒരു വല്ലാത്ത പ്രകൃതം. ഒമ്പതിൽ നാലുവർഷം തോറ്റപ്പോൾ പഠിത്തം നിറുത്തി. ലാളിച്ചു വഷളാക്കിയെന്നാണ് അവന്റെ അമ്മാമൻ പറയുന്നത്. ശരിയായിരിക്കാം. അമ്മാമൻ ജോലിസ്ഥലത്തും ഭാര്യവീട്ടിലുമായി കഴിയും. വല്ലപ്പോഴും ഒരിക്കൽ വിരുന്നുകാരനെപ്പോലെ ഭാര്യാസമേതം വീട്ടിൽ വരുന്നു. അവൻ ആരെയും പേടിക്കാനില്ലാതെ വളർന്നു. ചെറുപ്പത്തിലേ വിധവയായ അമ്മയുടേയും, മുത്തശ്ശിയുടേയും ലാളനയേറ്റു വളർന്നു. ഭാർഗവിയേടത്തിയുടെ ഏക സന്താനം. അവന്റെ അച്ഛന്റെ

വാത്സല്യം കൂടി ഭാർഗവിയേടത്തി പ്രകടിപ്പിക്കുന്നുണ്ടാവും.

മാലിനി വാതിൽ തുറന്നു. അകതാരിൽ വട്ടു കെട്ടികിടക്കുന്ന വേദനപോലെ, ഇടനാഴിയിൽ ഇരുട്ട്.

അടുക്കളയിലേക്ക് കടന്നു.

തന്റെ ജീവിതം പോലെ, ആറിത്തണുത്ത ചായ. സ്വാദിനെക്കുറിച്ചോർക്കാറില്ല. ആരേയും കുറ്റം പറയാനില്ല. സ്വയം അവഗണിക്കുന്നതിൽ സുഖം കണ്ടെത്തുകയാണോ താൻ! മുമ്പൊന്നും ഇങ്ങനെയായിരുന്നില്ല. എല്ലാറ്റിനും മത്സരബുദ്ധിയായിരുന്നു. എല്ലാം തനിക്കു നേടിയെടുക്കണമെന്നായിരുന്നു. അന്നെല്ലാം കുട്ട്യേടത്തി പറയും:

'ഈ പെണ്ണിനു സ്വന്തം കാര്യംന്നുള്ള ഒറ്റ വിചാരമേയുള്ളൂ.'

ആരോടോ ഉള്ള പകതീർക്കലാണ് ഇന്നു ജീവിതമെന്നു തോന്നിപ്പോവുന്നു. തനിക്ക് പഠിക്കാമായിരുന്നു. പത്താം തരത്തിൽ രണ്ടു തവണ തോറ്റപ്പോൾ മട്ടുത്തു. ഒരു കണക്കിൽ മംഗലത്തെ ഉണ്ണിയുമായി എന്തു വ്യത്യാസമാണ് തനിക്കുള്ളത്? ഈ വലിയ തറവാട്ടിൽ ജനിച്ചു പോയതാണ് തെറ്റ്. ആൺകുട്ടിയായതുകൊണ്ട് ഉണ്ണിക്ക് എല്ലാറ്റിനേയും വെല്ലുവിളിച്ച് നടക്കാം. എന്തിനേയും നേരിടാം. തനിക്കതു വയ്യല്ലോ.

കുട്ട്യേടത്തി രക്ഷപ്പെട്ടു. പത്താംതരം പാസ്സായ വർഷത്തിൽതന്നെ വിവാഹം നടന്നു. ബോംബെയിൽ ഭേദപ്പെട്ട ജോലിയുള്ള ഭർത്താവ്. ഒന്നുമില്ലെങ്കിലും രാജേട്ടനെപ്പോലെയുള്ള ഭർത്താവിനെ ലഭിക്കുന്നതു തന്നെ സൗഭാഗ്യമല്ലേ?

നീ ക്രൂരതയുടെ മാർഗ്ഗം അവലംബിച്ചിരുന്നുവെങ്കിൽ, ഇത്തിരി കൂടി പാളിപ്പോയിരുന്നുവെങ്കിൽ.... ഓർത്തുനോക്കൂ. അമ്മിണിയുടെ സ്ഥാനത്തു നീയായിരുന്നു....

മനസ്സിൽ ചാപല്യത്തിന്റെ വിത്തു വിതച്ചതായിരുന്നു. പ്രലോഭനങ്ങളിൽ മയങ്ങിവീഴേണ്ടതായിരുന്നു.

കുട്ട്യേടത്തിയുടെ ആർദ്രമെങ്കിലും, രാകിക്കൂർപ്പിച്ച വാക്കുകൾ ഹൃദയത്തിൽ തുളഞ്ഞുകയറുകയാണോ ഉണ്ടായത്....!

ആ രാത്രി മറക്കാനാവില്ല.

എല്ലാവരും ഊണുകഴിച്ചു കഴിഞ്ഞിരുന്നു. അച്ഛനും അപ്പുണ്ണിമ്മാമയും രാജേട്ടനും പൂമുഖത്തിരുന്നു കൃഷിയെക്കുറിച്ചു സംസാരിക്കുന്നു. അമ്മ നടപ്പുരയിലിരുന്നു വെറ്റില മുറുക്കുവാനുള്ള വട്ടം കൂട്ടുന്നു.

കുട്ട്യേടത്തി മെല്ലെ വിളിച്ചു:

'മാല്യ.'

ഇടനാഴിയിലെ കോവണിച്ചുവട്ടിൽ ഓട്ടുവിളക്കു കത്തിച്ചുപിടിച്ചുകൊണ്ട് കുട്ട്യേടത്തി. മുഖം വാടിയിരിക്കുന്നു.

'വരൂ.'

കുട്ട്യേടത്തി മെല്ലെ കോവണിപ്പടി കയറി. കുട്ട്യേടത്തിയുടെ സാരിക്കടിയിലെ വെളുത്ത പാവാടയുടെ അഗ്രം പുറത്തേക്കെത്തി നോക്കുന്നതും ശ്രദ്ധിച്ചുകൊണ്ട് പുറകിൽ താനും.

കുട്ട്യേടത്തിയുടെ മുറിയിലേക്കാണ് കടന്നത്. മുറിയിൽ മുല്ലപ്പൂവിന്റെ മണം തങ്ങിനിന്നിരുന്നു. ഒന്നുമുരിയാടാതെ കുട്ട്യേടത്തി വാതിലടച്ചു സാക്ഷയിട്ടു. വിളക്കിന്റെ തിരി തെല്ലുകൂടി നീട്ടി. കട്ടിലിലെ നിവർത്തിയിട്ട കിടക്കയിലേക്ക് നോക്കി. താൻ നിന്നു. എന്തിനെന്നില്ലാതെ പെട്ടെന്നു നടുങ്ങി. കുട്ട്യേടത്തി കരയുന്നു. തേങ്ങി, തേങ്ങി. ഇതെന്തിന്റെ പുറപ്പാടാണ്. എന്നിട്ടും ഒന്നും ചോദിക്കാനായില്ല. ഒരുതരം വിഭ്രമം.

'മാല്യ ഇവിടെ ഇരിക്കൂ....'

കുട്ട്യേടത്തി തന്നെ കട്ടിലിൽ പിടിച്ചിരുത്തി.

'ഞാൻ നിന്റെ ആരാണു കുട്ടീ?'

ഇതെന്തൊരു ചോദ്യം? ഉന്മാദത്തിന്റെ ആരംഭമാണോ! പണ്ട് തറവാട്ടിൽ ആർക്കോ ഭ്രാന്തുണ്ടായിരുന്നുവെന്ന് ചെറുപ്പത്തിൽ മുത്തശ്ശി പറഞ്ഞുകേട്ടിട്ടുണ്ട്. അമ്മയെ വിളിച്ചുകരയണമെന്നു തോന്നി. നാവു പൊങ്ങിയില്ല. കുട്ട്യേടത്തിയുടെ മുഖം നനഞ്ഞിരിക്കുന്നു. കണ്ണുകൾ കലങ്ങുകയും. മറുപടി പ്രതീക്ഷിച്ചിട്ടില്ലാത്തതുപോലെ വീണ്ടും:

'നിന്റെ ഏടത്തിയാണു ഞാൻ. എനിക്കു നിന്നേക്കാൾ മൂന്നുവയസ്സധികമുണ്ട്. എന്നെ നീ വിഡ്ഢിയാക്കാൻ ശ്രമിക്കരുത്... എന്റെ ഭർത്താവിനെ നിനക്കു വേണോ...പറ...

താനാകെ കരുവാളിക്കുന്നു. കണ്ണുകളിൽ ഇരുട്ട്. കൊടുങ്കാറ്റിന്റെ ഉന്മാദഗർജ്ജനം. എന്തെല്ലാമോ കടപുഴങ്ങി വീഴുന്നു. ഇടിയാണോ! പൊട്ടിത്തെറിയാണോ! ഭൂമികുലുക്കമാണോ!

ഒന്നു പൊട്ടിക്കരയണമെന്നുണ്ടായിരുന്നു. കഴിഞ്ഞില്ല. മരവിച്ചുപോയിരുന്നു.

'മാല്യ എന്റെ അനിയത്തിയാണ്... ഒരേയൊരു അനിയത്തി. നിന്റെ സുഖമതാണെങ്കിൽ എനിക്കു വിരോധംല്ല്യ. പക്ഷേ നിന്റെ കുട്ട്യേടത്തി പിന്നെ ജീവനോടിരിക്കില്ല്യ...'

'ന്റെ കുട്ട്യേടത്തി....'

കുട്ട്യേടത്തിയെ കെട്ടിപ്പിടിച്ചു. മനസ്സിലെ മരവിപ്പ് വാർന്നുപോയിരുന്നു. പരസ്പരം കെട്ടിപ്പിടിച്ചു കരഞ്ഞു. കരഞ്ഞു കരഞ്ഞു കണ്ണുകൾ തെളിഞ്ഞു. മനസ്സുകൾ തെളിഞ്ഞു.

നിഷേധിക്കുകയോ മാപ്പു ചോദിക്കുകയോ ഉണ്ടായില്ല. നീരോടിയ മനസ്സിൽ പാവിയിട്ട ചപലതയുടെ വിത്തുകൾ പെറുക്കിക്കളഞ്ഞു.

അതിനി മുളപൊട്ടരുത്. വേരു പിടിക്കരുത്, വിഷവൃക്ഷം വളർന്നുകൂടാ.

പാലാഴിത്തറവാട്ടിന്റെ ചരിത്രത്തിൽ കളങ്കം വീണില്ല! നാട്ടുവാഴികളായിരുന്ന പാലാഴിക്കാരുടെ മാനം താൻമൂലം നശിച്ചില്ല. നാട്ടുവിറപ്പിച്ചിരുന്ന ശങ്കുണ്ണിമ്മാന്റെ മെതിയടിയുടെ ശബ്ദം കേട്ടാൽ നാലുകെട്ടിൽ പിന്നെ ഈച്ചപോലും പറന്നിരുന്നില്ലത്രേ. ഉച്ചിയിൽ കുടുമയും കാതിൽ സ്വർണ്ണക്കടുക്കനുമിട്ട ശങ്കുണ്ണിമ്മാനെ ഭാവനയിൽ വരച്ചെടുക്കുമ്പോൾ കൂടി ഭയമായിരുന്നു.

കണ്ണുനോക്കുന്ന ചെറുമച്ചെക്കനെ തോക്കിച്ചിരിച്ചെന്ന സംശയംവച്ച് അനന്തിരവളെ ഒറ്റയടിക്കു പണിതീർത്ത ഉഗ്രനായിരുന്നു ശങ്കുണ്ണിമ്മാൻ. മുത്തശ്ശിയിൽ നിന്ന് ആ കഥ കേട്ടുകൊണ്ടിരിക്കേ, കുട്ട്യേടത്തി തളർന്ന സ്വരത്തിൽ പറഞ്ഞു:

'ആ വൃന്റെ മുത്തശ്ശി, വല്ലാത്ത ദുഷ്ടൻതന്നെ...'

അതിനിടയിൽ താൻ ചോദിച്ചു:

'അപ്പോ മുത്തശ്ശീ ആ ചെറുമച്ചെക്കനോ?'

'അവനെ ഒന്നും ചെയ്തില്ല... അതിനേ ആ ചെക്കൻ ശങ്കുണ്ണിമ്മാന്റെ കുട്ട്യായിരുന്നു...'

മുറുക്കിച്ചുവപ്പിച്ച മുത്തശ്ശിയുടെ ചുണ്ടുകൾ ഹാസ്യരസത്തിൽ അല്പം വിടർന്നു. അവസാനമായപ്പോഴേയ്ക്ക് ശബ്ദം താഴ്ന്നിയിരുന്നു. അന്ന് അതിലെ രസം നിറഞ്ഞ തമാശ മനസ്സിലായിരുന്നില്ല. പലപ്പോഴും മുത്തശ്ശിയുടെ വർത്തമാനം അവസാനിക്കുക ഇങ്ങനെയാവും:

'ആ കാലമൊക്കെ കഴിഞ്ഞു. എന്തൊക്കെ കണ്ടതാ കുട്ട്യോളെ ഞാൻ ! ഇനി എനിക്കൊരു മോഹേള്ളു... ന്റെ അമ്മിണിക്കുട്ടീടെ പൊടമുറി ഒന്നു നടന്നുകാണ്വ'

പാവം കുട്ട്യേടത്തിയുടെ കല്യാണത്തിനു മുമ്പുതന്നെ മുത്തശ്ശി മരിച്ചു.

ഈയിടെ മംഗലത്തു, ഭാർഗവിയേടത്തിയുടെ

പിറന്നാളിനുപോയപ്പോൾ, പെൺകുട്ടികളെ ചുറ്റിപ്പറ്റി നിന്നിരുന്ന ഉണ്ണിയോടു താൻ മെല്ലെ പറഞ്ഞു:

'ഉണ്ണി മരിച്ചുപോയ ഞങ്ങടെ ശങ്കുണ്ണിമ്മാനെപ്പോലെയാണ്.'

'എന്ന്ച്ചാൽ മനസ്സിലായില്ല'

ഒട്ടുമാവിന്റെ തണലിൽനിന്ന് ശങ്കുണ്ണിമ്മാന്റെ കഥകൾ കേൾപ്പിച്ചു. ഉണ്ണി നനുത്ത മീശയിൽ തടവി നിന്നു. നാട്ടിലെ കാണാൻ കൊള്ളാവുന്ന പെണ്ണുങ്ങളുമായെല്ലാം ബന്ധം വെച്ച ശങ്കുണ്ണിമ്മാന്റെ കഥകൾ കേൾക്കെ, ഉണ്ണിയുടെ കണ്ണുകളിൽ കുസൃതി പടർന്നു. തെല്ലു കഴിഞ്ഞപ്പോൾ അവൻ ചിരിച്ചുകൊണ്ടു പറഞ്ഞു:

'എന്നേക്കാൾ യോജിച്ച ആൾ നിങ്ങളെ തറവാട്ടിൽത്തന്നെയുണ്ടല്ലോ...'

'ആരാ'

'നിന്റെ കൊമ്പൻ മീശക്കാരൻ ഗംഗാധരേട്ടൻ വല്യ മോശമാണോ....'

അതൊരു പുതിയ വാർത്തയായിരുന്നു. അടുത്തവളപ്പിലെ ജീർണിച്ചുതുടങ്ങിയ ശിവക്ഷേത്രത്തിന്റെ നിറംമങ്ങിയ താഴികക്കുടത്തിന്മേൽ മിഴിനട്ടു തെല്ലുനേരം നിന്നുപോയി.

എന്തെല്ലാമോ ചോദിക്കണമെന്നു നിനച്ച് തിരിഞ്ഞുനോക്കിയപ്പോൾ ഉണ്ണി അരികിലില്ല. അവൻ തെല്ലകലെ, മുടി രണ്ടായിമെടഞ്ഞിട്ട, പച്ചപ്പാവാടയിട്ട വെളുത്ത പെൺകുട്ടിയോടു സംസാരിച്ചുകൊണ്ടു നിൽക്കുന്നു. അവന്റെ പത്തിവിടർത്തി നിൽക്കുന്ന മുടിയും ചേഷ്ടകളും കണ്ടിട്ടായിരിക്കാം പെൺകുട്ടി നിറുത്താതെ ചിരിക്കുന്നു. ഉണ്ണി സാമ്രാജ്യമടഞ്ഞപോലെ നിൽക്കുന്നതു കാൺകെ ഈർഷ്യതോന്നി.

ഉണ്ണി പറഞ്ഞതു വാസ്തവമായിരിക്കുമോ? പാലാഴിത്തറവാട്ടിന്റെ പ്രൗഢിയിൽ വിശ്വാസമുള്ള, അദ്ധ്യാപകനും പൊതുപ്രവർത്തകനുമായ ഗംഗേട്ടൻ ഒരു നേതാവിന്റെ തലയെടുപ്പോടെയാണ് നടക്കുക. എന്തോ ആർക്കറിയാം! ഉണ്ണിയെപ്പോലെ ബാഹ്യലോകത്തെക്കുറിച്ച് തനിക്കറിയില്ലല്ലോ. കറുത്തുമെലിഞ്ഞ് കിളരം കൂടിയ ഗംഗേട്ടന്റെ കൊമ്പൻ മീശയിലും ഭാവഹാവാദികളിലും താൻ ശങ്കുണ്ണിമ്മാന്റെ വംശജനാണെന്നുള്ള മിഥ്യാഭിമാനമാണോ പ്രകടമാവുന്നത്...

'മോളേ....'

അച്ഛൻ.

ഉമ്മറത്തുനിന്നാണ് വിളി. ഉറക്കമുണർന്നപോലെ മൗഢ്യം തോന്നി. അടുത്തേക്കുചെന്നു.

'പാടത്തുനിന്ന് പണിക്കാരു വരണ്ണ്ട് . കഞ്ഞി ആയിട്ടില്ലേ'

അവൾ അടുക്കളയിലേക്കു കടന്നു. തെല്ല അപരാധബോധത്തോടെ, കരിപടർന്ന അമ്മയുടെ മുഖത്തേക്കുനോക്കവേ ചിരിയുതിർന്നു.

'അമ്മേ പണിക്കാര് വര്ണുണ്ട്....

'നന്നായി ന്നെക്കൊണ്ട് പറ്റ്ണപോലെ ഞാൻ ചെയ്യട്ടെ. ഇന്ന് ആ മാധവിയും ഇല്ല. നീയാണെങ്കിൽ അണിഞ്ഞൊരുങ്ങി ഏട്ടത്തിയും ഭർത്താവും വരുന്നതു നോക്കിയിരുന്നോ...'

'ഞാൻ ന്താ വേണ്ടത് അമ്മ പറഞ്ഞോളൂ.'

'വേണ്ട വേണ്ട. ഉണ്ണാറാവുമ്പം വിളിക്കാം, അപ്പോ വന്നാ മതി...'

മാലിനി ചിരിക്കുക മാത്രം ചെയ്തു. അപ്പോൾ നടപ്പുരയിൽ നിന്നൊരു പരുക്കൻ ശബ്ദം.

'ചെറ്യമ്മേ....'

മാലിനി എത്തിനോക്കി. കൊമ്പൻമീശയിൽ തിരുപ്പിടിച്ചുകൊണ്ട് നിൽക്കുന്ന ഗംഗേട്ടൻ.

'എന്താടീ നിന്റെ ശബ്ദം എടവഴിയിൽ കേൾക്കുന്നുണ്ടല്ലോ'

അവൾ തലതാഴ്ത്തി ചിരിച്ചുകൊണ്ട് നിന്നു. ഉള്ളിൽ നിനച്ചു:

ശങ്കുണ്ണിമ്മാന് കൊമ്പൻമീശ ഉണ്ടായിരുന്നുവെന്ന് കേട്ടിട്ടില്ലല്ലോ.

മൂന്ന്

പുറത്ത് കത്തിയാളുന്ന വെയിൽ. വല്ലപ്പോഴും മൂളിയെത്തുന്ന കാറ്റിനു പോലും ചൂടുണ്ട്. കുട്ട്യേടത്തിയും രാജേട്ടനും ഇതുവരേയും വന്നില്ല. അപ്പുണ്ണിമ്മാമയും വന്നു കണ്ടില്ല. കാത്തിരുന്നുമടുത്തപ്പോഴാണ് അച്ഛൻ ഊണു കഴിക്കാനൊരുങ്ങിയത്.

ഊണു കഴിഞ്ഞ ഉടനെ അച്ഛൻ കുടയുമെടുത്ത് പുറത്തേക്കിറങ്ങുന്നതുകണ്ടു. പതിവില്ലാത്തതുപോലെ. കടവിനക്കരെയുള്ള ബസ്സ്റ്റോപ്പിലേക്കായിരിക്കാം. അപ്പുണ്ണിമ്മാമ ഇന്ന് എവിടെ പോയതാണാവോ? എവിടെ പോയാലും സന്ധ്യയാവുമ്പോഴേക്കും ഇങ്ങെത്തും. ഇരുട്ടായാൽ തനിച്ചു നടക്കാൻ പേടിയാണല്ലോ. തെക്കേ പറമ്പിൽ പണിയുണ്ടാവുമ്പോൾ നേരം വൈകിയെന്നിരിക്കും. അപ്പോഴൊക്കെ ഗംഗേട്ടനാണ് അപ്പുണിമ്മാമയെ ഇവിടെ കൊണ്ടുവിടുക. പലപ്പോഴും വലിയമ്മ പരിഭവസ്വരത്തിൽ പറയുമത്രേ:

'നേരം വൈകിയ ഈ നേരത്ത് ഏട്ടൻ ഇനി പോണോ. ഏട്ടന് അവടേം ഇവ്ടേം ഒരുപോലല്ലേ...'

'അവിടേം ഇവിടേം ഒരുപോലല്ലാഞ്ഞിട്ടല്ലേ അമ്മാളുകുട്ട്യേ. എനിക്ക് പാലാഴിയിലെ ഉറക്കം ശര്യാവൂ...'

തറവാട്ടിലെ ഇളം പ്രായക്കാർക്കൊക്കെ അപ്പുണ്ണിമ്മാമയെ പുച്ഛമാണ്. ഇത്തിരി സമ്പാദ്യം കൂടി ഇല്ലായിരുന്നുവെങ്കിൽ അപ്പുണ്ണിമ്മാമയെ പന്തുപോലെ തട്ടി കളിക്കുമായിരുന്നില്ലേ പലരും പാവം ഒരു ശുദ്ധനാണെന്നെ തന്നിക്ക് തോന്നിയിട്ടുള്ളൂ

ഗംഗേട്ടൻ എന്തിനായിരുന്നു വന്നതെന്ന് മനസ്സിലായില്ല. വെറുതേയാവാം. ഓ, അമ്മയോട് എന്തോ പറയുന്നത് കേട്ടിരുന്നുവല്ലോ.

ആ പരുക്കൻ ശബ്ദം കേൾക്കെ, ഉണ്ണി പറഞ്ഞ കഥകൾ ഓർക്കുകയുണ്ടായി. പടിപ്പുരയിലേക്ക് നോക്കിനിന്ന് കണ്ണുകടഞ്ഞു, കുട്ട്യേടത്തിയും രാജേട്ടനും ഇന്ന് എത്തില്ലെന്നുണ്ടോ. മനസ്സിൽ ഉൽക്കണ്ഠയുണ്ട്.

ആരെ കാണാനാണ് ജിജ്ഞാസപ്പെടുന്നത്! അതിനുത്തരം കണ്ടുപിടിക്കാനാവില്ല. നനഞ്ഞ മണ്ണ് ഉഴുതുമറിക്കാനെളുപ്പമാണ്. ഉഴുതുമറിക്കുമ്പോഴാവട്ടെ, അടിത്തട്ടിൽ അപ്രത്യക്ഷമായ മുഴുവൻ ചീഞ്ഞളിയാത്ത മലിന വസ്തുക്കളും വെളിക്കുവരും. ഫലം അസഹ്യമായ ദുർഗ്ഗന്ധമായിരിക്കും. അന്തരീക്ഷം മലീമസമാവാതിരിക്കട്ടെ....

വടക്കേ മതിലിനരികിലുള്ള പുളിമരത്തിന്മേലിരുന്ന കാക്ക കുറുകുന്നു. ഇന്ന് തീർച്ചയായും വിരുന്നുകാരുണ്ട്. തെല്ലൊരു തമാശയോടെ നിനച്ചു. ഒരു വർഷത്തിനുശേഷം സ്വന്തം വീട്ടിലേക്ക് വരികയായാലും വിരുന്നു തന്നെയല്ലേ.

എന്നും സ്വന്തം വീട്ടിൽ അതിഥികളെപ്പോലെ ജീവിക്കുന്നവരുണ്ട്. അന്യഥാത്വത്തിൽ വീർപ്പുമുട്ടി കഴിയുക. ഒരു വലിയ വീട്ടിൽ സ്വയം നിർമ്മിച്ച ഏകാന്തതയുടെ നിഴലിൽ ചുരുണ്ടുകൂടി നെടുവീർപ്പിടുന്ന പെൺകിടാവിനെക്കുറിച്ചു മുമ്പ് ഒരു പുസ്തകത്തിൽ വായിച്ചിരുന്നതോർത്തു.

മഞ്ഞുപെയ്യുന്ന ഇരുണ്ട പ്രഭാതങ്ങളും നിലാവു പൂത്ത രാത്രികളും കാൺകെ, ആ പെൺകിടാവിന്റെ ഹൃദയം ആർദ്രമായി, അവൾ വെള്ള വസ്ത്രങ്ങളും വെളുത്ത പൂക്കളും ഇഷ്ടപ്പെട്ടു. വെളുത്ത പൂക്കൾ ശേഖരിച്ച്, മാലകളുണ്ടാക്കി. എത്രയെത്ര മാലകൾ! ഇരുട്ട് കൂത്താടിയ അവളുടെ അറയിൽ ആരുമറിയാതെ മാലകളുടെ മൃതശരീരങ്ങൾ നിറഞ്ഞു. സുഗന്ധം വറ്റിയ വാടിയ മാലകൾ നെഞ്ചോട് ചേർത്തുപിടിച്ച് ആ പെൺകുട്ടി വിലപിച്ചു. എന്തിനെന്നില്ലാതെ. ഇരുപത്തിരണ്ടാമത്തെ വയസ്സിൽ ഭ്രാന്താശുപത്രിയിലെ, കിണറിന്റെ അഗാധതയിൽ അവളുടെ സമസ്തദുഃഖങ്ങളുമൊടുങ്ങി...

ആ കഥ വായിച്ചു കരഞ്ഞതറിഞ്ഞ് അച്ഛൻ പരിഹസിച്ചു:

'മണ്ടിപ്പെണ്ണ് ഒരു കഥ വായിച്ചു കരയ്യേ. എന്നാ ജീവിതത്തിൽ ഒരുപാടു കരയേണ്ടിവരുമല്ലോ.'

അന്ന് അച്ഛൻ റിട്ടയർ ചെയ്തിരുന്നില്ല. വിദ്യാർത്ഥികളുടെയെല്ലാം ആരാധ്യനായ കേശവമേനോൻ മാഷായിരുന്നു. ബോംബെയിൽവെച്ചുപോലും കുട്ട്യേടത്തിക്ക് അച്ഛന്റെ ഏതോ ഒരു പഴയ ശിഷ്യന്റെ ഗുരുഭക്തിയുടെ ആഴം അനുഭവപ്പെട്ടതാണ്. ആ വിവരം എഴുതിയ രാജേട്ടന്റെ കത്തുവന്ന ദിവസം അച്ഛൻ സന്തോഷംകൊണ്ട് കണ്ണു നിറയ്ക്കുകയുണ്ടായി.

കുട്ട്യേടത്തി ഉപയോഗിച്ചിരുന്ന മുറി അലങ്കോലപ്പെട്ടുകിടക്കുകയാണ്. മുറി പലതും കാൽപ്പെരുമാറ്റംപോലും ഏല്ക്കാതെ കിടക്കുന്നു. നിറയെ

ആളുകളുണ്ടായിരുന്ന തറവാട്. എല്ലാവരും വീതംവെച്ച പിരിഞ്ഞു. നാലുകെട്ടുപോലും ഇടിച്ചുപൊളിച്ച ഭാഗിച്ചു. പഴയ പ്രതാപം തലതല്ലി ച്ചത്ത തറവാട് കിട്ടിയത് അമ്മയ്ക്കാണ്, തറവാടിന്റെ മുഖഛായ മാറി. നാലുകെട്ടിനുപകരം പുതിയ രൂപത്തിലുള്ള വലിയ വീടുയർന്നു.

അവിവാഹിതനായ അപ്പുണ്ണിമ്മാമയുടെ സ്വത്ത് അമ്മയ്ക്കാണത്രേ. വലിയമ്മയ്ക്കതിൽ അമർഷമുണ്ട്.

'ഏട്ടനെ കുഞ്ഞിപ്പാർവ്വതി മയക്കിയെടുത്തതാണ്. ഏട്ടന് പെങ്ങ ന്മാരെല്ലാം ഒരുപോലല്ലേ...'

വലിയമ്മ സന്ദർഭം കിട്ടുമ്പോഴെല്ലാം അപ്പുണിമ്മാമയോട് പറയാ റുണ്ടത്രേ.

'ഞാനാർക്കും ഒന്നും കൊടുത്തിട്ടില്ലല്ലോ.'

അപ്പുണ്ണിമ്മാമയുടെ മറുപടി അതാണ്. അമ്മ അതിനെക്കുറിച്ച് ഒന്നും പറയുന്നത് കേട്ടിട്ടില്ല.

ചൂലെടുത്ത് കോവണി കയറി. തെക്കേതിലെ മാധവിയമ്മയ്ക്ക് പുറ ത്താവാൻ കണ്ട നേരം!

രണ്ടുമൂന്നുദിവസം തനിക്ക് അടങ്ങിയിരിക്കാനാവില്ല! അമ്മയുടെ നാവിന് വിശ്രമമുണ്ടാവില്ല.

അടഞ്ഞുകിടക്കുന്ന വാതിൽ തുറന്നു.

ഈ മുറിയുടെ ഏറെക്കാലത്തെ നിദ്ര അവസാനിക്കുന്നു. വീട്ടിയുടെ വീതിയുള്ള കട്ടിലിനും വെള്ളതേച്ച ചുമരിനും ഓർമ്മ പുതുക്കാം.

കുട്ട്യേടത്തി ബോംബെയിലേക്ക് പോയതിന്റെ പിറ്റേദിവസം താൻ ഈ മുറിയിലേക്ക് കടന്നത് എന്തു ഓർത്തുകൊണ്ടായിരുന്നു! വിയർപ്പിന്റേയും, കാച്ചിയ എണ്ണയുടേയും മണം ചുരത്തിയ, ചുളിവുവീണ കിടക്കയിൽ മലർന്നുകിടന്നു. ഹൃദയത്തിൽനിന്നെന്തോ വാർന്നൊഴുകി! മുറിയിൽ ചിതറിക്കിടന്ന സിഗരറ്റുകുറ്റികളും തീപ്പെട്ടികമ്പുകളും, ചതഞ്ഞ രഞ്ഞ മുല്ലപ്പൂക്കളും വളപ്പൊട്ടുകൾപോലും ഭാഗ്യം ചെയ്തവയാണെന്നു തോന്നി. അവ ആടിത്തീർത്തിരിക്കുന്നു. സാഫല്യമടഞ്ഞ സ്വപ്നങ്ങൾ.....

ഒരുവർഷം കഴിഞ്ഞിരിക്കുന്നു.

ഇന്നും തന്റെ മനസ്സിൽ ഏതോ ഒരു നഷ്ടബോധം കൂട്ടുകൂട്ടി കിടപ്പു ണ്ടോ? ഉള്ളിൽ ദുഃഖത്തിന്റെ പാദപതനം കേൾക്കുന്നുണ്ടോ? ഇല്ല, ഇല്ല.

വാതിലുകൾ കൊട്ടിയടക്കുക. ഇനിയും ദുർബലയായിക്കൂടാ. ചൂലിന്റെ കെട്ടുമുറുക്കി... ചുമരിന്റെ മൂലകളിൽ പാവിക്കിടക്കുന്ന മാറാല

നീക്കി. നിലമടിച്ചുവാരി. കുന്നത്തു പാടത്തുള്ള പുതിയ ടോക്കീസിൽ വെച്ച് ഈയിടെ കണ്ട ഒരു സിനിമയിലെ ഗാനം ഓർമ്മയിലെത്തി. മംഗലത്തെ ഉണ്ണിയുടെ ചുണ്ടിൽ നിന്ന് ആ ഗാനമുതിർന്നുവീഴുന്നതു കേൾക്കെ താൻ അസ്വസ്ഥയാവാറുണ്ട്, എന്തുകൊണ്ടോ.

-ജീവിതത്തിന്റെ വസന്തോത്സവത്തിൽ

പ്രഥമനൃത്തമാടി, പരിക്ഷീണിതരായി കടന്നുവരുന്ന നർത്തകർക്ക്.

നീ സൗമനസ്യത്തിന്റെ കുളിർമ പകരുക,

അവർക്ക് തല ചായ്ക്കാൻ...

സുഗന്ധം പൊഴിയുന്ന മെത്തയൊരുക്കുക

വസന്തം വീണ്ടും കിങ്ങിണി കിലുക്കി

അരികിലണയുമ്പോൾ

നീ ചിലങ്ക മുറുക്കുക.

നിന്റെ ഊഴമെത്തുമ്പോൾ....

മതിവരുവോളം നൃത്തമാടുക.

പക്ഷേ നിന്റെ കൂടെ നൃത്തമാടേണ്ട നർത്തകനെവിടെ....?

അവനെവിടെ... അവനെവിടെ...

'മാലിനീ'

ആ സ്വരം തിരിച്ചറിഞ്ഞു. രണ്ടുമൂന്നുതവണ വിളി ഉയർന്നുവെന്ന് തോന്നുന്നു. ധൃതിയിൽ കോവണി ഇറങ്ങവെ, വീഴാൻ പോയി, വീണില്ല. ഭാഗ്യം.

അപ്പുണ്ണിമ്മാമ വിയർത്തൊലിച്ചുനില്ക്കുന്നു.

'അമ്മ എട്ടുത്തു മോളെ'

'അടുക്കളേൽ കാണും, വിളിക്കണോ?'

'വേണ്ട, നീയൊറങ്ങാരുന്നോ...'

'ഉം'

'ഞാൻ വെളക്കത്രെ രാമനെ തെരഞ്ഞുനടക്ക്വാരുന്നു. ഇപ്പോ അവനെയൊക്കെ അങ്ങോട്ടുചെന്ന് തിരക്കണം'ഉള്ളിൽ ചിരിച്ചു. മുത്തശ്ശിയെ ഓർമ്മിപ്പിക്കുന്ന വാക്കുകൾ.

'മ്മാമയ്ക്ക് ഊണുകഴിക്കാറായോ....'

'തലോടി വെട്ടിച്ചതല്ലെ. ഒന്ന് കുളിയ്ക്കണം. മോളു ആ തോർത്തുമുണ്ട് ഇങ്ങെടുക്ക്...'

നാല്

തോർത്തുമുണ്ട് ചുമലിലിട്ട്, അപ്പുണ്ണിനായർ, പാടത്തിന്റെ കരയിലുള്ള ഏത്തക്കുഴി ലക്ഷ്യമാക്കി നടന്നു. നെറ്റി ത്തടത്തിലേക്ക് ഊർന്നുവീണ വിയർപ്പുതുള്ളികൾ ഇടതുകൈകൊണ്ട് തുടച്ചുകളഞ്ഞു. നെഞ്ചിലെ അവിടവിടെ ചാഞ്ഞുകിടക്കുന്ന വെളുത്ത രോമങ്ങൾ നനഞ്ഞുകുതിർന്നിരിക്കുന്നു. തോർത്തുമുണ്ടെടുത്ത് മെല്ലെ യൊന്നൊപ്പി, കിതച്ചുതുടങ്ങിയിരുന്നു. തളർച്ച വന്നപ്പോൾ, ഒട്ടൊരു വിമ്മിട്ടത്തോടെയെങ്കിലും അയാൾ ഓർത്തു : വയസ്സായി, ഇത്തരം നിമിഷങ്ങളിലെപ്പോഴുമെന്നപോലെ ഉള്ളിൽ ചോദ്യമുയർന്നു; ഈ ജീവിതത്തിൽ ഇക്കാലമത്രയും ജീവിക്കുകയായിരുന്നോ?

എന്താണ് ജീവിതം ? ഭക്ഷണം കഴിക്കുക, ഉറങ്ങുക, പണംകൊണ്ട് വിനിമയം നടത്തുക. ഇത്രയുമായാൽ ജീവിതമായോ? സഹോദരിമാരെ ക്കുറിച്ച് ചിന്തിച്ചു. അവർക്ക് ഭർത്താക്കന്മാരുണ്ടായി. കുട്ടികളുണ്ടായി. കുഞ്ഞിപ്പാർവ്വതിക്ക് പേരക്കിടാവുപോലും ഉണ്ടാവാൻ പോവുന്നു. അതിലെല്ലാം സന്തോഷമേയുള്ളു. എങ്കിലും ഈ ഉച്ചതിരിയാൻ കാലത്ത് തോന്നുന്നു; എവിടെയോ പാളിച്ച പറ്റിയിരിക്കുന്നു.

ഓർത്തിട്ടും ദുഃഖിച്ചിട്ടും കാര്യമില്ല. യൗവനകാലത്ത് പണം കുന്നുകൂട്ട ണമെന്നായിരുന്നു. നാട്ടിലുള്ള തോട്ടങ്ങളൊക്കെ മേപ്പാട്ടത്തിനെടുത്തു. കറി വെച്ചു. പലിശക്ക് പണം കൊടുത്തു. എന്തൊക്കെ മാർഗ്ഗത്തിൽ പണമുണ്ടാക്കി! വർഷങ്ങൾ കൊഴിഞ്ഞുവീണത് താനറിഞ്ഞില്ല. ഭൂമിയിൽ ഏറ്റവും വലിയത് പണമല്ല. എല്ലാം വിലയ്ക്കു വാങ്ങാനും കഴിയില്ല. കുന്നത്തെ നാരായണിക്കുട്ടിയാണ് തന്നെ കണ്ണു തുറപ്പിച്ചത്. അവൾ വെട്ടിത്തുറന്നു പറഞ്ഞുവത്രേ:

'ആ വയസ്സനെക്കൊണ്ട് ന്നെ താലികെട്ടിപ്പിച്ചാ ഞാൻ തൂങ്ങിമരി ക്കും....'

നാരായണിക്കുട്ടിക്ക് തൂങ്ങി മരിക്കേണ്ടി വന്നില്ല. പിന്നെ തനിക്കുവേണ്ടി സംബന്ധാലോചനകളൊന്നും നടന്നിട്ടില്ല, താനതിന് വഴിപ്പെടാത്തതുകൊണ്ടുതന്നെ. എന്തിന് പരിഹാസത്തിന് പാത്രമാവണം!

നാട്ടുകാർക്കും വീട്ടുകാർക്കും തന്നോട് സഹതാപമാണ്. താനൊരു പരമ സാത്വികനാണത്രേ. കേൾക്കുമ്പോൾ ശുണ്ഠിവരും. ഒരു മനുഷ്യന്റെ എല്ലാ വികാരങ്ങളും തനിക്കുണ്ടെന്നു വിളിച്ചുപറയണമെന്ന് തോന്നും. തന്റെ ഹൃദയം വായിച്ചറിഞ്ഞ ഒരാളുണ്ടെന്നു കരുതിയിരുന്നു. വാരിയത്തെ അമ്മുക്കുട്ടി വാരസ്യാര്. കണിവെള്ളരിയുടെ നിറം. കത്തുന്ന കണ്ണുകൾ. ചുവന്നു നേർത്ത ചുണ്ടുകൾ. സദാ പുഞ്ചിരി പുരണ്ടുകിടക്കുന്ന മുഖം. പക്ഷവാതം പിടിച്ചു കുഴഞ്ഞുകിടക്കുന്ന ഭർത്താവിനെ ശുശ്രൂഷിച്ചു കഴിയുന്ന അമ്മുക്കുട്ടി വാരസ്യാരും, താനും തുല്യ ദുഃഖിതരാണെന്നു നിനച്ചു. ഒരിക്കൽ അമ്പലമുറ്റത്തിന്റെ ഇറക്കിൽവെച്ചു ഒരു നനുത്ത സ്വരമിഴഞ്ഞുവന്നു.

'നോക്കൂ, ഒരുപകാരം ചെയ്യോ നന്നായിരുന്നു'

പെട്ടെന്ന് പരിഭ്രമം തോന്നി. നാലുപുറവും കണ്ണോടിച്ചു തിടുക്കത്തിൽ മുഖമുയർത്തി.

'എന്താ കാര്യം'

'ഈ മോതിരം വെച്ചു പത്തുറുപ്യ തരണം.'

നേർത്ത വിരലിൽ മുറുകിക്കിടക്കുന്ന മോതിരം ഊരുന്നതുകണ്ടു. ഉള്ളിൽ ഏതാനും അവ്യക്ത ചിത്രങ്ങൾ മിന്നിമറഞ്ഞു.

'മോതിരമഴിക്കാൻ വരട്ടെ'

ജ്വലിക്കുന്ന മിഴിയിണകൾ ഒരുനിമിഷം തന്നിൽ തറച്ചുനിന്നു. നേർത്ത അടിച്ചുണ്ട് ഉള്ളോട്ട് വലിഞ്ഞു, പൂർവ്വാധികം ചുവപ്പോടെ വിരിഞ്ഞുനിന്നു.

'മോതിരം കൈയിൽവെച്ചോളൂ. പത്തുറുപ്യ തരാം... പിന്നെ തന്നാമതി.....'

പത്തുരൂപാനോട്ടുകൾ പലവട്ടം കൊടുത്തു. വാരിയത്തു പലവട്ടം കയറിയിറങ്ങി. ആയിടയ്ക്കൊരു ചോദ്യം:

'കുന്നത്തെ കാര്യം ശരിയായില്ല...ല്ലേ... ഞാനറിഞ്ഞു വേറെ എവിടേം ല്ലെ നാട്ടില് പെണ്ണുങ്ങൾ....'

സഹതാപപൂർവ്വം രണ്ടു കണ്ണുകൾ തന്നെ തലോടുന്നു. സഹിക്കാനായില്ല. ഇറങ്ങിപ്പോന്നു. സഹാനുഭൂതിക്കു വേണ്ടിയായിരുന്നില്ലല്ലോ വാരിയത്തു കടന്നുചെന്നിരുന്നത്.

ദിവസങ്ങൾക്കുശേഷം അമ്പലക്കുളത്തിൽവെച്ച് അച്ചുതമാരാർ പറയുന്നതു കേട്ടു:

'അമ്മുക്കുട്ടി വാരസ്യാര് മുങ്ങിമരിച്ചു. ഗർഭം ണ്ടായിരുന്നൂന്നാ കേൾവി. വാരര് കൊഴഞ്ഞ് കെടക്ക്വല്ലേ...'

അന്നരാത്രി ഉറക്കം വന്നില്ല. കണിവെള്ളരിയുടെ നിറമുള്ള അമ്മുക്കുട്ടിവാരസ്യാരെ ചതിച്ചവനാരായിരിക്കുമെന്നോർത്തു കിടന്നു.

പിന്നിട്ട വർഷങ്ങളുടെ കയത്തിൽ മുങ്ങിത്തപ്പി ദുഃഖത്തിന്റെ ഈറൻ ചുമക്കുന്നതെന്തിനാണ്!

കുറ്റിക്കാട്ടിൽവെച്ച തേക്കുകൊട്ടയെടുത്ത് ഏത്തത്തിന്മേൽ ബന്ധിച്ചു. ഏത്തക്കുഴിയിലെ നീലക്കണ്ണാടി കുത്തിപ്പൊട്ടിച്ചു. പുല്ലാനിപ്പടർപ്പിൽനിന്ന് കുളക്കോഴികൾ ശബ്ദംവെച്ച് ഓടിയകന്നു.

ഒരു കുളക്കോഴിയെ കിട്ടിയാൽ നന്നായിരുന്നു. പണ്ടൊരിക്കൽ കുളക്കോഴിയുടെ ഇറച്ചി തിന്നിട്ടുണ്ട്. കേശവമേനോൻ, കുഞ്ഞിപ്പാർവ്വതിയെ സംബന്ധമായ കാലത്താണ്. എത്ര വർഷങ്ങളായിരിക്കുന്നു. കുളക്കോഴിയെ കെണിവെച്ചു പിടിക്കാറുള്ള നീലാണ്ടൻ കഴിഞ്ഞ കൊല്ലം വസൂരിപിടിച്ചു ചത്തു.

തലയിലൂടെ വെള്ളമൊഴിച്ചപ്പോൾ സുഖം തോന്നി. കോണകം മാത്രമുടുത്തു തലതുവർത്തുന്നതിനിടയിൽ കേട്ടു.

'തമ്പ്രാനെന്താ ഉച്ചക്കിങ്ങനൊരു കുളി...'

തോർത്തുമുണ്ട് തലയിൽ നിന്നെടുത്തുനോക്കി. ചോയി.

'ഒന്നുംല്ല്യാ. തലോടി വെട്ടിച്ചപ്പോത്തിരി വെള്ളം തലേലൊഴിക്കാന്നു നിരീക്ക്യേ. ചോയി എവിടന്നു വരുന്നു?'

'പടിഞ്ഞാറെ പാടത്ത് പണീണ്ട്. അവിടൊന്നു പോയി... ന്നാ ഞാൻ വരട്ടെ.'

'അങ്ങന്യാവട്ടെ'

ചോയീയുടെ പോക്കുനോക്കി തെല്ലുനേരം നിന്നുപോയി. എന്തൊരു ഗമയാണ്. കാലം വരുത്തുന്ന മാറ്റങ്ങൾ! കല്ലു ചെത്തുവാൻ നടന്നിരുന്നവനാണ്. ഇന്ന് ഈ ഗ്രാമം മുഴുവൻ വാങ്ങുവാനുള്ള കരുത്തുണ്ട്. എങ്കിലും പഴയ ആദരവും ഔദാര്യവുമൊക്കെയുണ്ട്. അങ്ങനെയാണു വേണ്ടതും. നിറകുടം തുളുമ്പില്ല. ചില ചെറുപ്പക്കാരുടെ ഭാവങ്ങൾ കാണണം! കലി താനേ കയറും. വകയ്ക്ക് കൊള്ളാത്ത വർഗ്ഗങ്ങൾ. വെള്ളം കുടിക്കാൻ വഴിയില്ലെങ്കിലും കണ്ണാടിക്കുപ്പായമിട്ടു നടക്കും.

തേക്കുകൊട്ട ഊരിയെടുത്തു, കുറ്റിക്കാട്ടിൽ വെച്ച ധൃതിയിൽ നടന്നു.

ആരോ പടിപ്പുര കടന്നുവരുന്നതു കണ്ടു. ചുമടേറ്റിയ ഒരു കള്ളി മുണ്ടുകാരൻ. പിന്നിൽ ആരെല്ലാമാണ്! അപ്പുണ്ണിനായർ വിടർന്ന കണ്ണുകളോടെ നോക്കി. ഹൃദ്യമായൊന്നു ചിരിച്ചു. അകത്തളത്തിലേക്ക് തിരിഞ്ഞു, ഉറക്കെ വിളിച്ചുപറഞ്ഞു:

'കുഞ്ഞിപ്പാർവ്വതി... കുട്ടികൾ വരുന്നുണ്ട്. മാലൂ.... മാലൂ.... എവിടെപോയി എല്ലാം....'

കുഞ്ഞിപ്പാർവ്വതിയമ്മ മുറ്റത്തേയ്ക്കോടിയെത്തി. അമ്മിണിയെ കെട്ടിപ്പിടിച്ചു. തലോടി.

'മോളെ'

രാജൻമേനോൻ ഇളം ചിരിയോടെ പൂമുഖത്തേയ്ക്ക് കയറി. തലയുയർത്തി നോക്കിയത് തിളങ്ങുന്ന മിഴിയിണകളിലാണ്-

'കുട്ട്യേടത്തി'

അമ്മിണിയുടെ കൈപിടിച്ചു, ഇടനാഴിയിലേക്ക് കടക്കവേ, മാലിനി രാജൻമേനോന്റെ നേരെ നോക്കിച്ചിരിച്ചു; വിളറിയ ചിരി.

അഞ്ച്

കിടക്കയിൽ മലർന്നുകിടന്നു. തലവേദനയുണ്ടെന്നു പറഞ്ഞത് കള്ളം. വേദന മനസ്സിനാണ്. പൊള്ളയായ വാചകങ്ങൾക്കിടയിൽ, ഇല്ലാത്ത പ്രസന്നത വരുത്തി ഏറെനേരം ഇരിക്കുക തന്നെ ചെയ്തു. പെട്ടെന്നു ഒഴിഞ്ഞുമാറി പോരുന്നത് ഉചിതമല്ലല്ലോ. എല്ലാവർക്കും മറുനാട്ടിലെ വിശേഷങ്ങൾ കേൾക്കണം. വസൂരിപിടിച്ച് കിടന്ന നാളുകളിലെ കഥ കേൾക്കണം. ആശുപത്രിയിൽ കിടന്നപ്പോൾ അമ്മിണിയുടെ കൂടെ ആരായിരുന്നു? അവളെ കുത്തിവെപ്പിച്ചത് നന്നായി. മുഖത്ത് കലയൊന്നും വീണില്ല. ശിവസേന ഇപ്പോഴും ഉണ്ടോ? ഗസറ്റഡ് ഉദ്യോഗസ്ഥന്മാർപോലും കടത്തിണ്ണയിൽ അന്തിയുറങ്ങുന്നു എന്നതു വാസ്തവമാണോ...

മടുത്തുപോയി. തലവേദന ഒരു യുക്തിയായി വന്നു. പ്രതീക്ഷിച്ചതുപോലെ മുകളിൽ ഏകാന്തത ഒരുക്കിക്കിട്ടി.

മാലിനി കൊണ്ടുവന്നുതന്ന വിക്സിന്റെ ഡപ്പി മേശപ്പുറത്തിരിക്കുന്നു. ഇല്ലാത്ത തലവേദനയ്ക്ക് മരുന്നു വേണ്ടെന്ന് അവളോട് പറഞ്ഞില്ല. ഇത്തിരി വിക്സെടുത്ത് നെറ്റിയിൽ പുരട്ടി. എരിവുള്ള അതിന്റെ മണം മരിക്കാത്ത ഓർമ്മകളെപ്പോലെ ഇപ്പോഴും തന്നെ ചൂഴ്ന്നു നിൽക്കുന്നു.

അമ്മിണി അവളുടെ അച്ഛന്റെയും അമ്മയുടെയും അമ്മാമന്റെയും വാത്സല്യത്തിന്റെ നടുവിൽ അരുമയായ ഒരു കുഞ്ഞായി മാറിയിരിക്കും. യാത്ര പുറപ്പെട്ടുമ്പോൾത്തന്നെ അവൾ കുതൂഹലം കൂട്ടിത്തുടങ്ങിയിരുന്നു. മഹാനഗരത്തിന്റെ കഥകൾ പൊടിപ്പും തൊങ്ങലും ചേർത്തു അവതരിപ്പിക്കുന്നുണ്ടാവും; ഗർഭക്ലാന്തിപോലും വിസ്മരിച്ചുകൊണ്ട്.

മാലിനി അവിടെ ഒരു നിഴൽപോലെ നിൽക്കുന്നുണ്ടാവുമോ? അല്ലെങ്കിൽ അടുക്കളയിൽ വികാരമറ്റപോലെ കുന്തിച്ചിരിക്കുകയായിരിക്കുമോ! പാവം പെൺകുട്ടി. മാലിനിക്ക് വലിയ മാറ്റം സംഭവിച്ചിരിക്കുന്നു.

പൊട്ടിച്ചിരിച്ചുകൊണ്ട് എല്ലായിടത്തും ഓടിനടന്നിരുന്ന കുസൃതിപ്പെ ൺകുട്ടിയെവിടെ? ആ മുഖശ്രീ പോലും മങ്ങിയിരിക്കുന്നു. മുഖക്കുരുവുണ്ടാ യാൽ മുഖം ഇത്രയും വികൃതമാവുമെന്ന് ഇപ്പോൾ മനസ്സിലാക്കുകയാണ്. വസൂരിപിടിച്ച തന്റെ മുഖത്തുപോലും കലകളൊന്നും വീണില്ല. അമ്മിണി കൊടുങ്ങല്ലൂർ ക്ഷേത്രത്തിലേക്ക് വഴിപാട് നേർന്നതുകൊണ്ടാണത്രേ. മണ്ടിപ്പെണ്ണ്! താനന്നു ഉറക്കെ ചിരിച്ചപ്പോൾ അവൾ പിണങ്ങുകയു ണ്ടായി. ഇപ്പോഴും കുട്ടിത്തം വിട്ടുമാറാത്ത പ്രകൃതം. ചെറിയ കാര്യത്തി നുപോലും മുഖം വീർപ്പിച്ചുനടക്കും. ആദ്യമെല്ലാം തനിക്ക് ദേഷ്യം തോന്നി യിരുന്നു. പിന്നീട് അവളോട് ശുണ്ഠിപിടിക്കുന്നത് വിഡ്ഢിത്തമാണെന്ന് മനസ്സിലാക്കി.

അമ്മിണിയുടെ പിടിവാശി പലപ്പോഴും തന്നെ അസ്വസ്ഥനാക്കാറു ണ്ട്. അത്തരത്തിലുള്ള ഒരസ്വാസ്ഥ്യമാണല്ലോ തന്റെ ഉൾത്തടത്തിലി പ്പോൾ നിഴലുവിരിച്ചുനിൽക്കുന്നത്.

ചേളാരിയിലുള്ള തന്റെ വീട്ടിലേക്കാണു പോവേണ്ടിയിരുന്നത്. അങ്ങനെയാണ് നിശ്ചയിച്ചിരുന്നതും. അമ്മിണിക്ക് സമ്മതമായില്ല. പോയവർഷങ്ങളിലെന്നപോലെ, തന്നെയും കാത്ത് പടിപ്പുരയിൽ നിൽക്കുമായിരുന്ന അമ്മ ഇന്നില്ലെന്നിരിക്കിലും ഏട്ടനുണ്ടെന്ന് ഓർക്കേ ണ്ടതായിരുന്നു. തന്നെ വളർത്തിയ ഏട്ടൻ! ഏട്ടന്റെ ബലഹീനതയായി രുന്നു എന്നും അനിയൻ. ഒന്നുറക്കെ പൊട്ടിക്കരയാൻ കഴിഞ്ഞെങ്കി ൽ.....!അക്ഷന്തവ്യമായ തെറ്റിലേക്കാണ് അമ്മിണി തന്നെ നയിച്ചത്. അവൾക്ക് അവളുടേതായ ന്യായീകരണമുണ്ടായിരുന്നു.

'അവിടെ ആരാണ് കാത്തിരിക്കുന്നത്, വീട്ടിൽ അച്ഛനും അമ്മയും കാത്തിരിക്ക്യാവും.'

'എന്റെ അമ്മ ഇന്നില്ലെങ്കിലും ഏട്ടൻ അവിടെയില്ലേ... അത് നീയെന്താണ് ചിന്തിക്കാത്തത്...'

'നമുക്ക് വീട്ടിൽ ചെന്നിട്ട് അടുത്ത ദിവസം തന്നെ ചേളാരിക്ക് പോവാലോ...'

'പറ്റില്ല, നിനക്കത് മനസ്സിലാവില്ല അമ്മിണീ നിനക്ക് നിന്റെ അമ്മ, നിന്റെ അച്ഛൻ: അതുമാത്രമേ അറിയൂ...'

'അല്ലെങ്കിൽ ഞാൻ പറയുന്നത് എന്തെങ്കിലും നിങ്ങൾ കേൾക്കാറു ണ്ടോ. വേണ്ട എന്റെ ശല്യം അധികകാലം ണ്ടാവില്ല. ഈ സമയത്തെ ങ്കിലും....'

അവളുടെ സ്വരമിടറുന്നു. മിഴികളിൽ നനവൂറുന്നു. താൻ തെല്ലുനേരം മൂകനായിരുന്നു.

വീർത്തുന്തിയ വയർ. വിളറിവെളുത്ത മുഖം. നനഞ്ഞ കണ്ണുകൾ.

ആർദ്രതയുടെ ഭാവം.

മറ്റെല്ലായ്പ്പോഴുമെന്നപോലെ താൻ ബലഹീനനായി.

അച്ഛൻ; ഒരു സുന്ദര സങ്കല്പമായിരുന്നു. ഇന്ന് ഒരു കടങ്കഥയും. സർട്ടിഫിക്കറ്റിൽ എഴുതിച്ചേർത്തിരിക്കുന്ന അച്ഛന്റെ നീണ്ട പേരു ഓർമ്മിക്കുമ്പോൾ, ആരോടെന്നില്ലാതെ അമർഷവും, എന്തിനെന്നില്ലാതെ പുച്ഛവുമാണ് തോന്നാറുള്ളത്. ചെറുപ്പത്തിൽ എന്തൊരഭിമാനമായിരുന്നു.

-വാസുദേവൻ മൂസ്സതിന്റെ മകൻ.

വെഞ്ചാമരപോലെയുള്ള മുടി. ചുക്കിച്ചുളിഞ്ഞതെങ്കിലും തേജസ്സുറ്റ മുഖം. ദൈന്യമെങ്കിലും, കുലീനത്വം തുടിച്ചുനിൽക്കുന്ന മുഖം. ആ മുഖം ഞാൻ കാണുന്നു. എന്റെ അമ്മയുടെ-

-പ്രിയപ്പെട്ട അമ്മേ...

ഏട്ടന്റെ കാലു പിടിച്ചു കരയണം. ഒരു പെണ്ണില്ലാത്തതിന്റെ ദുഃഖം നേർപ്പിച്ച മനസ്വിനിയായ ഏട്ടത്തിയമ്മ. കരയുന്ന പാവക്കുട്ടി സ്വപ്നം കണ്ടു നടക്കുന്ന രേഖ. ഒഴിഞ്ഞ സിഗരറ്റുപാക്കറ്റുകൊണ്ട് സംതൃപ്തിയടയുന്ന ഗിരിമോൻ. സ്നേഹത്തിന്റെ മുഖങ്ങൾ.

വിമാനത്താവളത്തിന്റെ കിഴക്കെ ചെരിവിൽ, പഴമയിലും തലയുർത്തി നിൽക്കുന്ന നാലുകെട്ട്. തണലു വിരിച്ചുനിൽക്കുന്ന തെങ്ങിൻ തോപ്പുകൾ, പച്ചയുടുപ്പിട്ട് കൊഞ്ചിക്കുഴയുന്ന നെൽപ്പാടങ്ങൾ.

താൻ പിറന്ന വീട്; വളർന്ന ഗ്രാമം.

താനെന്ന പൊങ്ങുമരത്തിന്റെ വേരോടിയ മണ്ണ്.

വ്യാഖ്യാനിക്കാനോ, വിശകലനം ചെയ്യാനോ ആവാത്ത ഈ ദുഃഖം അമ്മിണിക്കു മനസ്സിലാവില്ല. മറ്റാർക്കും.

തലവേദന ഒരു വാസ്തവമായി മാറുന്നുണ്ടോ? നെറ്റിയിൽ കൈവെച്ചുനോക്കി. പൊള്ളുന്ന ചൂട്. തുറന്നു കിടക്കുന്ന ജാലകത്തിലൂടെ മിഴിയയച്ചു കിടന്നു. മഞ്ഞവെളിച്ചം പരന്നൊഴുകുന്ന ശുഭ്രസുന്ദരമായൊരു സായാഹ്നം. തളർന്ന മനസ്സിൽ ഉന്മേഷത്തിന്റെ നാമ്പുകൾ കിളിർക്കട്ടെ. കോളേജിൽ പഠിച്ചിരുന്ന കാലത്ത് കവിതയെഴുതുവാൻ ശ്രമിച്ച് പരാജയപ്പെട്ടത് ഓർക്കവെ, തെല്ലു തമാശ തോന്നി.

അസ്തമയം കാണാൻ വേണ്ടി, കോട്ടക്കുന്നിൽ പോയിരുന്ന സായാഹ്നങ്ങൾ മനസ്സിൽ മിന്നി. കുന്നിൻമുകളിലുള്ള അമ്പലത്തിലേക്കാണെന്നാണ് അമ്മിണി അവളുടെ അമ്മയെ ധരിപ്പിക്കുക. അപ്പോൾ വിടർന്ന കണ്ണുകൾകൊണ്ട് മാലിനി തന്റെ നേരെ നോക്കി ചിരിക്കും.

കുന്നിൻമുകളിലെ പുൽത്തകിടിയിൽ ഇരുന്നുകൊണ്ട് ഒരിക്കൽ പറഞ്ഞു:

'ഈ മാലിനിക്ക് തീരെ ബുദ്ധിയില്ല. അല്ലെങ്കിൽ ഞങ്ങളുടെ കൂടെ വരുമായിരുന്നോ, അതും

മധുവിധു കഴിയാത്ത ഞങ്ങളുടെ കൂടെ....'

'രാജേട്ടനും കുട്ട്യേടത്തിയും കൂടി എന്തുവേണമെങ്കിലും ആയിക്കോളൂ. ഞാൻ കണ്ണും ചിമ്മിയിരിക്കാം... അല്ലെങ്കിൽ ആരെങ്കിലും വരുന്നുണ്ടോ ന്നു നോക്കാം.'

'ഈ പെണ്ണിനെന്താ ഒന്നു മിണ്ടാതിരുന്നൂടെ...'

അമ്മിണി ലജ്ജയോടെ മൊഴിയും. മാലിനി കുടുകുടെ ചിരിക്കും.

ഒരു വൈകുന്നേരം അമ്മിണി പറഞ്ഞു:

'ഞാനില്ല, നിർബന്ധാണെങ്കിൽ തനിച്ചുപൊയ്ക്കോളൂ... അല്ലെങ്കിൽ ഗംഗേട്ടൻ വരുമല്ലോ...

നിന്റെ ഗംഗേട്ടനെ കാത്തുനിൽക്കാനൊന്നും കഴിയില്ല... മാലിനി വരുന്നോ...'

വരില്ലെന്നോർത്തുകൊണ്ടുതന്നെ, വാതിൽക്കൽ നിന്നിരുന്ന മാലിനിയോട് വെറുതെ ചോദിച്ചു.

'ഞാനുണ്ട്... ത്തിരിനേരം കാക്കാമെങ്കിൽ'

അകത്തളത്തിലേക്ക് മറഞ്ഞ മാലിനി സുഗന്ധത്തിന്റെ ഒരു കൊട്ടക്കാറ്റായി, മുറ്റത്തേക്കിറങ്ങിവന്നു. അമ്മിണിയുടെ മുഖം തെല്ലു മങ്ങിയോ? തനിക്കും എന്തോ ഒരു പന്തികേട് തോന്നാതിരുന്നില്ല. വീട്ടുകാർ എന്തു കരുതും, തന്റെ വല്ലായ്മ മുഖത്തു പ്രതിഫലിച്ചിരിക്കണം, ഉടനെതന്നെ കേൾക്കായി:

'എന്താ രാജേട്ടന്റെ മുഖം എറുമ്പുകടിച്ചതുപോലെ... ഇഷ്ടമില്ലെങ്കിൽ ഞാൻ വരണില്ലട്ട്വോ...'

ആയാസപ്പെട്ടെങ്കിലും ചിരിവരുത്തി.

'അതു തന്ന്യാ ഞാനും പറയുന്നത്. ഇഷ്ടല്ലെങ്കിൽ മാലിനി വരണ്ട...'

'എനിക്കിഷ്ടാണ്. ന്നാ നടന്നോളൂ...'

നടന്നു. മധുരതരമായ ഒരു അസ്വാസ്ഥ്യത്തോടെ. ഉരുളൻ കല്ലുകൾ നിറഞ്ഞ ഇടവഴി. അതിരുകളിൽ വേലിപ്പൂക്കൾ അമർത്തിച്ചിരിച്ചു കൊണ്ടുനിന്നു.

രാജേട്ടൻ ഞാൻ വരില്ല്യാന്ന് കരുതി. അല്ലേ? ഞാൻ രാജേട്ടന്റെ കൂടെ വന്നാൽ ന്താ ആകാശം ഇടിഞ്ഞുവീഴ്വോ? തിരിഞ്ഞുനോക്കി

ചിരിക്കുകമാത്രം ചെയ്തു. പരൽമീനുകളെപ്പോലെ പിടഞ്ഞുകിടക്കുന്ന തിളക്കമുള്ള കണ്ണുകൾ അകതാരിൽ സൃഷ്ടിക്കുന്ന വികാരമെന്താണ്! സംസാരിക്കുമ്പോൾ നിമിഷങ്ങൾക്കു ഭാരം വർദ്ധിക്കുകയാണോ!

മാലിനി എന്തു പൗഡറാണിട്ടിരിക്കുന്നത്?

സ്വയം ലജ്ജ തോന്നി. ഇത്രയും വിലകുറഞ്ഞ രീതിയിൽ സംസാരിക്കാൻ തുനിഞ്ഞത് ഭംഗിയായില്ല.

'ലവ് അഫയർ. എന്തേ ചോദിച്ചത്?'

'നല്ല വാസന'

'നല്ല പേരും അല്ലേ, ഗംഗേട്ടൻ കൊണ്ടുത്തന്നതാ...'

കെട്ടിനിറുത്തിയ ജലാശയം തുറന്നുവിടുകയാണ് നീ; ഞാനും.

പക്ഷേ, അതിന്റെ ഒഴുക്കിൽ, ശക്തിയേറിയ ഒഴുക്കിൽപ്പെട്ടു നീ കാലിടറി വീഴും: ഞാനും. നമ്മൾക്ക് രക്ഷപ്പെടാനാവില്ല കുട്ടീ....

'മാലിനിക്ക് പെർഫ്യൂംസ് വളരെ ഇഷ്ടമാണോ?'

'ഓ, എനിക്കെന്തൊരിഷ്ടാന്നറിയോ...?'

'ആ ട്രങ്കുപെട്ടിയില് ഒന്നാംതരം ചന്ദനത്തൈലമിരിപ്പുണ്ട്....'

'ഉവ്വോ.... കുട്ട്യേടത്തിയൊന്നും പറഞ്ഞില്ല. ഞാനൊട്ടു നോക്കിയിട്ടുമില്ല....'

'അവൾ കണ്ടിരിക്കില്ല. അത് മാലിനിയെടുത്തോളൂട്ടൊ...'

അവളുടെ മുഖം തിരിഞ്ഞുനോക്കാതെത്തന്നെ കണ്ടു, സ്വയം മതിപ്പു തോന്നിയ ഒരു നിമിഷം.

അന്ന്, കറുത്ത പാറക്കെട്ടുകൾക്കിടയിലെ പുൽത്തകിടിയിലിരുന്ന് അസ്തമയം കാൺകെ, ഉള്ളിൽ എന്തോ ഉദിച്ചുയരുന്നുണ്ടായിരുന്നു.

മുഖക്കുരുവിന്റെ ചുവപ്പുമുനകൾ അവിടവിടെ കിളിർത്തുനിൽക്കുന്ന വെളുത്ത മുഖം അരികെ, വിദൂരതയിൽ പടിഞ്ഞാറ്, ചുവന്നുതുടുത്ത സൂര്യബിംബം സാഗര നീലിമയിൽ ആഴ്ന്നിറങ്ങുന്നു, മേലെ ശാലീനമായ നീലാകാശം.

കറുത്ത പാറക്കെട്ടുകളുടെ മതിലുകളില്ലാത്ത മനസ്സിൽ കവിത. മധുരോദാരമായ കവിത. ലഹരി... ആത്മവിസ്മൃതി...

സാരിത്തലപ്പുകൊണ്ട് ചുണ്ടുകളൊപ്പി, മാലിനി പറഞ്ഞുഃ

'ഞാൻ വരേണ്ടിയിരുന്നില്ല അല്ലേ രാജേട്ടാ.'

വിവേകം തപ്പിത്തടഞ്ഞുവന്ന നിമിഷത്തിൽ അതു തന്നെയായിരുന്നു ഓർത്തുകൊണ്ടിരുന്നത്. നനവാർന്ന നേർത്ത ചുണ്ടുകളിലെ,

വിധേയത്വം കണ്ട് തരളിതനായെങ്കിലും. കുറ്റബോധത്തിന്റെ കൂരമ്പുകളേറ്റ് മനസ്സ് പിടഞ്ഞു. അപരാധബോധം അവളുടെ ഉള്ളിലും കടന്നുകൂടിയിരിക്കണം.

'നമുക്ക് പോവാം മാലിനി നേരം വൈകി.'

അവളുടെ മുഖത്തു നോക്കാനാവാതെ പതിഞ്ഞ സ്വരത്തിൽ പറഞ്ഞു. എഴുന്നേറ്റ് അന്യോന്യം ഒന്നും സംസാരിക്കാനാവാതെ നടന്നു. ഭാരിച്ച മനസ്സോടെ. ഈ ചുമടൊന്നിറക്കാൻ കഴിയുമോ....

'രാജേട്ടനോട് ക്ഷമിക്കു കുട്ടീ. ഈ സായാഹ്നം മാലിനി ഒരിക്കലും ഓർമ്മിക്കരുത്.'

ഇടവഴിയിലെ, കാലടികളിലമരുന്ന ചരലുകളുടെ ഞരക്കം. നിമിഷങ്ങളുടെ ഭാരം വർദ്ധിക്കുന്നു. തിരിഞ്ഞുനോക്കാതിരിക്കാൻ കഴിഞ്ഞില്ല.

'വെറുപ്പുകൊണ്ടാണോ മിണ്ടാത്തത്'

'വെറുപ്പ് എന്നോടു മാത്രമേ ഉള്ളൂ. പിന്നെ രാജേട്ടനിത് മറക്കാൻ കഴിയുമോ... കഴിയുമായിരിക്കും. പക്ഷേ എനിക്ക്...'

'ശരിയാണ് എങ്ങനെ മറക്കൻ കഴിയും?'

തിരിച്ചെത്തിയപ്പോൾ, പരിഭവം നടിച്ചുനില്ക്കുന്ന അമ്മിണിയെ പ്രതീക്ഷിച്ചു. കണ്ടില്ല. വടക്കേഭാഗത്തുനിന്ന് അവളുടെ ശബ്ദം മാത്രം കേട്ടു. വിളിക്കണമെന്നു കരുതി വിളിച്ചില്ല.

രാത്രിയിലും അമ്മിണിയെ കണ്ടില്ല. ഉറഞ്ഞുകൂടിയ ആശങ്കയുടെ നിമിഷങ്ങൾ. തുറന്നിട്ട ജാലകത്തിനരികെ, വിഷം പോലെ കനത്തു നീലിച്ച ഇരുട്ടിലേക്കു നോക്കിയിരുന്നു. സിഗരറ്റ് തുരുതുരുന്നനെ വലിച്ചു. പുകച്ചുരുളുകൾ മനസ്സിലെ അസ്വാസ്ഥ്യം പോലെ, മുറിയിൽ തങ്ങിനില്ക്കുന്നു. കോവണി ശബ്ദിക്കുന്നത് കേട്ടു. അമ്മിണിയായിരിക്കും. മുഖത്തു ഇല്ലാത്ത ഗൗരവം വരുത്തി. എന്നാൽ മുറിയിലേക്ക് കടന്നുവന്ന നിഴൽ കാൺകെ, അമ്പരക്കുകയാണുണ്ടായത്!

'രാജേട്ടൻ ഈ പാലു കഴിച്ച് ഉറങ്ങിക്കോളു ട്ട്വൊ. കുട്ട്യേടത്തിയെ രണ്ടുമൂന്നുദിവസത്തേക്ക് പ്രതീക്ഷിക്കണ്ട, മനസ്സിലായോ...'

തണുത്ത ഇളംകാറ്റ്. എന്തെല്ലാം ഓർത്തുപോയി! മാലിനിയുടെ ഭാവം കാൺകെ, അത്ഭുതം വിടർന്നു. മാലിനി അഭിനയിക്കുകയാണോ! ഇതൊരു കഴിവാണ്. സ്ത്രീകളുടെ മാത്രമായ കഴിവ്.

ചിരിച്ചു പാലുനിറച്ച ഗ്ലാസ് വാങ്ങിയപ്പോൾ കൈ വിരച്ചു. ജാള്യം മറച്ചുപിടിക്കാനായി പറഞ്ഞു:

'മാലിനിയുടെ കുട്ട്യേടത്തി ഇല്ലെങ്കിലും എനിക്കുറക്കം വരും....

അതിനുള്ള മറുപടി ആ കണ്ണുകളിലായിരുന്നു. താനത് വായിച്ചു. തനിയ്ക്കല്ലാതെ മറ്റാർക്കത് വായിക്കാനാവും.

'നോക്കു, ഈ സന്ധ്യാസമയത്ത് ഒറങ്ങ്വാണോ. എഴുന്നേൽക്കു ന്നേ...'

ഉറങ്ങുകയായിരുന്നില്ലെന്നു പറഞ്ഞില്ല. ഇരുട്ട് അരിച്ചരിച്ചു കടന്നു വരുന്നു.

അമ്മിണി നെറ്റിയിൽ കൈവെച്ച് നോക്കി.

'ഈ തലവേദന സാരല്യ. ഇത് മാറാനുള്ള മരുന്നു മാലു കൊണ്ടു വന്നിട്ടുണ്ട്...'

മാലിനിയുടെ കൈയിൽനിന്ന് ചായക്കപ്പു വാങ്ങിയപ്പോൾ ചിരിച്ചു കൊണ്ട് പറഞ്ഞു.

'ഏടത്തിയും അനിയത്തിയും കൂടി എന്റെ തലവേദന അധികാക്കു ന്നാ തോന്നുന്നത്...'

ചായ മൊത്തിക്കുടിക്കുന്നതിനിടയിൽ അമ്മിണി കിടക്കയിൽ ഒരറ്റ ത്തിരുന്നു. മനസ്സിന് ലാഘവമനുഭവപ്പെടുന്നു.

'അമ്മിണിക്കിത്തിരി ചായ വേണോ...'

'ഓ, ഞാൻ ബാക്കി കുടിക്കാനിരിക്ക്യാ...'

'പറയുന്നത് കേട്ടാൽ തോന്നും ബാക്കി യാതൊന്നും കഴിക്കില്ലെന്ന്. മാലുവിന് കേക്കണോ... ഇവള് ബോംബേന്ന്....'

'ഒന്നു മിണ്ടാതിരുന്നൂടെ...'

'അനിയത്തി കേൾക്കുന്നതിൽ ലജ്ജയുണ്ടല്ലേ. ഏതായാലും മുഴുവ നൊന്നും പറയുന്നില്ല. കേട്ടോ, മാലിനി ഇവള് ഊണുകഴിക്കണമെങ്കിൽ ഞാനുരുട്ടി കൊടുക്കണം. പിന്നെ...'

മാലിനി ചിരിച്ചു. ശബ്ദമില്ലാതെ. അമ്മിണി പരിഭവം നടിച്ചുകൊണ്ട് എഴുന്നേറ്റു.

'ആ കപ്പ് ഒഴിച്ചുകൊടുത്തേക്കു ട്ട്വോ...'

'അതു ശരി. മാലിനിയെ ഈ മുറിയിൽനിന്ന് പറഞ്ഞയക്കണമെന്ന് അല്ലേ...'

സിഗരറ്റിന് തീപ്പറ്റിച്ചു. ഒരു കവിൾ പുക വിട്ടുകൊണ്ട് അയാൾ സംതൃ പ്തിയോടെ പറഞ്ഞു:

'ചായയ്ക്കു നന്ദി. അതിന്റെ പിന്നിലെ നിശ്ശബ്ദ സേവകർക്കും. അവസാനം ഏകവചനമാക്കി മാറ്റണം കെട്ടോ... മാലിനി'

അമ്മിണി തിരിഞ്ഞുനിന്നു കൊഞ്ഞനം കാണിച്ചു.

ആറ്

ടാറിട്ട പാതയിലൂടെ വിരാമമില്ലാതെ ഒഴുകിപ്പോവുന്ന വാഹനങ്ങളുടെ മാർദ്ദവമില്ലാത്ത സ്വരം. തേനീച്ചക്കൂട്ടിൽ നിന്നെന്നപോലെ, പ്രൈമറി സ്കൂളിൽ നിന്നുയരുന്ന അവ്യക്തമായ ആരവം.

മടിയിൽ പറ്റിനിന്നുകൊണ്ട് ഗിരിമോൻ ചോദിക്കുന്നു:

രേഖ പറഞ്ഞൂഠ 'ചെറ്യമ്മടെ വയറ്റില് ഒരുണ്ണീണ്ടെന്ന്... വ്വോ ചെറ്യമ്മേ...'

'രേഖാന്ന് പറയരുത് ട്ട്വോ, മോന്റെ ചേച്ചിയല്ലേ...'

'അല്ലല്ല ആ പീറപ്പെണ്ണിനെ ഞാൻ ചേച്ചീന്ന് വിളിക്കില്യാ ഓളെന്നെ സ്കൂളിലേക്ക് കൊണ്ടോവില്ലല്ലോ'

വെളുത്തുതുടുത്ത ആ കൊച്ചുമുഖത്തെ പരിഭവം ഒപ്പിയെടുത്തുകൊണ്ട് പറയുന്നു;

'ഗിരിമോൻ വല്യ കുട്ട്യാവട്ടെ, അടുത്തകൊല്ലം സ്കൂളിൽ പോവാട്ട്വോ'

ചെറ്യമ്മടെ വയറ്റിലുള്ള കുട്ടിക്കും യ്ക്കും കൂടെ സ്കൂളിൽ പോണൊട്ട്വോ ചെറ്യമ്മേ...

'ശരി'

ഉള്ളിൽ പുളകത്തിന്റെ പൂക്കൾ വിടരുന്നു. അതിന്റെ പൊലിമ ഒരാൾക്ക് കാണിച്ചുകൊടുക്കണമെന്നു തോന്നി. ആ ആൾ ഉമ്മറത്തിരുന്ന് സിഗരറ്റ് വലിക്കയാവും. അല്ലെങ്കിൽ ചന്തപ്പടിക്കൽ സ്നേഹിതരോടൊത്ത് അലഞ്ഞുതിരിയുകയാവും.

ഗിരിമോനെ ചേർത്തുപിടിക്കുന്നു. ചുംബനങ്ങൾ വീണ്ടും വീണ്ടും

'മുഴുവനും ഗിരിമോനു കൊടുക്കുകയാണോ. എനിക്കില്ലേ...'

കുസൃതിയുടെ മുഴക്കമുള്ള ശബ്ദം.

കണ്ണുതുറന്നു, എവിടെ? എവിടെ?

മുറിയിൽ പതഞ്ഞുനിൽക്കുന്ന പകൽ വെളിച്ചം മാത്രം. ജാള്യം തോന്നി; നഷ്ടബോധവും.

പുളഞ്ഞുപോവുന്ന ടാറിട്ട പാതയില്ല. വാഹനങ്ങളുടെ കോലാഹലമില്ല തേനീച്ചക്കൂട്ടിൽ നിന്നെന്നപോലെയുള്ള ഇരമ്പമില്ല. ഗിരിമോന്റെ കിളിക്കൊഞ്ചലില്ല. കുസൃതിയുടെ മുഴക്കമുള്ള സ്വരത്തിന്റെ ഉടമസ്ഥനും.

ഭർതൃഗൃഹത്തിലെ ഈറൻമണം വിട്ടുമാറാത്ത മുറിയെവിടെ? പുഴകൾക്കും വയലുകൾക്കും വിമാനത്താവളത്തിനുമപ്പുറത്ത്, നാഴികകൾക്കകലെയുള്ള ഭർതൃഗൃഹത്തിൽ നിന്നു പെട്ടെന്നനെ തിരിച്ചെത്തിയിരിക്കുന്നു! താഴ്‌വരയിലെ തണലിൽ നിന്നുകൊണ്ട്, മലയുടെ ശിഖരത്തിലേക്കു നോക്കുമ്പോഴുള്ള ഒരു പ്രത്യേക തരത്തിലുള്ള അസ്വാസ്ഥ്യം; നൈരാശ്യം.

പാലാഴിത്തറവാട്ടിലെ, അറയ്ക്കുള്ളിലിരുന്ന് ഞാൻ സ്വപ്നം കാണുന്നു.

സ്വപ്നം കാണുകയല്ല; അയവിറക്കുകയാണ്.

ചേളാരിയിൽനിന്നു തിരിച്ചുവന്നത് ദിവസങ്ങൾക്കു മുമ്പാണ്. അവിടെ ചെലവഴിച്ച മധുരദിനങ്ങളുടെ ലഹരിയിൽ തളർന്നുകിടക്കുന്ന മനസ്സ്.

ഈയിടെയായി അങ്ങനെയാണ്. സുഖദമായ ആലസ്യത്തിൽ മുഴുകി കിടക്കുക. കിടക്കമടക്കി വെക്കാറില്ല. ദിവസത്തിൽ ഏറെ നേരവും ഈ കിടക്കയിലെ മൃദുലതയെ ആശ്ലേഷിച്ചുകൊണ്ട് മനോരാജ്യം കാണുന്നു.

ഇളവെയിലിന്റെ നാളങ്ങളുടെ നനുത്ത സ്പർശമേൽക്കാൻ കൊതി തോന്നുമ്പോൾ ജാലകം തുറന്നിടുന്നു. കോട്ടക്കുന്നിന്റെ ഉച്ചിയിലുള്ള ക്ഷേത്രവും അതിന്റെ പിന്നിലെ ജട പിടിച്ച അരയാലും കണ്ണിൽപെടുമ്പോൾ മനസ്സിൽ ഭക്തിയുടെ മർമ്മരം, ദേവി, കഷ്ടപ്പെടുത്തരുതേ...

ദൈവവിശ്വാസമില്ലാത്ത അദ്ദേഹമറിഞ്ഞാൽ പരിഹസിക്കും. തിരക്കു കുറഞ്ഞ, ഒരു കോണിലെ ഓഫീസ് മുറിയിലിരുന്ന് ജോലി ചെയ്യുന്ന അദ്ദേഹത്തെ തനിക്കിപ്പോൾ കാണാം. എപ്പോഴും കുസൃതി പൂത്തുനിൽക്കുന്ന ആ മുഖം....

മനസ്സിവിടെയായിരിക്കും. കുന്നും പൊന്തക്കാടുകളും ഓർമ്മയിൽ തെളിയുന്ന പേരുള്ള ദ്വീപുപോലുള്ള ഈ ഗ്രാമത്തിൽ, കടിഞ്ഞൂൽ കനി ഉദരത്തിൽ വഹിച്ചുകൊണ്ടുനടക്കുന്ന ഭാര്യയുടെയരികെ, വിളർത്ത പരിക്ഷീണയായ ഈ പാവപ്പെട്ട അമ്മിണിയുടെയരികെ...

ഓരോരിക്കലും മധുര മധുരമായ ഓർമ്മകളിൽ മുഴുകിയിരിക്കെ, പൊട്ടുന്നനെ ഞെട്ടിയുണരുന്നു. വരാനിരിക്കുന്ന ഒരു ദിവസത്തെയോർത്ത്. ആദ്യപ്രസവത്തിൽ തന്നെ ജീവിതത്തോടു യാത്ര പറയേണ്ടി വന്ന ഇല്ലത്തെ ഉമാദേവിയുടെ കഥ ആശങ്കകൾ കനം ചേർക്കുന്നു. യുക്തിക്കു നിരക്കാത്ത നിനവുകൾ. എന്നാലും....

എട്ടു പ്രസവിച്ച തെക്കെയിലെ മാധവിയമ്മ പലപ്പോഴും പറയുന്നതു കേൾക്കാം:

'അമ്മിണി എപ്പോഴുമിങ്ങനെ അടച്ചുകിടക്കരുത് കുട്ടി. എന്തെങ്കിലുമൊക്കെ ചെയ്യണം.

പത്താം മാസത്തിൽപോലും നെല്ലുകുത്താറുണ്ടെന്നു പറഞ്ഞ ചിരുതയെക്കുറിച്ച് വിസ്മയത്തോടെയല്ലാതെ ഓർക്കാനാവില്ല.

'അട്യേൻ നാലുപെറ്റു ചെറ്യമ്പ്രാട്ട്യേ യ്ക്ക് ഒരു ബുദ്ധിമുട്ടും ണ്ടായിട്ടില്ല. തെകഞ്ഞ മാസത്തിലും അടങ്ങിയിരിക്കലില്ല. ഇരുപത്തെട്ടു കഴിഞ്ഞാന്റെ പണിക്കു പോവേം ചെയ്യും...'

മാധവിയമ്മ പറഞ്ഞതിന്റേയും പൊരുളതു തന്നെയല്ലേ? ഇത്തിരി വെള്ളം കോരുവാൻ പോലും അമ്മ തന്നെ അനുവദിക്കാറില്ല. മാലിനിയാണെങ്കിൽ എന്തു വേണമെന്നന്വേഷിച്ചുകൊണ്ട് എപ്പോഴും അരികിലുണ്ടാവും. സ്നേഹത്തിന്റേയും വാത്സല്യത്തിന്റേയും ചുഴിയിൽ പെട്ടിരിക്കുകയാണ് താൻ. അടുത്ത ദിവസം വന്ന അദ്ദേഹത്തിന്റെ എഴുത്തിലുണ്ടായിരുന്നു:

'എനിക്കിവിടെ സമയം പോകുന്നില്ല കുട്ടീ ഓഫീസില്ലാത്ത ദിവസങ്ങളിലാണ് ഏറെ പ്രയാസം. അസുഖമൊന്നും ഇല്ലെന്നു കരുതി സമാധാനിയ്ക്കുട്ടെ. വല്ല വിഷമവും തോന്നുന്നുവെങ്കിൽ നമ്മൾ കണ്ട ചെറുവണ്ണൂരിലെ ഡോക്ടറുടെ നഴ്സിംഗ്ഹോമിൽ പോവുക. ഞാൻ ഡോക്ടർക്കെഴുതിയിട്ടുണ്ട്. അമ്മിണിയുടെ അച്ഛനും. എപ്പോഴും ഉന്മേഷത്തോടെ ഇരിക്കുക. ചേളാരിയിൽ നിന്ന് നിന്നെ കൂട്ടിക്കൊണ്ടുപോയതിനുശേഷം ഏട്ടനും, ഏട്ടത്തിയമ്മയും അവിടെ വന്നുവല്ലോ? എനിക്കെഴുത്തുണ്ടായിരുന്നു. പിന്നെ കേൾക്കണോ? ഏട്ടത്തിയമ്മയുടെ പ്രവചനം..... നിന്റെ വയറ്റിൽ ഒരു വികൃതിക്കുട്ടനാണത്രേ....'

എത്ര തവണയാണ് ആ എഴുത്തു വായിച്ചത്!

അടിവയറ്റിൽ ഒരു ചലനമനുഭവപ്പെടുന്നുണ്ടോ? മെല്ലെ തടവി. അമ്മയെ ഉപദ്രവിക്കരുതേ ഉണ്ണിക്കുട്ടാ....

അമ്മ!

ആ ഒരു സങ്കല്പത്തിൽ, സമസ്ത ആശങ്കകളും ഉരുകിയൊലിച്ചുപോവുന്നു-

ഏട്ടത്തിയമ്മ പ്രവചിച്ചതുപോലെ, ആൺകുട്ടിയായിരിക്കുമോ?

അദ്ദേഹത്തെപ്പോലെ, കുസൃതിയായ ഉണ്ണിക്കുട്ടൻ...!

മെല്ലെ എഴുന്നേറ്റു. ജാലകത്തിലൂടെ വെയിൽ നാളങ്ങൾ എത്തിനോക്കുന്നു. ആലസ്യം വിട്ടൊഴിയുന്നില്ലെങ്കിലും എത്രനേരം ഇങ്ങനെ കിടക്കും. മാലിനിയെ കാണാനില്ല. എന്തെങ്കിലും സംസാരിച്ചിരിക്കാമായിരുന്നു. ഇന്നലെ മംഗലത്തെ ഭാർഗവിയേടത്തി വന്നു. സമയം പോയതറിഞ്ഞില്ല. എന്തെല്ലാമാണ് പറഞ്ഞത്! നിർഭാഗ്യയായ ഭാർഗവിയേടത്തി. ജീവിതത്തോടുള്ള അഭിനിവേശം അവരെ സംബന്ധിച്ചിടത്തോളം അവശേഷിക്കുകയാണെന്നു തോന്നി. തിളക്കുന്ന യൗവനത്തിൽ തന്നെ വൈധവ്യം സംഭവിച്ചു. ഭാർഗവിയേടത്തിക്ക് ഒരു പുനർവിവാഹമാവാമായിരുന്നു. ഒരേയൊരു മകന്റെ ഭാവിയോർത്ത് സ്വന്തം മോഹങ്ങളെ അവഗണിച്ചതാവാം. ഇന്നവർക്ക് നഷ്ടബോധം തോന്നുന്നുണ്ടാവുമോ! ഉറക്കമില്ലാത്ത രാത്രികളിലെ ഏകാന്ത നിമിഷങ്ങളിൽ അവരിലെ സ്ത്രീ എന്തിനെന്നില്ലാതെ തേങ്ങിയിരിക്കില്ലേ. ഉണ്ടാവില്ല. സ്നേഹസമ്പന്നയായ അമ്മയാണ് ഭാർഗവിയേടത്തി. മകനുവേണ്ടി ജീവിക്കുന്ന മനസ്വിനിയായ അമ്മ.

ആരെയെങ്കിലും സംസാരിക്കാൻ കിട്ടുന്നത് ആശ്വാസപ്രദമാണ്. പ്രായം ചെന്നവർക്ക് ഉപദേശിക്കാനേ ഉണ്ടാവൂ. എന്തുകൊണ്ടോ അതസഹ്യമാണ്.

വലിയമ്മ ഇടയ്ക്കൊരു കൊടുങ്കാറ്റുപോലെ കടന്നുവരും. പരസ്പരബന്ധമില്ലാതെ എന്തെല്ലാമോ പറയും. ഗംഗേട്ടനെപ്പറ്റി എന്നും പരാതിയാണ്. നാട്ടു നന്നാക്കാൻ നടക്കുകയാണ്. വീട്ടിലെ കാര്യങ്ങൾ അന്വേഷിക്കുന്നില്ല. വിവാഹം കഴിക്കാൻ സമ്മതിക്കുന്നില്ല. പാതിരക്ക് വീട്ടിൽ കടന്നുവരുന്നു... അതിനിടയ്ക്കു തനിക്ക് അസുഖമൊന്നുമില്ലല്ലോ എന്ന് തിരക്കും. പെട്ടെന്ന് അമ്മയെ വിളിച്ച് എന്തിനെന്നില്ലാതെ ശകാരിക്കും, അപ്പുണ്ണിമ്മാമയെ കുറിച്ച് രണ്ടു കുറ്റം പറയും, കുറെക്കഴിഞ്ഞ് ഒരു കൊടുങ്കാറ്റുപോലെ തന്നെ മടങ്ങിപ്പോവുകയും ചെയ്യും.

വളരെ സൂക്ഷിച്ചാണ് കോവണിയിറങ്ങിയത്. ഇടനാഴിയിൽ ആരുമില്ലാതിരുന്നത് ഭാഗ്യം. അച്ഛനോ, അപ്പുണ്ണിമ്മാമയോ കണ്ടാൽ അമ്മയെയാണ് ദേഷ്യപ്പെടുക. അമ്മ പലവട്ടം പറഞ്ഞതാണ്. ഇനി മുകളിലേക്ക് കയറില്ല.

അടുക്കളയിൽനിന്ന് അമ്മയുടെ ശബ്ദം കേൾക്കാം. മാധവിയമ്മയുടെ പ്രത്യേക ഈണത്തിലുള്ള സംസാരം തിരിച്ചറിയാം. മാലിനിയെവിടെ? അമ്മ അവളെ എപ്പോഴും സൈ്വരം കെടുത്തിക്കൊണ്ടിരിക്കും. സ്നേഹം മനസ്സിൽവെച്ചുകൊണ്ടാണെങ്കിലും, മാലിനിയെ കേൾപ്പിക്കാതെ അമ്മ പറയാറുണ്ട്:

'ന്റെ മാലുവ്ടെ ഒരു നേരംല്ല്യേങ്കിൽ ഞാനിവിടെ കഴിയില്ല്യാട്ടോ...'

പക്വത വന്ന ഒരു കാരണവത്തിയുടെ ഭാവമാണിപ്പോൾ മാലിനിക്ക്. പഴയ വാചാലതയില്ല. എന്തിനുമേതിനും ശണ്ഠകൂട്ടുന്ന സ്വഭാവമില്ല. മാലിനിയുടെ പുതിയ ഭാവം ശ്രദ്ധിച്ചിട്ടായിരിക്ക്യം അവളുടെ രാജേട്ടൻ തന്നോടൊരിക്കൽ സൂചിപ്പിക്കുകയുണ്ടായി:

'എന്താ അമ്മിണി മാലിനിക്ക്. അവളുടെ ആ കുസൃതിയൊന്നും കാണുന്നില്ലല്ലോ. ഒന്നു മനസ്സിരുത്തുകതന്നെ വേണം.'

'എന്നും കുട്ടിയാണോ...'

'അതു തന്ന്യാ പറഞ്ഞത്. അവൾക്കൊരു മാര്യേജ് ശരിപ്പെടുത്തണമല്ലോ....'

തെല്ലുനേരം ചിന്താമഗ്നനായിരുന്നതല്ലാതെ അദ്ദേഹം പിന്നീടൊന്നുമുരിയാടിയില്ല. അവൾക്ക് വല്ല പ്രേമബന്ധവുമുണ്ടായിരിക്കുമോ! നല്ലൊരു വിവാഹാലോചന തരപ്പെട്ടിരുന്നെങ്കിൽ! അതുംകൂടി കഴിഞ്ഞാൽ അച്ഛനമമ്മയ്ക്കും സ്വസ്ഥമായിരിക്കാം. അവളിപ്പോൾ വിവാഹജീവിതം സ്വപ്നം കാണുന്നുണ്ടാവും. ഗംഗേട്ടൻ ഈയിടെ ഒരുകാര്യം പറഞ്ഞുകേട്ടിരുന്നു. വയനാട്ടിലോ ബത്തേരിയിലോ ഉള്ള ഒരു ചെറുപ്പക്കാരനെക്കുറിച്ച്. മെഡിക്കൽ കോളേജിലെ ഒരു ടെക്നീഷ്യനാണത്രേ. ഗംഗേട്ടനോട് കൂടുതൽ വിവരങ്ങൾ അന്വേഷിക്കാമായിരുന്നു. എപ്പോഴും വലിയ തിരക്കിലായിരിക്കും. വലിയമ്മ പറയാറുള്ളതുപോലെ, നാടു നന്നാക്കാൻ നടക്കുകയാണല്ലോ.

അയാളുടെ കുടുംബസ്ഥിതിയും മറ്റും എങ്ങനെയുണ്ടെന്നറിയണം. എല്ലാം മാലിനിയുടെ ഭാഗ്യംപോലെയിരിക്കും. പെണ്ണിന്റെ ഭാഗ്യം പെരുവഴിയിലാണെന്ന് മുത്തശ്ശി പറയുമായിരുന്നു. ഒരു കണക്കിൽ അത് ശരിയാണ്. വിവാഹജീവിതത്തെക്കുറിച്ച് തികച്ചും.

വലിയ തറവാടും, സാമ്പത്തികശേഷിയും നോക്കി പെൺകുട്ടികളെ താലികെട്ടിക്കുന്നു. അത് മഹാഭാഗ്യമായി വീട്ടുകാർ സമാധാനിക്കുന്നു. പക്ഷേ ഭർത്താവ് ഹൃദയമില്ലാത്തവനും ദുർമ്മാർഗ്ഗിയുമാവാം. ജീവിതകാലം മുഴുവൻ ഹതഭാഗ്യയായ പെൺകുട്ടി കണ്ണീരുകുടിക്കുന്നു.

അല്ലെങ്കിൽ ജീവിതത്തിൽനിന്ന് ഒളിച്ചോടുന്നു. ചിലരാവട്ടെ അതിൽപോലും പരാജയപ്പെടുന്നു.

തെറ്റുകൾ ഭാര്യക്കും ഭർത്താവിനും സംഭവിച്ചേക്കാം. അതു കണ്ടെത്തുന്നതിലുപരി, തിരുത്തുവാനുള്ള മനഃസാന്നിദ്ധ്യം വേണം. ഇത്രയും ചെറിയ കാലയളവിനുള്ളിൽ താനും അദ്ദേഹവുമായി എത്രവട്ടം ഉരസലുണ്ടായിട്ടുണ്ട്. ഓരോരിക്കലും താൻ അദ്ദേഹത്തെ സ്നേഹം കൊണ്ട് തോല്പിച്ചു. അദ്ദേഹം തന്നെയും. വല്ലപ്പോഴുമൊക്കെ അന്യോന്യം പരിഭവിക്കുന്നതുതന്നെ സ്നേഹക്കൂടുതൽ കൊണ്ടല്ലേ!

അടുത്ത ഫ്ളാറ്റിൽ താമസിച്ചിരുന്ന അഗർവാളുമൊത്ത് അദ്ദേഹം ഒരിക്കൽ മദ്യപിക്കുകയുണ്ടായി. അന്നു രാത്രിയിൽ ഭക്ഷണം കഴിച്ചില്ല. കരഞ്ഞുകൊണ്ട് പറഞ്ഞു:

'എന്നെ നല്ലൊരാളുടെ കൂടെ അയച്ചു എന്ന വിശ്വാസത്തിലാണ് എന്റെ അച്ഛനുമമ്മയും. ഏതായാലും ആ വിശ്വാസം നശിപ്പിക്കണ്ട. എനിക്കിത്തിരി വിഷം തന്നേക്കു, ഞാൻ മരിച്ചിട്ട്... നിങ്ങൾ കുടിക്ക്യേ.... എന്തുവേണമെങ്കിലുമായിക്കൊള്ളു... നിങ്ങളെ കൈകൊണ്ടുതന്നെ വിഷം തന്നേക്കു....'

അദ്ദേഹം എത്രമാത്രം ദുർബ്ബലനാണെന്നു അന്ന് മനസ്സിലായി. തന്നെ കെട്ടിപ്പിടിച്ചുകൊണ്ട് വിതുമ്പി:

'എന്റെ അമ്മിണി, ഞാനാദ്യമായി മദ്യപിച്ചതൊന്നും അല്ല. കോളേജിൽ പഠിച്ചിരുന്ന കാലത്ത് ഒന്നു രണ്ടുവട്ടം കുടിച്ചിട്ടുണ്ട്. ഇനി ഒരിക്കലുമില്ല. നീയെനിക്കു മാപ്പുതന്നെന്നു പറ. ഇല്ലെങ്കിൽ....'

താനെത്രമാത്രം ഭാഗ്യവതിയാണിന്ന്. സ്നേഹിക്കുന്ന ഭർത്താവാണ് ഒരു കുടുംബിനിയുടെ ഏറ്റവും വലിയ ധനം....

ഇടനാഴിയിലെ കോവണിച്ചുവട്ടിൽ തെല്ലുനേരം നിന്നു. കോവണിയിറങ്ങിയപ്പോഴേക്ക് താൻ തളർന്നുവെന്നോ?

വടക്കേ മുറിയിലേക്ക് കടന്നു. പെട്ടെന്ന് നടുങ്ങി. വെറും നിലത്ത് കമിഴ്ന്നുകിടന്നു ഞരങ്ങുന്നതാരാണ്.

മാലിനി...!

തളർച്ച വർദ്ധിക്കുന്നു.

വാതിൽക്കട്ടിളയിൽ ചാരിനിന്നു, വീഴാതിരിക്കാൻ.

ഏഴ്

വീഴുമെന്ന് തോന്നിയപ്പോൾ മെല്ലെ ഇരുന്നു. എന്നിട്ടും ശബ്ദിക്കാനായില്ല. ജാലകം അടഞ്ഞുകിടക്കുന്നു. ജാലകത്തിന്റെ വിടവിൽക്കൂടി വീണുകിടക്കുന്ന പകൽവെളിച്ചത്തിന്റെ കീറുകൾ. നിലത്ത് കമിഴ്ന്നുരുളുന്ന മാലിനിയെ കാൺകെ ഹൃദയം ക്രമാതീതമായി സ്പന്ദിച്ചു. ഈശ്വരാ ഇവൾക്കെന്താണ്!

വലതു കൈയൂന്നി, ആയാസത്തോടെ എഴുന്നേറ്റു. ജാലകം തുറന്നിട്ടു. വെളിച്ചത്തിന്റെ തിര മുറിയിലെയ്ക്കടിച്ചു കയറി. മാലിനിയുടെ പുറത്ത് തലോടിക്കൊണ്ട് ചോദിച്ചു:

'എന്തേ മാലൂ...'

ശബ്ദം ഇടറിപോയി. അവൾ തലയുയർത്തി ഒരുനിമിഷം നോക്കി, വീണ്ടും തലതാഴ്ത്തി.

'യ്ക്ക വയ്യ കുട്ട്യേടത്ത്യേ...'

മനസ്സിൽ സംഭരിച്ചുവെച്ച ധൈര്യം വാർന്നുപോവുന്നു; എങ്ങനെയോ ഇടനാഴിയിലേക്ക് കടന്നു. ആവുന്നത്ര ഉച്ചത്തിൽ വിളിച്ചു:

'അമ്മേ...'

അടുക്കളയിൽ പാത്രങ്ങൾ വീഴുന്ന ശബ്ദം, അമ്മയും മാധവിയമ്മയും ഓടിയെത്തി. അവരുടെ മുഖത്തു പരിഭ്രമത്തിന്റെ നിഴൽ. അപ്പോൾ സംശയിച്ചു. താൻ വിളിച്ചു കരയുകയായിരുന്നോ!

'എന്തേ മോളേ...'

'മാലുവിന്... എന്തോ... ഓള് നിലത്തുകിടന്നുരുളുന്നു....'

മുറിയിലേക്ക് അമ്മയുടെയും, മാധവിയമ്മയുടെയും ഒപ്പമെത്താനായില്ല. മാധവിയമ്മ അവളെ പിടിച്ചെഴുന്നേൽപ്പിക്കുന്നു. അവൾ നാഭിയിൽ

കൈയമർത്തി ഞെളിഞ്ഞുപിരിയുന്നു.

'ശ്ശ വയ്യ... വയറു വല്ലാതെ വേദനിക്കുന്നു.'

അമ്മ തെല്ലനേരം നിശ്ചേഷ്ടയായി നിന്നു. മാധവിയമ്മയുടെ മുഖത്തേക്ക് നോക്കി എന്തോ കണക്കുകൂട്ടുന്നതുപോലെ. ഇപ്പോൾ ആ മുഖത്ത് പരിഭ്രമമില്ല.

'ഇത് സാരല്യ കുഞ്ഞിപ്പാർവ്വത്യമ്മേ. ഓൾക്ക് സാധാരണ ണ്ടാവ്ണതല്ലേ. ഇത്രേം കടുപ്പം ണ്ടാവാറില്ലെന്നു മാത്രം.'

അമ്മ വാതിൽ കടന്നുപോവുന്നത് കണ്ടു.

തനിക്കൊന്നും മനസ്സിലായില്ല. മാധവിയമ്മ തന്റെ നേരെനോക്കി പറഞ്ഞു.

'മാലുവിനേ കുളിയടുക്കാറാവുമ്പം ണ്ടാവണതാ. സാരല്യാന്നേ. ആളെ പേടിപ്പിച്ചു ഈ കുട്ടി....'

ഏതാനും നിമിഷങ്ങൾക്കിടയിൽ തന്റെ മനസ്സിൽ കത്തിപ്പടർന്ന തീനാമ്പുകളെക്കുറിച്ച് പറഞ്ഞില്ല.

'ആ തണുത്ത നിലത്തു കിടക്കണോ...ന്നാല്...'

അത്രയും പറഞ്ഞത് ലാഘവത്തോടെയാണ്. മാലിനി നാഭിയിലമർത്തിയുഴിഞ്ഞു ചുമരും ചാരിയിരുന്നു. അമ്മ ഒരു ചെറിയ ഭരണിയുമായി വീണ്ടും കടന്നുവന്നു.

'ഈ ലേഹ്യം കഴിച്ചാ അതിപ്പം ഭേദാവൂലോ.'

ഭരണി തുറക്കവെ, വെള്ളുള്ളിയുടെ മണം പരന്നു. ആ ഗന്ധം ഇഷ്ടപ്പെട്ടു. വായിൽ ഉമിനീർ നിറയുന്നു.

'അമ്മേ ത്തിരി യ്ക്കും തരൂ...'

അമ്മ ചിരിച്ചു.

'ഇതേപ്പം നന്നായത്. നെനക്കിപ്പം എന്തിനാ ഈ മരുന്ന്'

താനും ചിരിച്ചുപോയി. ടീസ്പൂണിലെടുത്ത ലേഹ്യം കൈയിൽപിടിച്ചു മാലിനി തെല്ലനേരം മടിച്ചുനിന്നു. അതൃപ്തിയോടെയാണ് അവളത് വായിലാക്കിയതെന്ന് തോന്നി. മുഖത്ത് തെളിഞ്ഞ ചേഷ്ടകൾ കാൺകെ അതിന്റെ അരുചിയെകുറിച്ചൂഹിച്ചു.

പുറത്തേക്ക് കടന്നു. വെളിച്ചം മനസ്സിലേക്കും കടക്കട്ടെ. ഉള്ളിലുരുണ്ടുകൂടിയ കാർമേഘങ്ങൾ ഒഴിഞ്ഞുപോവട്ടെ. പൂമുഖത്ത് ചെന്നിരിക്കാം. അച്ഛൻ പുറത്തു പോയിട്ടുണ്ടാവും. അപ്പുണ്ണിമ്മാമ പാടത്തിന്റെ കരയിലുള്ള തൈത്തെങ്ങുകളോട് കൊഞ്ചുകയാവും. വെയിലിന് തിളക്കം കൂടുന്നു.

മൂർച്ചവരുത്തിയ കത്തിയുടെ വായ്ത്തലപോലെ മിന്നുന്ന വെയിൽ. തിണ്ടിനപ്പുറത്ത് വിരിഞ്ഞുനിൽക്കുന്ന കോളാമ്പിപ്പൂ അടുത്ത നിമിഷത്തിൽ തളർന്നുവീഴുമെന്ന് തോന്നി. അതിന്റെ മഞ്ഞനിറം മങ്ങുന്നു.

വീണ്ടും ഏകാന്തത. തന്റേതുമാത്രമായ ലോകം. വായിക്കാനെന്തെങ്കിലും കിട്ടിയിരുന്നെങ്കിൽ! അല്ലെങ്കിൽ അതൊരു വ്യാമോഹമാണ്. ഗംഗേട്ടൻ തന്ന വാരിക വായിക്കാൻ തുടങ്ങിയിട്ട് എത്ര ദിവസങ്ങളായി. രണ്ടുമൂന്നു പേജുകൾ പിന്നിടുമ്പോഴേക്കും മടുപ്പിന്റെ കാഹളം മുഴക്കിക്കൊണ്ട് കോട്ടുവാ, വരികയായി. റേഡിയോവിന്റെ ഗുണം ഇപ്പോൾ മനസ്സിലാവുന്നു.

ബോംബെയിലെ മധുരദിനങ്ങൾ മനസ്സിൽ മിന്നി. ദൈർഘ്യമേറിയ പകലുകളിൽ ഏകാന്തത സൃഷ്ടിക്കുന്ന അസ്വസ്ഥതയകറ്റാൻ ട്രാൻസിസ്റ്റർ തുറന്നുവെക്കുമായിരുന്നു. മൂളുന്ന ട്രാൻസിസ്റ്ററിന്റെ മുന്നിലിരുന്ന്, പോയ രാത്രികളിലെ മധുരം നൊട്ടിനുണയുക! പുത്തൻ ട്രാൻസിസ്റ്ററുമായി വന്ന ദിവസം അദ്ദേഹം പറഞ്ഞു:

'ഞാൻ രണ്ടുമൂന്നു വർഷങ്ങളായി ഈ നഗരത്തിൽ വന്നിട്ട്, ഇന്നുവരെയും ഒരു റേഡിയോവിന്റെ ആവശ്യം തോന്നിയിട്ടില്ല. പകൽ അമ്മിണിക്കൊരു കൂട്ടു വേണമല്ലോ എന്നു കരുതി. വേഗത്തിൽ ഒരു കുഞ്ഞിനെ... അല്ലെങ്കിൽ ഈ ട്രാൻസിസ്റ്ററുമായി കൂടേണ്ടിവരും'

'അങ്ങനെയാണെങ്കിൽ അധികകാലം ഈ ട്രാൻസിസ്റ്റർ വേണ്ടിവരില്ല.'

പറഞ്ഞില്ല. അദ്ദേഹത്തിന്റെ കുസൃതി നിറഞ്ഞ കണ്ണുകളിൽ നോക്കിക്കൊഞ്ഞനെ കുത്തിയപ്പോൾ ഉള്ളിൽ നിനച്ചു.

നാട്ടിലേക്ക് പുറപ്പെട്ടുമ്പോൾ ട്രാൻസിസ്റ്റർ എടുക്കേണ്ടെന്നു പറഞ്ഞത് താനാണ്. എടുക്കാമായിരുന്നു. ഈ വിരസതയുടെ ലോകം ഭാവനയിലുദിച്ചിരുന്നില്ലല്ലോ.

മനസ്സിനെ ഒരു ബിന്ദുവിൽ പിടിച്ചുനിറുത്താനാവുന്നില്ല. കാറ്റിലകപ്പെട്ട പഞ്ഞിത്തുണ്ടുപോലെ തെന്നിയകലുന്നു. നിമിഷങ്ങൾ ഒച്ചിനെപ്പോലെയാണോ നീങ്ങുന്നത്?

പടിപ്പുര കടന്ന് ആരോ വരുന്നതു കണ്ടു. സൂക്ഷിച്ചുനോക്കി. മംഗലത്തെ ഉണ്ണി, വർഷങ്ങൾക്കുശേഷം കാണുകയാണെങ്കിലും തിരിച്ചറിയാൻ പ്രയാസമുണ്ടായില്ല. പൊടുന്നനെ ഓർമ്മയിൽ ഏതാനും ചിത്രങ്ങൾ മിന്നിമറഞ്ഞു.

പൂന്നെല്ലിന്റെ മണമൊഴുകി നടന്ന കളപ്പുരയിലെ മദ്ധ്യാഹ്നങ്ങൾ.

വൈക്കോൽ കുമ്പാരങ്ങൾ. തിരുവാതിരനാളുകളിലെ വെളുപ്പാൻ കാലത്തെ ചുളുചുളുപ്പൻ കാറ്റ്. സ്വയം മറന്നിരുന്ന ഊഞ്ഞാലാട്ടം... കട്ടിയുള്ള നീലപ്പാവാടയുടുത്തു നടന്ന കാലത്തെ ചാപല്യത്തിന്റെ ചിത്രങ്ങൾ.

അവൻ എല്ലാം ഓർമ്മിക്കുന്നുണ്ടാവുമോ....!

-വർഷങ്ങൾക്കുശേഷം കണ്ടുമുട്ടുന്ന ഈ നിമിഷത്തിൽ എന്റെ മുഖത്തു വിരിയുന്ന വിളർത്ത പുഞ്ചിരിയിൽ നീ സംതൃപ്തിയടയുക.

'എന്താ അറ്യോ. ഇവിടുന്നുപോയ അമ്മിണിയേടത്തിയല്ലല്ലോ ഇത്....'

കുസൃതിയുടെ ചുവയുള്ള ശബ്ദം. പുഞ്ചിരി പുരണ്ട കണ്ണുകൾ.

'ഉണ്ണി വല്യ ആളായല്ലോ, ഇവിടേക്കൊന്നും കാണുന്നേല്ല്യ പ്പോ....'

'ഞാൻ വ്ടെ ണ്ടാര്ന്നില്ല്യാ. ഒരു ജോലിക്കാര്യത്തിന്നു അലഞ്ഞുതി ര്യായ് രുന്നു...'

'ശരിപ്പെട്ടോ...'

'പറയാറായിട്ടില്ല. അലഞ്ഞുതിരിഞ്ഞത് ലാഭം ന്നാ തോന്നണത്...'

കസേരയിലിരുന്ന് മീശ തടവുന്ന ഉണ്ണിയെ കൗതുകപൂർവ്വം നോക്കി. അവന്റെ അച്ഛന്റെ രൂപം മനസ്സിൽ തെളിയുന്നു. അതേ ശബ്ദം. അതേ ഭാവങ്ങൾ.

'ഉണ്ണിയുടെ അമ്മായി വരാറില്ലേ?'

'അമ്മായി പ്രസവിച്ചു കെടക്കുവല്ലേ...'

'ഓ.... ശരിതന്നെ, ഭാർഗവിയേടത്തി പറഞ്ഞിരുന്നു....'

അമ്മിണിയേടത്തിക്ക് അതൊന്നും പ്പോ ഓർമ്മണ്ടാവില്ലല്ലോ

തെല്ല ജാള്യം തോന്നാതിരുന്നില്ല. ഉണ്ണിയുടെ മിഴികൾ തന്റെ ശരീരത്തിലെവിടെയെല്ലാമോ പരതി നടക്കുന്നത് കാൺകെ അസഹ്യത തോന്നി. എങ്കിലും ഒന്നുമറിയാത്ത ഭാവേന വെറുതെ ചിരിച്ചു.

ഉണ്ണി വളരെയേറെ വളർന്നിരിക്കുന്നു. വർഷങ്ങളെ തട്ടിനീക്കിക്കൊണ്ടുതന്നെ. മാലിനിയുടെ വയറ്റിൽ വേദന ഭേദമായോ എന്നറിയില്ല. പോയിനോക്കാം. അകത്തേക്ക് കടക്കവേ ഉണ്ണിയുടെ ശബ്ദം കേൾക്കായി.

'അമ്മിണിയേടത്തീന്റെ മ്മേ... വിരുന്നുകാരണ്ടട്ട്വോ...'

'വിരുന്നുകാരുണ്ടെങ്കി വിളിച്ചു പറയണ്ട, വീട്ടുകാരു കാണും.'

അമ്മ അടുക്കളയിൽനിന്ന് തെല്ലറക്കെ പറയുന്നത് കേൾക്കാം. ഉണ്ണിയുടെ ശബ്ദം തിരിച്ചറിഞ്ഞിരിക്കും.

കമിഴ്ന്ന കിടക്കുന്ന മാലിനിയെ നോക്കി നിമിഷങ്ങളോളം നിന്നു. വയറ്റിൽ വേദന ശമിച്ചിരിക്കാം. വിളിച്ചില്ല. തിരിഞ്ഞുനടന്നു.

ഉണ്ണി അടുക്കളയിലെത്തിയിരിക്കുന്നു. അമ്മയുമായി സംസാരിക്കുന്നത് കേൾക്കാം. മെല്ലെ കടന്നുചെന്നു.

'വിരുന്നുകാരൻ അടുക്കളയിൽ ചെന്ന് നിക്ക്വാണോ...'

'എന്താ ചെയ്യ അമ്മിണിയേടത്ത്യേ... വിരുന്നുകാരനെ ഗൗനിക്കണ്ടേ'

നടപ്പുരയിലേക്ക് ഉണ്ണി കൂടെ വന്നു. അവൻ ഏതോ സിനിമാഗാനം ചൂളം കുത്തുന്നുണ്ടായിരുന്നു. അവന്റെ ഹെയൽസ്റ്റൈലും നേർത്ത വരയൻ മീശയും ചേഷ്ടകളും കാൺകെ സാഗറിനെ ഓർത്തു. പക്ഷേ സാഗറിന്റെ ആപ്പിൾനിറം ഉണ്ണിക്കില്ല. അഗർവാളിന്റെ കൂടെ എപ്പോഴും കാണുമായിരുന്ന സാഗറിന് വരയൻ മീശയുമില്ല. അടുത്ത ഫ്ളാറ്റിൽ പ്രത്യക്ഷപ്പെട്ടിരുന്ന സാഗറിനോട് ഉള്ളിൽ ഇഷ്ടം തോന്നിയിരുന്നു. പൊടുന്നനെ അത് നശിക്കുകയും ചെയ്തു. ഒരിക്കൽ അവൻ തന്റെ നേരെ നോക്കി, നാവും കണ്ണുമുപയോഗിച്ച് ആഭാസം നിറഞ്ഞ ഒരു സംജ്ഞ കാണിച്ചു. എന്തുകൊണ്ടോ അഗർവാളിന്റെ ഭാര്യക്കും ആ പയ്യനോട് വെറുപ്പായിരുന്നു.

'രാജൻമേനോനെ കാണാൻ പറ്റിയില്ല. ഇനി എന്നാണ് വര്വ'

'അടുത്തൊന്നും ലീവ് കിട്ടുമെന്ന തോന്നണില്ല.'

'അമ്മിണിയേടത്തി ഒന്ന എഴുതോ ഒരു ജോലി ശരിപ്പെടുത്താൻ.'

ഉള്ളിൽ സഹതാപമുണർന്നു. അദ്ദേഹം ശ്രമിച്ചാൽ ഉണ്ണിക്കൊരു ജോലി കിട്ടുമോ? വിദ്യാഭ്യാസവും പ്രാപ്തിയുമുള്ളവർകൂടി അലഞ്ഞുതിരിയുന്ന മഹാനഗരത്തെക്കുറിച്ച് ഉണ്ണിക്കൊന്നുമറിഞ്ഞുകൂട. ഒമ്പതിൽ തോറ്റ ഉണ്ണിക്ക് എന്തു ജോലിയാണിവിടെ ലഭിക്കുക? എങ്കിലും അതൊന്നും പറഞ്ഞില്ല.

'എഴുതാം. ഉണ്ണിക്ക് എസ്സെൽസി വരെയെങ്കിലും പഠിക്കാമായിരുന്നു.'

'അതിനി പറഞ്ഞിട്ടു കാര്യംല്ല. എല്ലാർക്കും ഇതേ പറയാനുള്ളൂ.'

അവന്റെ സ്വരത്തിൽ നീരസം കലർന്നിരുന്നു. മുഖത്ത് നൈരാശ്യത്തിന്റെ നിഴൽപ്പാടുകൾ. നഷ്ടപ്പെടുത്തിയ ദിനങ്ങളെക്കുറിച്ചോർക്കുകയാവാം. ഭാവിയെപ്പറ്റിയുള്ള ഉൾക്കണ്ഠയാവാം.

'നിന്നോടുള്ള ദേഷ്യം കൊണ്ടു പറയുകയല്ല. ഇന്നത്തെ കാലമതാണുകുട്ടീ...'

തെല്ലിട കഴിഞ്ഞു ഉണ്ണി പറഞ്ഞു:

'ഞാൻ പോട്ടെ നേരം വൈകി'

'ഊണു കഴിച്ചിട്ടു പൂവ്വാം, കാലായിരിക്കുന്നു.'

'വൈക്യാ പറ്റില്ല. എനിക്കു ചോയിയെ ഒന്നു കാണണം'

അടുക്കളയുടെ ഭാഗത്തേക്കു തിരിഞ്ഞു ശബ്ദമുയർത്തി;

'അമ്മിണിയേടത്തീന്റമ്മേ ഞാൻ പോണ്'

ബഹളത്തിനിടയിൽ അമ്മ കേട്ടിരിയ്ക്കാനിടയില്ല. തന്റെ മുഖത്തേയ്ക്കൊന്നുകൂടി നോക്കി അവൻ ഇറങ്ങി. വീണ്ടും നിർബന്ധിച്ചില്ല. എന്തെങ്കിലും അടിയന്തിര കാര്യമുണ്ടായിരിക്കും. ചോയിയെ കാണുന്നത് പണത്തിനായിരിക്കാം.

ആളിപ്പടരുന്ന വെയിലിൽ നിലാവിലെന്നപോലെ നടന്നുപോകുന്ന ഉണ്ണിയെ തെല്ലുനേരം നോക്കിനിന്നു. തിളയ്ക്കുന്ന യൗവനം, അവനും വെയിലിനും.

മാലിനി പുറത്തേക്കു കടന്നു ചുറ്റും പരതുന്നതു കണ്ടു. ഉണ്ണിയുടെ ശബ്ദം കേട്ട് എഴുന്നേറ്റു വന്നതാവും. പച്ചപ്പാവാടയുടുത്തു നടന്ന ദിനങ്ങൾ വീണ്ടും ഓർമ്മയിൽ മിന്നി. കറുത്ത ട്രൗസറിട്ടു ഇടുത്ത പയ്യൻ ഇന്നു ഉരത്ത ശബ്ദവും നനുത്ത മീശയുമുള്ള ഒരു യുവാവായിരിക്കുന്നു. പക്വത കൈവരാത്ത സാഹസികനായ ചെറുപ്പക്കാരൻ. പെൺകുട്ടികളെ കളിപ്പാട്ടങ്ങളായി കാണുന്ന പ്രായം. മാലിനിക്കു ആപൽ സൂചന കൊടുക്കേണ്ടിയിരിക്കുന്നു. എന്നാൽ എങ്ങനെയാണത്! ഒരു വേള അവൾ തന്നെ അപഹസിച്ചുകൊണ്ടു പറയും:

'എന്നെ ആരും ഉപദേശിക്കണ്ട എനിക്കറിയാം എല്ലാവരെയും...'

വീണ്ടുമൊരു ശീതസമരത്തിന് കളമൊരുക്കുകയാവാമത്. അല്ലെങ്കിൽത്തന്നെ അവളുടെ ഉള്ളിന്റെ ഉള്ളിൽ പഴയ വൈരം ഉറങ്ങിക്കിടപ്പുണ്ടാവില്ലേ? ഒരു ദിവസം ഉണ്ണിയുടെ ചെകിട്ടിലും ആ വാർത്തയെത്തുന്നു. അവൻ ഒരു പ്രത്യേകഭാവത്തിൽ തന്നെ നിസ്സാരയാക്കിക്കൊണ്ട് പറയുന്നു.

'എല്ലാവരും അമ്മിണിയേടത്തിയെപ്പോലെയാണെന്നു കരുതരുത്...'

തനിക്കതിനു യാതൊന്നു പറയാനാവില്ല. ഒരു ഭാര്യയും അമ്മയാവാൻ

പോവുന്നവളുമായ അമ്മിണി തലതാഴ്ത്തി നിൽക്കുന്ന ഒരു നിമിഷം....

അല്ലെങ്കിൽ ഒരു ഭാര്യയായ തനിക്ക് അവന്റെ ദൃഷ്ടിയിൽ മാന്യതയില്ല... പവിത്രതയില്ല, ഉണ്ണി തന്റെ ശത്രുവാണ്, മാലിനിയും തന്റെ ശത്രുവാണോ...!

താൻ വൃഥാ നിഴൽയുദ്ധം നടത്തുകയാണ്. അനാവശ്യമായ അസ്വാസ്ഥ്യത്തിന് മനസ്സിൽ താവളമൊരുക്കുകയാണ്. അങ്ങനെയൊന്നും സംഭവിച്ചില്ലല്ലോ. ഉണ്ണി തന്റെ മേൽ ഒരു ആധിപത്യത്തിന്റെ ഭാവമൊന്നും പ്രകടിപ്പിച്ചിട്ടില്ല. മാലിനിയും അവനും എന്തെങ്കിലും അവിഹിതബന്ധമുള്ളതായി കാണാൻ കഴിഞ്ഞിട്ടില്ല. ഇത്തരം ഭാവനകളും നിരർത്ഥകമായ ചിന്തകളുമാണ് തന്റെ ശത്രുക്കൾ.

എട്ട്

ഡെറ്റോളിന്റെ ഗന്ധം. കണ്ണാടിയിൽ നോക്കി മുഖം തടവി. എല്ലുന്തിയ കവിളുകൾ ചോർന്നു പോവുന്ന കാലത്തെക്കുറിച്ചോർമ്മിപ്പിച്ചു. മുപ്പത്തിമൂന്നു വർഷങ്ങളുടെ തേമാനമല്ല, മുഖത്തു തെളിഞ്ഞിരിക്കുന്നതെന്നും ഒരു നിമിഷം വൃഥാ ചിന്തിച്ചു.

കത്രിച്ചു നിർത്തിയ കൊമ്പൻ മീശയിൽ വിരലോടിക്കവെ കനകമ്മയുടെ രൂപം മനസ്സിൽ തെളിഞ്ഞു. നിനക്കാത്ത നേരത്തു കടന്നുവന്ന ഒരതിഥിയെപ്പോലെ. ഒരു കാലത്തു ആവേശവും വിഭ്രമവും സൃഷ്ടിച്ച കനകമ്മ എന്ന സുന്ദരി, കനകമ്മ എന്ന കിനാവ്... അവൾ തന്റെ കൈക്കുള്ളിലൊതുങ്ങുമെന്നു കരുതിയതല്ല. ഒരു പമ്പരം പോലെ കളിപ്പാട്ടം മൂലയിലേക്ക് വലിച്ചെറിയുകയും ചെയ്തു. ദുഃഖമോ അപരാധമോ തോന്നുന്നില്ല. കനകമ്മയും ഏറെ പ്രതീക്ഷിച്ചിരുന്നില്ലല്ലോ. മനസ്സിൽ മഞ്ഞുപൊടിഞ്ഞുകൊണ്ടിരുന്ന ഒരു മുഹൂർത്തത്തിൽ അവൾ പറഞ്ഞിരുന്നു:

'ഗംഗാധരൻ സാറിന്റെ ഈ കൊമ്പൻ മീശയൊന്നു ചെറുതാക്കണംട്ട്വാ'

സഹപ്രവർത്തകനായ കേശവന്റെ വിവാഹദിനത്തിൽ തനിച്ചായപ്പോൾ അവൾ ചോദിച്ചു:

'ഗംഗാധരൻ സാറിന് വിവാഹത്തിനൊന്നും ആഗ്രഹമില്ലേ'

'ഏെ...ഏെ... ചെറുപ്പത്തിൽ തന്നെ എന്റെ ആഗ്രഹം ഒരു സന്ന്യാസിയാവണമെന്നായിരുന്നു...ഇപ്പോഴും.'

'ഇപ്പോഴും കപട സന്ന്യാസിയാണല്ലോ...'

അവൾ ഭാരിച്ച മാർത്തടം കുലുക്കിക്കൊണ്ട് ചിരിച്ചു. ജീവിതം ഒരു

ബിന്ദുവിൽ ഒതുങ്ങിനിന്ന കുറേ നിമിഷങ്ങൾ, അപ്പോൾ കനകമ്മ യുടെ മനസ്സിൽ മിന്നിയിരിക്കാം. പി.എസ്.സി. സിലക്ഷൻ കിട്ടി പോയ തിനുശേഷം ആ ചങ്ങനാശ്ശേരിക്കാരിയെക്കുറിച്ചു വിവരങ്ങളൊന്നുമില്ല. ഏകാന്തതയിൽ സ്വയം ചൂടുപിടിപ്പിക്കുന്ന നിമിഷങ്ങളിൽ, ഉറക്കത്തെ കാത്തു കിടക്കുന്ന രാത്രികളിലാണ് കനകമ്മയെക്കുറിച്ച് ഓർക്കുവാൻ ശ്രമിക്കുക.

ഷെവിങ്ങ് സെറ്റ് എടുത്തുവെച്ചു. ഒരിക്കൽകൂടി കണ്ണാടിയിൽ നോക്കി, ചുമലിലിട്ട തോർത്തുമുണ്ട് കൊണ്ട് മുഖമമർത്തിത്തുടച്ചു. മുഖ ത്തെവിടെയെല്ലാമോ നീറ്റലനുഭവപ്പെട്ടു. ഓരോരിക്കലും ക്ഷൗരം ചെയ്തു കഴിഞ്ഞാലുണ്ടാവുന്ന ഈ നീറ്റൽ പോലെയാണ്, ഇഷ്ടപ്പെട്ട പെൺകു ട്ടികൾ ഓരോരുത്തരായി വിവാഹിതരാവുന്നതറിയുമ്പോഴെന്നു പറഞ്ഞ രസികനായ സുഹൃത്തിനെ അനുസ്മരിച്ചു.

ഇന്ന് അമ്പലക്കുളത്തിൽ പോയി വിസ്തരിച്ചൊന്നു കുളിക്കണം. വീണുകിട്ടിയ ഒരു ഞായറാഴ്ച. വിശ്രമത്തിന്റെ ദിനം. ഈയിടെയായി ശനിയാഴ്ചകളിലും ക്ലാസ്സുള്ളതുകൊണ്ട് ഞായറാഴ്ച അപൂർവ്വ സുഖമനുഭ വപ്പെടുന്നു. പക്ഷേ ഇന്നു ഒഴിവുദിനത്തിന്റെ തണുപ്പിൽ ചുരുണ്ടുകൂടി ഇരി ക്കാനാവില്ലല്ലോ, ഉച്ചയ്ക്കുശേഷം ക്ലബ്ബിന്റെ വർക്കിങ്ങ് കമ്മറ്റി യോഗമുണ്ട്.

സോപ്പുപെട്ടിയുമെടുത്ത് മുറ്റത്തേക്കിറങ്ങി. പടിപ്പുരയിൽ തെല്ലുനേരം നിന്നു. മഞ്ഞിന്റെ നേർത്ത പാട വീണുകിടക്കുന്ന വിസ്തൃതമായ വയൽ. ഇളവെയിലിന്റെ കിരണങ്ങൾ അരിച്ചെത്തുന്നതേയുള്ളൂ. കട്ടികുറഞ്ഞ മഞ്ഞിന്റെ മറയിലൂടെ വയലിന്റെ അങ്ങേകരയിലുള്ള തെങ്ങിൻ തോപ്പുകളും കൊച്ചു കുരകളും കാണാം. ഉറക്കം വിട്ടുണരാത്ത തന്റെ സാമ്രാജ്യം. വരമ്പിൽ നനഞ്ഞുകുതിർന്നുകിടക്കുന്ന കറുകപ്പുല്ലിൽ ചവി ട്ടിമെതിച്ചു ഇളവെയിലിന്റെ മൃദസ്പർശമേറ്റുകൊണ്ട് നടന്നു. ഇടവഴിയി ലേക്കു കയറവെ പാലാഴിയിലെ, പടിപ്പുരയിലേക്കും വേലിച്ചെടികൾ തലയുയർത്തി നിൽക്കുന്ന മതിൽക്കെട്ടിനരികിലേക്കും കണ്ണുകൾ കുതിച്ചുചാടി. വൈകുന്നേരങ്ങളിൽ മാലിനി വഴിയിലേക്ക് മിഴിയയ ച്ചുകൊണ്ടു നിൽക്കുന്നതു കണ്ടിട്ടുണ്ട്. ചെറിയമ്മയ്ക്ക് അവളിന്നൊരു തലവേദനയാണ്. ചെറിയമ്മ തന്നോടൊരിക്കൽ പറയുകയുണ്ടായി:

'അമ്മിണിയുടെ പുടമുറിക്ക് മുമ്പ് മാലിനീടേതായിരുന്നു വേണ്ടീരു ന്നത്...'

ആ വാക്കുകളിലൊളിച്ചുവെച്ചിരുന്ന വികാരം മനസ്സിലാക്കിയിട്ടു ണ്ട്. കുളിച്ചു വരുമ്പോൾ അവിടെയൊന്നു കയറണം. ചെറിയമ്മയുടെ മുമ്പിലേക്ക് തെല്ലു ഗമയോടെതന്നെ ചെല്ലാം. താനന്നു പറഞ്ഞത്

അവരാരും ഗൗനിച്ചിട്ടുണ്ടാവില്ല. ഗംഗാധരൻ പിടിപ്പുള്ളവനാണെന്ന് ഇന്നവർക്കുതോന്നും. ഗംഗേട്ടൻ തനിക്കു വേണ്ടി പാടുപെടുകയാണല്ലോ എന്ന് മാലിനിയെങ്കിലും നിനയ്ക്കും.

കോഴിക്കോട്ടുള്ള ഒരു സുഹൃത്താണ് വിജയരാഘവക്കുറുപ്പുമായി പരിചയപ്പെടുത്തിയത്. ഇരുനിറത്തിൽ കാണാൻ മോശമില്ലാത്ത ചെറുപ്പക്കാരൻ. പരിഷ്കാരി. മെഡിക്കൽ കോളേജിലെ ടെക്നീഷ്യൻ. അയാളുടെ വിശദമായൊരു വിവരണം സുഹൃത്ത് ആദ്യമേ നൽകിയതാണ്. പഴയ തറവാട്ടുകാരൻ, ഭേദപ്പെട്ട സാമ്പത്തികനില, പുരോഗമന ചിന്താഗതികളുള്ള മറ്റു കുടുംബാംഗങ്ങൾ. ഒരേയൊരു പെങ്ങൾ വിവാഹിതയായിരിക്കുന്നു. മാതാപിതാക്കൾ ജീവിച്ചിരിപ്പില്ല. ഇനി വേണമെങ്കിൽ കൂടുതൽ അന്വേഷിക്കുകയുമാവാമല്ലോ. മാലിനിയുടെ അച്ഛൻ പോയി നോക്കട്ടെ, അപ്പുണ്ണിമ്മാമയും. വിജയരാഘവക്കുറുപ്പും അദ്ദേഹത്തിനു വേണ്ടപ്പെട്ടവരും ഇവിടെ സന്ദർശിക്കട്ടെ. തന്റെ ചുമതല ഇതോടെ തീർന്നു എന്നല്ല, മാലിനി തന്റെ പെങ്ങളാണ്. എല്ലാറ്റിനും ആദ്യം മുതൽ അവസാനം വരെ ഭാഗഭാക്കാവേണ്ടവനാണ്...

ഇടവഴിയുടെ അവസാനത്തിൽ കുന്നു തുടങ്ങുന്നിടത്ത് പൊന്തക്കാടുകൾ വളർന്നിരിക്കുന്നു. എല്ലാം ഒന്നു ശുചിയാക്കേണ്ടിയിരിക്കുന്നു. സ്ത്രീകളും കുട്ടികളും പതിവായി നടക്കുന്ന വഴിയാണ്. ക്ലബ്ബിന്റെ ആഭിമുഖ്യത്തിൽ ഒരു ശ്രമദാനം സംഘടിപ്പിക്കാം. താൻ നേതൃത്വം കൊടുക്കുകയേ വേണ്ടു. പത്രത്തിൽ റിപ്പോർട്ട് വരും. പ്രസിദ്ധിയും പെരുമയും വെറുതെയുണ്ടാവില്ല...

താലപ്പൊലിപ്പറമ്പ് ചലനമറ്റുകിടക്കുന്നു. കുംഭമാസത്തിലെ ഒരു ചൊവ്വാഴ്ച. അല്ലെങ്കിൽ വെള്ളിയാഴ്ച ഈ മൊട്ടപ്പറമ്പ് ഞെട്ടിയുണരുന്നു. അണിഞ്ഞൊരുങ്ങുന്നു. ഗ്രാമത്തിലെ സുരഭിലയൗവനങ്ങൾ ഒഴുകിക്കൂടുന്നു; മേളക്കൊഴുപ്പോടെ. കേൾവികേട്ട താലപ്പൊലിക്കു അയൽഗ്രാമങ്ങളിൽനിന്ന് ജനം പ്രവഹിക്കുന്നു, കച്ചവടത്തിനുവേണ്ടി, കരിമരുന്നുവേല കാണുവാൻ വേണ്ടി, പെൺകുട്ടികളുമായി മുട്ടിയുരുമ്മുവാൻ വേണ്ടി, മറ്റു പലതിനുവേണ്ടിയും.

താലങ്ങളിൽ തുടുത്ത തീനാളങ്ങളുമായി നിരന്നു നിൽക്കുന്ന പെൺകിടാങ്ങൾ. ജ്വലിക്കുന്ന കവിൾത്തടങ്ങൾക്കു പിന്നിൽ രക്ഷാനിര സൃഷ്ടിക്കുന്ന താളം തെറ്റിയ യുവാക്കൾ.. പെട്രോമാക്സിന്റേയും തീപ്പന്തങ്ങളുടേയും വെളിച്ചമെത്താത്ത മൂലയിലെ, അമർത്തിയ വികാരവിവശമായ ശബ്ദങ്ങൾ. കിളിക്കൊഞ്ചലുകൾ, പരാതികൾ, പരിഭവങ്ങൾ. എല്ലാം, എല്ലാം ആണ്ടിലൊരിക്കൽ, കുന്നിൻമുകളിലെ ദേവിയുടെ

പേരിൽ-

ആ ഒഴുക്കിലെല്ലാം താനും പെട്ടിട്ടുണ്ട്, കർപ്പൂരത്തിന്റെയും ചന്ദനത്തിന്റെയും ലഹരി പകരുന്ന പെൺകിടാങ്ങളുടേയും ഗന്ധമേറ്റുകൊണ്ട്, വർണങ്ങളുടെയും നാദങ്ങളുടെയും തിരകളിൽ ഒരു പൊങ്ങുതടിയായി ആലോലമാടിയ വർഷങ്ങൾക്കു ഏറെ പഴക്കമില്ല. മകരമാസത്തിലെ, കൊട്ടും തണുപ്പിൽ വിറങ്ങലിച്ചിരിക്കുമ്പോൾ വരാനിരിക്കുന്ന താലപ്പൊലിപ്പറമ്പിലെ മാദകരാത്രി സ്വപ്നം കണ്ടുകൊണ്ട് സ്വയം ചൂട് പിടിപ്പിക്കാറുണ്ട് ഇപ്പോഴും.

മൊട്ടക്കുന്നിൽ അഞ്ചു തെങ്ങിൻ തൈകൾ മാത്രം വെച്ചുപിടിപ്പിച്ച മനുഷ്യൻ ഒരു തമാശക്കാരനായിരുന്നിരിക്കണം. വഴിതെറ്റി വന്നവരെപ്പോലെ അഞ്ചു കിഴവൻ തെങ്ങുകൾ അന്തിച്ചു നിൽക്കുന്നു.

ദേവീക്ഷേത്രത്തിനുമുന്നിൽ കറുപ്പു ധരിച്ച അയ്യപ്പഭക്തന്മാർ കൂടിനിൽക്കുന്നതു കണ്ടു. മേലേടത്തെ ഉണ്ണികൃഷ്ണൻ ഈ തവണ മല കയറുന്നുണ്ടോ ആവോ? കഴിഞ്ഞ വർഷം അവൻ വ്രതമെടുക്കുന്നതിന്റെ തലേ ദിവസം ഒരു പാർട്ടി തന്നിരുന്നു. നല്ല തെങ്ങിൻകള്ളും കോഴിയിറച്ചിയും. മൂക്കറ്റം കുടിക്കുകയുണ്ടായി. അന്നുരാത്രി അവന്റെ വീട്ടിൽ തളർന്നുകിടന്നു.

വെളുപ്പാൻ കാലത്ത് ഗർഭിണിയായ അവന്റെ ഭാര്യയുടെ നനഞ്ഞ മുഖം കണ്ടു. തലയുയർത്താനാവാതെ അവിടെനിന്നു ഇറങ്ങിപ്പോരുകയാണുണ്ടായത്. പിന്നെ ഒന്നോ രണ്ടോ ദിവസങ്ങൾക്കുശേഷമാണ് ഉണ്ണികൃഷ്ണനെ കാണുന്നത്. ഒരു പുതിയ ഭാവത്തിൽ പുതിയ രൂപത്തിൽ, കണ്ടയുടനെ അവൻ പറഞ്ഞു;

സ്വാമി ശരണം

സഹതാപം തോന്നി. ഒന്നു ചിരിക്കാൻ ശ്രമിച്ചു. അപ്പോൾ അവന്റെ ഗർഭിണിയായ ഭാര്യയുടെ നനഞ്ഞുവിളർത്ത മുഖം മനസ്സിൽ നിറഞ്ഞു നിന്നിരുന്നു.

തിടുക്കത്തിൽ പടവുകളിറങ്ങി. കുളക്കടവിൽ നിന്ന് ശബ്ദകോലാഹലം കേൾക്കാം. ഇടിഞ്ഞുതുടങ്ങിയ മതിൽക്കെട്ടിനരികെ, തിളച്ചുമറിയുന്ന കുളത്തിലേക്കും നോക്കി മട്ടുപ്പോടെ നിന്നു. അമ്പലക്കുളത്തിൽ നിന്നു കളിക്കാമെന്നു നിനച്ച നിമിഷത്തെ ശപിച്ചു. പരിചിതമുഖങ്ങൾ ചിരിയുതിർത്തു. മാരാത്തെ വളപ്പിൽ മറ്റെന്തിനോയെന്ന ഭാവേന സ്ത്രീകളുടെ കുളക്കടവിലേക്ക് ഒളിക്കണ്ണിട്ട് നിൽക്കുന്ന അച്യുതമാരാരെ കണ്ടു. യൗവനയുക്തയായ പത്മത്തിനേയും അവളുടെ അച്ഛനായ അച്യുതമാരാരേയും മനസ്സിലിട്ടു തൂക്കിനോക്കി, ഓർത്തോർത്തു ചിരിച്ചു.

സോപ്പും എണ്ണയും ഇഴകിച്ചേർന്ന ഒരുതരം വാടയുതിർത്ത കുളത്തിലിറങ്ങി മുങ്ങി. എണ്ണയും സോപ്പുമുപയോഗിച്ച് കുളിക്കരുതെന്ന് എഴുതിവെച്ചിരുന്ന ബോർഡും നിയമവും എന്നോ തുരുമ്പുപിടിച്ച് പോയിരിക്കുന്നു

വേഗത്തിൽ കുളിച്ചുകയറി. മതിൽക്കെട്ടിന് പുറത്തേയ്ക്ക് കടന്നു. പിറകിൽ ഈറൻ വസ്ത്രങ്ങൾ കാലിലടിക്കുന്ന ശബ്ദം. വളകിലുക്കം. തിരിഞ്ഞുനോക്കണമെന്ന ഉൽക്കടമായ മോഹം ബോധപൂർവ്വം മാറ്റിവെച്ചു. മാന്യതയുടെ നേർത്ത മറ ഉരിഞ്ഞുവീഴാനെളുപ്പമാണ്.

കറുപ്പ വസ്ത്രങ്ങളും ദീക്ഷകളും ചത്ത കണ്ണുകളും ചിതറിക്കിടക്കുന്നു, നടയ്ക്കലും മുറ്റത്തുമായി. ശരണം വിളികൾ, മണിയടികൾ... ഭക്തിയുടെ പുക പടർന്നുപിടിക്കുന്നു. പ്രസാദം വാങ്ങാൻ നിന്നില്ല. തിരക്കിൽ എങ്ങനെയോ ഒന്നു തൊഴാൻ തരപ്പെട്ടു. എന്തുകൊണ്ടോ കനം തൂങ്ങിയ മനസ്സോടെ മെല്ലെ നടന്നു.

പടവുകളവസാനിക്കുന്നിടത്ത് നാട്ടിയ, അഹിന്ദുക്കൾക്ക് പ്രവേശനമില്ലെന്നെഴുതി വെച്ചിരിക്കുന്ന പുതിയ ബോർഡിനരികെ, വെയിലു കായുന്ന മൊച്ചകൾ പ്രതീക്ഷയോടെ തലയുയർത്തി നോക്കി. കൈമലർത്തി ഒന്നുമില്ലെന്നു ആംഗ്യം കാണിച്ചു. അവയുടെ ചൈതന്യമില്ലാത്ത കണ്ണുകളിൽ നിരാശത നിഴലിച്ചുവോ?

കുന്നിൻപുറത്തെ പച്ചപ്പുകളിൽ നക്കിനടക്കുന്ന വെയിൽ. ദേവീക്ഷേത്രത്തിൽനിന്ന് പിറുപിറുത്തുകൊണ്ടിറങ്ങിവരുന്ന കൂനിത്തള്ളയുടെ പിറകിൽ ഏതാനും യുവതികൾ. മിഴികൾ അന്വേഷണവ്യഗ്രതയോടെ ഒരു നിമിഷം കുതിച്ചു. ആ കിലുക്കാംപെട്ടികളുടെ കൂട്ടത്തിൽ മാലിനിയെ കണ്ടില്ല. അവൾ നേരത്തെ കുളികഴിഞ്ഞു പോയിട്ടുണ്ടാവാം.

ഈ വിവാഹാലോചനയെ സംബന്ധിച്ച മാലിനിയോട് ചിലതൊക്കെ സംസാരിക്കേണ്ടതുണ്ട്. ഒരുവേള ഈ വിവരങ്ങളെല്ലാം അവളുടെ ചെവിട്ടിലുമെത്തിയിരിക്കാം. ഒരിയ്ക്കലും കണ്ടിട്ടില്ലാത്ത ബത്തേരിക്കാരനായ ഒരു ചെറുപ്പക്കാരനുവേണ്ടി ഹൃദയത്തിൽ ഒരു മുറി വിതാനിച്ചുവെച്ചിരിക്കുമോ അവൾ ഇപ്പോൾത്തന്നെ...!

അമ്മിണി വീർത്തുന്തിയ വയറും താങ്ങി അവളുടെ അരികിൽ ചെന്ന് കുസൃതിയുടെ പാട്ടു കിലുക്കുന്നു. കുസൃതിയുടെ നുറുങ്ങുകൾ ചിതറിവീഴുന്നു. മാലിനി കൃത്രിമമായ പരിഭവത്തോടെ മുഖം വീർപ്പിക്കുന്നു. എല്ലാം വീക്ഷിച്ചുകൊണ്ട് ആത്മസംതൃപ്തിയോടെ ചെറിയമ്മ തന്റെ മക്കളെ നോക്കി പുഞ്ചിരിപൊഴിക്കുന്നു...

നാളെത്തന്നെ വിജയരാഘവക്കുറുപ്പിന് കത്തെഴുതണം. അടുത്ത

ഞായറാഴ്ച അയാൾ വന്നു മാലിനിയെ കാണട്ടെ. പട്ടണപ്പരിഷ്കാരങ്ങളിൽ ഇടപഴകിവരുന്ന അയാൾക്ക് ഈ നാട്ടിൻപുറത്തുകാരിയെ ഇഷ്ടപ്പെട്ടുമോ? മാലിനി ഒരു വിരൂപയാണെന്നു തനിക്ക് തോന്നിയിട്ടില്ല. സാധാരണ ഒരു യുവാവ് അഭിലഷിക്കുന്ന ഗുണങ്ങളെല്ലാം അവളിലുമില്ലേ? അങ്ങനെയൊന്നും ആലോചിക്കേണ്ടതില്ല.

പാലാഴിയിലെ പടിപ്പുര കാൺകെ ചിന്തകളിൽ നിന്ന് തലയൂരി. കയ്യാലക്കരികെ കുന്നുകളോട് കിന്നാരം പറഞ്ഞുനിൽക്കുന്ന അപ്പുണ്ണിമ്മാമയെ കണ്ടു.

'ഹാ ഗംഗനൊ നിന്നെ കേശവമേനോൻ കാണണംന്ന് പറഞ്ഞിരുന്നു.'

'ഇവ്ടെല്ല്യേ'

'ഓ പ്പൊ പൊറത്തിറങ്ങി നീ കണ്ടില്ല, വ്വൊ?'

'ഇല്ല്യല്ലോ....'

നടപ്പുരയിലേക്ക് കയറവെ, ഒരു പതിഞ്ഞ സ്വരം കേട്ടു.

'അമ്മേ... ഗംഗേട്ടൻ...'

അമ്മിണിയുടെ വിളർത്ത ചിരി പടരുന്നത് ശ്രദ്ധിച്ചുകൊണ്ട് തെല്ലുറക്കെ വിളിച്ചു.

'ചെറ്യമ്മേ...'

ഒമ്പത്

ഇന്ന് ഈറനുടുത്ത് അമ്പലനടക്കൽ കൈകൂപ്പി നിന്നപ്പോൾ മനസ്സ് ശൂന്യമായിരുന്നില്ല. ഇന്നലെ രാത്രി ഉറക്കം വരാതെ മെത്തയിൽ തിരിഞ്ഞും മറിഞ്ഞും കിടന്നപ്പോൾ അകതാരിൽ അസ്വാസ്ഥ്യം കട്ടകുത്തി നിന്നിരുന്നില്ല. പകരം എന്തായിരുന്നു? ആത്മാവിൽ നിന്നൊഴുകിയ പ്രാർത്ഥനകൾ... വർണപ്പൊലിമയാർന്ന സ്വപ്നങ്ങൾ... മാലിനിയോർത്തു.

ദിവസങ്ങൾക്കുമുമ്പ് ഗംഗേട്ടന്റെ നാവിൻതുമ്പിൽ നിന്ന് ആ വാർത്ത കേട്ടപ്പോൾ മുതൽ ഭാവന ചിറകുവിടർത്തുവാൻ തുടങ്ങിയിരുന്നു. ജീവിതത്തിലെ വ്യർത്ഥതാബോധം അവസാനിക്കുന്നു.

ഏതാനും മണിക്കൂറുകൾക്കുള്ളിൽ തന്നെ കാണാൻ ഒരു ചെറുപ്പക്കാരൻ വരുന്നു.

എന്തൊക്കെയാവും ചോദിക്കുക! കൂടെ ആരെല്ലാമുണ്ടാവുമോ ആവോ

കുട്ട്യേടത്തിയെ പെണ്ണുകാണാൻ വന്ന രംഗം ഓർമ്മയിൽ മിന്നി. രാജേട്ടൻ കുട്ട്യേടത്തിയോട് ഒന്നും സംസാരിച്ചിരുന്നില്ല. കൂടെയുണ്ടായിരുന്ന കണ്ണടക്കാരൻ എന്തെല്ലാമോ ചോദിച്ചു. രാജേട്ടൻ ഇമവെട്ടാതെ കുട്ട്യേടത്തിയെ നോക്കിയിരുന്നു. ആ മുഖത്ത് നേർത്ത ഒരു പുഞ്ചിരി തങ്ങിനിന്നിരുന്നു. കുട്ട്യേടത്തിയുടെ മുഖം ലജ്ജയാൽ തുടുത്തിരുന്നു. കട്ടികുറഞ്ഞ ജാലകവിരിയിലൂടെ എല്ലാം നോക്കി നിന്നതും, പെണ്ണുകാണാൻ വരുന്നവർ പിരിഞ്ഞുപോയപ്പോൾ കുട്ട്യേടത്തിയുടെ പിറകെ, രാജൻമേനോൻ എന്ന് ഉരുവിട്ടുകൊണ്ട് നടന്നതും എല്ലാം, എല്ലാം ഓർമ്മയിൽ തളിരിട്ടുനിൽക്കുന്നു.

അടുക്കളയിൽ തകൃതിയായി ജോലി നടക്കുകയാണ്. അമ്മയും

മാധവിയമ്മയും മാത്രമാണുള്ളതെന്നല്ല തോന്നുക! കുട്ട്യേടത്തി വലിയ വയറും താങ്ങി അവിടെയുമിവിടെയും നടക്കുന്നത് കാൺകെ എന്തോ വിഷമം.

ഗംഗേട്ടൻ കടവിനക്കരെയുള്ള ബസ്സ്റ്റാന്റിൽ കാത്തുനിൽക്കുക യാവും. ഏത് ബസ്സിനാണ് വരികയാവോ! അച്ഛനും അപ്പുണ്ണിമ്മാമയും പുറത്തേക്കൊന്നുമിറങ്ങാതെ കാത്തുകെട്ടിയിരിക്കുന്നു. അപ്പുണ്ണിമ്മാമ പതിവില്ലാത്തതുപോലെ, ഷർട്ടു ധരിച്ചിരിക്കുന്നു. അച്ഛനും സ്വല്പം മോടിയിൽ തന്നെ.... മാലിനിക്ക് ചിരി വന്നു.

ഊണുകഴിക്കാനൊന്നും നില്ക്കില്ലെന്നാണത്രേ ഗംഗേട്ടനെഴുതിയിരിക്കുന്നത് അപ്പുണ്ണിമ്മാമ പറഞ്ഞത് കേട്ടിരുന്നു.

'ഊണിന്റെ നേരത്തുവന്നാ ഊണു കഴിക്കണം. ചായയുടെ സമയത്തുവന്നാ ചായ.... അല്ലാതെന്താ ഇതിലൊക്കെ... ങേ...'

ഒരുപക്ഷേ ഊണിന്റെ നേരം കഴിഞ്ഞാവും വരിക. എങ്ങനെയായാലും ഇങ്ങെത്തിയാൽ മതിയായിരുന്നു. തന്റെ ഭാവനയിലൊതുക്കി നിറുത്താനാവാത്ത ചിത്രം... ഗംഗേട്ടൻ അന്ന് പറയുകയുണ്ടായി;

'കേട്ടോ മാലിനി. എന്നെക്കാൾ സുന്ദരനാണ്....'

ഒന്നും മിണ്ടാതെ ചിരിക്കുകമാത്രം ചെയ്തു. എന്നാൽ ഉള്ളിൽ ഏതോ പുളകത്തിന്റെ രേണുക്കൾ നിറഞ്ഞുനിന്നു. കഴിഞ്ഞ രാത്രിയിലെ സ്വപ്നം! ഓർക്കുമ്പോൾ ലജ്ജ തോന്നുന്നു. നിനവുകൾ മറ്റുള്ളവർക്ക് മനസ്സിലാക്കുവാൻ കഴിയാത്തത് നന്നായി. അല്ലെങ്കിൽ തലയുയർത്തി നടക്കാനാവുമോ! ഉണ്ണിയെപ്പോലെ സ്വയം ചെയ്തതും ഉള്ളിൽ കരുതുന്നതുമെല്ലാം ഒട്ടും മറച്ചുവെക്കാതെ പറയാനുള്ള തൊലിക്കട്ടി വേണം. അവൻ കഴിഞ്ഞൊരു ദിവസം വന്നപ്പോൾ എന്തെല്ലാമാണ് പറഞ്ഞത്?

മീഞ്ചന്തയിലുള്ള അവന്റെ അമ്മായിയുടെ വീട്ടിൽ ഒരു രാത്രി ചെലവഴിച്ചതിന്റെ കഥ.

ഉണ്ണിയുമായി അടുത്ത് പെരുമാറിക്കൂടെന്നു തോന്നുന്നു. എന്തെങ്കിലും നടക്കാത്ത കാര്യങ്ങൾ പറഞ്ഞുകൂട്ടില്ലെന്ന് ആർക്കറിയാം? എല്ലാം തെറ്റാണെന്നു തോന്നായ്കയല്ല. ഇല്ല, ഇനി മുതൽ അങ്ങനെയൊന്നും ഉണ്ടായിക്കൂടാ.

അദ്ദേഹം ഏതു തരത്തിലുള്ള ആളായിരിക്കും? മെഡിക്കൽകോളേജിലാണല്ലോ ജോലി. തീർച്ചയായും കൂടെ സ്ത്രീകൾ ജോലി ചെയ്യുന്നുണ്ടാവും. അവരിലാരെങ്കിലുമായി എന്തെങ്കിലും ബന്ധമുണ്ടാവാതിരിക്കുമോ? ഇതൊക്കെ ഭ്രാന്താണ്. എന്തിനാണ് ഇങ്ങനെയെല്ലാം ചിന്തിക്കുന്നത്.

എവിടെയോ ഉള്ള ഒരു മനുഷ്യൻ. അയാൾ തന്റെ ആരുമല്ല. ആ ചെറുപ്പക്കാരൻ തന്നെ കാണാൻ വരുന്നു. തന്നെ ഇഷ്ടപ്പെട്ടാൽ ഒരുവേള ഈ വിവാഹം നടക്കും, അത്രമാത്രം.

ഇഷ്ടപ്പെടലിന്റെ മാനദണ്ഡമെന്താവാം? തന്നെ ഉറിച്ചുനോക്കുമായിരിക്കും. തൊലി വെളുത്തതാണോ? നീണ്ട കണ്ണുകളാണോ? ശരീരത്തിൽ മുഴപ്പും വളവുകളും വേണ്ടപോലെയുണ്ടോ? സംസാരിക്കുമ്പോൾ വിക്കുണ്ടോ? നടക്കുമ്പോൾ മുടന്തുണ്ടോ? ഇത്യാദി കാര്യങ്ങളായിരിക്കും. മറ്റെന്താണ് ഈ കൂടിക്കാഴ്ചയിൽ നിന്ന് വ്യക്തമാവുക? ആന്തരികമായ സൗകുമാര്യം ഏതാനും നിമിഷങ്ങൾക്കകം ആർക്കും മനസ്സിലാക്കാവുന്നതല്ലല്ലോ.

ഈ വിവാഹം നടന്നാൽ തന്റെ മനസ്സിൽ താവളമടിച്ചിട്ടുള്ള ദുഃഖം ഒഴിഞ്ഞുപോവുമോ? ഒന്നുമില്ലെങ്കിൽ ഈ ഏകാന്തതാബോധത്തിൽനിന്നെങ്കിലും മുക്തി ലഭിക്കുമായിരിക്കാം. താൻ വീട്ടുകാർക്കൊരു തലവേദനയാണെന്ന് പലപ്പോഴും തോന്നിയിട്ടുണ്ട്. സങ്കടവും ഈർഷ്യയും അടക്കിനിറുത്താൻ ആയാസപ്പെടാറുണ്ട്.

എന്തിന് പെണ്ണായി ജനിച്ചുവെന്നുപോലും ചിന്തിക്കാറുണ്ട്.

കണ്ണാടിക്കു മുമ്പിൽ പതിവിലേറെ സമയം ചെലവഴിച്ചു. മുഖക്കുരുവിന്റെ പാടുകൾ കാൺകെ, ഉള്ളിൽ നടുക്കം. ഓർക്കരുതെന്നു കരുതിയ പലതും മനസ്സിൽ തെളിയുന്നു. മുഖക്കുരുവുള്ള മുഖം ഇഷ്ടമാണെന്നു പറഞ്ഞ രാജേട്ടൻ...!

രാജേട്ടാ, എന്റെ രാജേട്ടാ....

കണ്ണുകളിൽ ഈർപ്പം പൊടിയുന്നുവോ? കണ്ണാടിയിൽ നിന്ന് മിഴികൾ പിൻവലിച്ചു. കരയരുത്, കൺമഷി കൺതടത്തിലാകെ പരക്കുന്നതുകൊണ്ടല്ല. ജീവിതത്തിന്റെ മുഖച്ഛായതന്നെ മാറ്റിയേക്കാവുന്ന ഈ സുദിനത്തിൽ കരയുന്നത് ഭംഗിയല്ല. കാത്തിരിക്കു, ഭാവനയിൽ പൂക്കൾ വിരിയിച്ച്, പ്രസന്നതയോടെ, കുതൂഹലത്തോടെ.... ഉള്ളിലെ നീറ്റൽ പുറത്തു തെളിഞ്ഞുകാണും. മുഖം മനസ്സിന്റെ കണ്ണാടിയാണെന്നു ദിവസത്തിൽ നൂറുവട്ടം പറയുമായിരുന്ന പത്മിനിടീച്ചർ വർഷങ്ങളെ വകഞ്ഞുമാറ്റികൊണ്ട് മുന്നിൽ നിൽക്കുന്നുവോ?

മുകളിലെ ജാലകത്തിന് പിന്നിലെ, കാത്തുനിൽപ്പിന് പ്രതീക്ഷയുടെ അർത്ഥവും മാധുര്യവുമുണ്ട്. വെയിൽ കായുന്ന മഞ്ഞച്ചേരയെപ്പോലെ മയങ്ങിക്കിടക്കുന്ന നടവരമ്പ് തെളിഞ്ഞുകാണാം. അപ്പുറത്ത് കറുത്ത തോട്, ആ തോടിന് വടക്കുവശത്തുള്ള കെട്ടിടത്തിന്റെ ചുണ്ണാമ്പുപിടിച്ച ചുമരിന്റെ പാർശ്വങ്ങളെല്ലാം ഒരു ദുഃസ്വപ്നംപോലെ. അല്ലെങ്കിൽ ഈ

ദൃശ്യങ്ങളൊന്നും തന്റെ അകതാരിലെ വിശകലനം ചെയ്യാനാവാത്ത വികാരങ്ങൾക്ക് കൂട്ടുനിൽക്കുന്നില്ലല്ലോ.

ആ കെട്ടിടത്തിൽ മുമ്പൊരു വായനശാലയുണ്ടായിരുന്നു. ഗംഗേട്ടനായിരുന്നു അതിന്റെ പ്രസിഡന്റ്. വായനശാലയുടെ ചായമടർന്നുതുടങ്ങിയ ബോർഡ് ഇപ്പോഴുമവിടെ തൂങ്ങികിടക്കുന്നുണ്ടെന്ന് തോന്നുന്നു. വായനശാലയിലെ പുസ്തകങ്ങളേറെയും ഗംഗേട്ടന്റെ മുറിയിലാണെങ്കിലും! ഒരിക്കൽ അവിടെ പോയപ്പോൾ താൻ ഗംഗേട്ടനോട് പറയുകയുണ്ടായി.:

'വെറുതെയല്ല വായനശാല പൊളിഞ്ഞത്. പുസ്തകങ്ങളൊക്കെ ഇവിടെയാണല്ലോ....'

ഒരു കള്ളച്ചിരിയായിരുന്നു മറുപടി. ഗംഗേട്ടൻ അങ്ങനെയാണ്. എന്ത് കാര്യത്തിനുമിറങ്ങുക ലാഭം നോക്കിയാണ്.

ശൂന്യമായ നടവരമ്പിന്റെ അങ്ങേ തലക്കൽ ചെന്നു വഴിമുട്ടി നിൽക്കുകയാണ് മിഴികൾ. ആരേയും കാണുന്നില്ല. ദൂരെ, കടവിനുമപ്പുറത്തുനിന്ന് ബസ്സിന്റെ മുരൾച്ച കേൾക്കുന്നുണ്ടോ?

കോവണിയിറങ്ങി. അടുക്കളയിൽ ചെന്നെത്തിനോക്കി. മാധവിയമ്മ കുസൃതിയോടെ തന്റെ നേരെ നോക്കി ചിരിച്ചത് ശ്രദ്ധിക്കാത്തതുപോലെ അടുക്കളയിൽനിന്ന് മടങ്ങി. പൂമുഖത്തുനിന്ന് അച്ഛനും അപ്പുണ്ണിമ്മാമയും സംസാരിക്കുന്നത് കേൾക്കാം. മനസ്സ് വീണ്ടും ചഞ്ചലമാവാൻ തുടങ്ങുന്നു. വരാതിരിക്കുമോ? ഗംഗേട്ടനേയും കാണുന്നില്ല.

കുട്ട്യേടത്തി വടക്കെ മുറിയിൽ കിടന്നു വാരിക മറിച്ചുനോക്കുകയാണ്. വാരികയുടെ താളുകൾ മറിയുന്ന ശബ്ദം. ഏതാനും ദിവസങ്ങൾക്കകം അമ്മയാവാൻ പോവുന്ന കുട്ട്യേടത്തി. കുട്ട്യേടത്തി തലയുയർത്തി നോക്കി. വിളർത്ത ചുണ്ടിൽ ഒരു പുഞ്ചിരി തെളിഞ്ഞു. 'നീയെന്താകുട്ടി ഇങ്ങനെ തൂങ്ങിനടക്കണത്. ആ സാരി മാറ്റി ചന്ദനക്കളറുള്ള ടെറിക്കോട്ടൺ സാരിയെടുത്തുടുക്ക്. ഒരുന്മേഷത്തോടെയിരിക്ക്. ഹായ് ഹായ്ന്റെ മാല്വ-' തെല്ലനേരം ആ മുഖത്തേയ്ക്കുതന്നെ നോക്കിനിന്നുപോയി. കുട്ട്യേടത്തിക്ക് എത്രയോ പ്രായം കൂടിയതുപോലെ, മരിച്ചുപോയ മുത്തശ്ശിയാണോ സംസാരിക്കുന്നത്. ഉള്ളിൽ വേദനയാണുണ്ടായത്. സ്നേഹത്തിന്റെ വേദന.

-കുട്ട്യേടത്തി എന്റെ കുട്ട്യേടത്തി.....

ചന്ദനക്കളറുള്ള സാരി ഈയിടെ രാജേട്ടനയച്ചു തന്നതാണ്. കുട്ട്യേടത്തിക്കുള്ളതിന്റെ കൂടെ ഒന്നു തനിക്കും. ഈ വിവാഹാലോചനയെക്കുറിച്ച്

രാജേട്ടൻ അറിഞ്ഞിരിക്കാനിടയില്ല, അറിയുമ്പോൾ എന്തായിരിക്കും രാജേട്ടന്റെ പ്രതികരണം?

ഒരു കത്ത് കുറിക്കാമായിരുന്നു. മുമ്പുണ്ടായ അപസ്വരങ്ങൾക്കു ശേഷം രാജേട്ടനോട് അടുത്ത് പെരുമാറാറില്ല. വേണ്ട, അനാവശ്യമായ അസ്വാസ്ഥ്യങ്ങൾ എന്തിനുണ്ടാക്കണം? കുട്ട്യേടത്തിയുടെ മനസ്സിൽ ആ സംശയത്തിന്റെ ശേഷിപ്പുണ്ടാവുമോ? അല്ലെങ്കിൽ ഒരു ഭാര്യയ്ക്കും സഹിക്കാവുന്നതായിരുന്നില്ലല്ലോ അതൊന്നും. കുട്ട്യേടത്തിയുടെ സ്ഥാനത്ത് താനായിരുന്നെങ്കിൽ....!ആ കാര്യത്തിന് കുട്ട്യേടത്തിയെ അഭിനന്ദിക്കുകതന്നെ വേണം. രാജേട്ടനും കുട്ട്യേടത്തിയും താനുമല്ലാതെ മറ്റൊരു ജീവിയും ആ കഥകളൊന്നുമറിഞ്ഞില്ല. അല്ലെങ്കിൽ എന്തു കഥ? ആരും ഒന്നും ബോധപൂർവ്വം ചെയ്തിട്ടില്ല. അതെല്ലാം കഴിഞ്ഞ അദ്ധ്യായങ്ങളാണ്.... മനസ്സിൽനിന്ന് പിഴുതുമാറ്റേണ്ടതാണ്....

വീണ്ടും കോവണി കയറി.

തന്റെ ഏകാന്ത ദുഃഖത്തിന്റെ ഗന്ധമുറ്റുന്ന മുറി. പെട്ടി തുറന്നു. ചന്ദനക്കളറുള്ള ടെറിക്കോട്ടൺ സാരിയെടുത്തുടുത്തു. പുത്തൻമണം.

സാരിമാറ്റാം. ഏതായാലും ഒരു കാഴ്ചപ്പണ്ടമായി ഏതാനും അപരിചിതരുടെ മുന്നിൽചെന്ന് നിൽക്കേണ്ടിവരും.

ആകാവുന്നേടത്തോളം മോടിപിടിപ്പിക്കുക,

സാരി മാറ്റി വീണ്ടും കണ്ണാടിക്കുമുമ്പിൽ ചെന്നുനിന്നു. ഇതെത്രാമത്തെ തവണയാണ്? ഇനിയും മുഖത്ത് പൗഡർ വാരിപൂശാനാവില്ല. ഇങ്ങനെ ഇഷ്ടപ്പെട്ടെങ്കിൽ മതി. ജീവിതകാലം മുഴുവൻ കൂട്ടാവേണ്ടതാണ്. പിന്നീട് ദുഃഖിക്കാൻ ഇടവരരുത്. ഇത് കച്ചവടമല്ലല്ലോ.

ജാലകത്തിനരികെ ചെന്നുനിന്നു.

പടിപ്പുര തുറക്കുന്ന ശബ്ദം. ഹൃദയം തുടികൊട്ടുന്നു.

ജാലകത്തിന്റെ നേരെനിന്നു. അല്പം മാറി ഒളിഞ്ഞുനോക്കി. ഗംഗേട്ടന്റെ പരുക്കൻ ശബ്ദത്തിനു പിന്നിലായി രണ്ടുപേർ.

കറുത്ത കണ്ണടവെച്ച ആ പ്രായം കുറഞ്ഞ ആളായിരിക്കണം തന്റെ... തന്റെയോ....

മാലിനി ഹർഷോന്മാദത്തോടെ നിന്നു.

പത്ത്

അങ്ങനെ ആ പരീക്ഷയും കഴിഞ്ഞു. എന്തൊരു പരിഭ്രമമായിരുന്നു. ആശ്വാസം. തിരയൊഴിഞ്ഞ തീരം പോലെയാണിപ്പോൾ മനസ്സ്.

വിജയമോ? പരാജയമോ? അറിഞ്ഞുകൂട. അച്ഛന്റേയും ഗംഗേട്ടന്റേയും കൂടെ അവർ മുറ്റത്തേക്കിറങ്ങുന്നതു കണ്ടു. പൂമുഖത്തുനിൽക്കുന്ന അപ്പുണ്ണിമ്മാമയോടും അമ്മയോടും യാത്ര പറയുന്നു. നേർത്ത ജാലകവിരിയുടെ പിന്നിൽ, ത്രസിച്ചുനിൽക്കുന്ന തന്നോട് ആരും യാത്ര പറഞ്ഞില്ല.

എങ്കിലും മനസ്സ് മന്ത്രിച്ചു; പോയ് വരൂ പോയ് വരൂ......

നാലുരൂപങ്ങൾ പടിപ്പുര കടന്ന് അപ്രത്യക്ഷരായി. ഒന്നു തിരിഞ്ഞു നോക്കിയിരുന്നുവെങ്കിൽ! ഒരു ദീർഘനിശ്വാസമുയർന്നു. അടുത്തുനിന്നിരുന്ന കുട്ട്യേടത്തി തിരിഞ്ഞുനോക്കവെ ലജ്ജിച്ചുപോയി.

തിടുക്കത്തിൽ ഇടനാഴിയിലെ നേർത്ത ഇരുട്ടിലൂടെ ഊളിയിട്ടു. ഇത്തിരം കിടക്കണം. മനസ്സിലെ നിറമുള്ള നിഴലുകളുമായി തെല്ലുനേരം സല്ലപിക്കണം. അപ്പുണ്ണിമ്മാമയും അമ്മയുമായി അമർത്തി സംസാരിക്കുന്നതു കേട്ടു. മനസ്സവിടെ തങ്ങിനിൽക്കേണ്ടതാണ്. എങ്കിലും.... തളർച്ചയാണോ, കുതൂഹലമാണോ.

നിവർത്തിയിട്ട, ചുളിവുവീണ കിടക്കയിലേക്കു ചാഞ്ഞു. കട്ടിലിന്റെ അർത്ഥം വെച്ച അമർത്തിയ മൂളൽ. ഏതോ ഒരു മായികപ്രേരണയാലെന്നവണ്ണം കിടക്കയിൽ കിടന്നു കുലുങ്ങി. കമിഴ്ന്നു കിടക്കയോട് പറ്റിച്ചേർന്നു. ഉയർന്ന വക്ഷോജങ്ങൾ കിടക്കയുടെ മൃദുലതയിലമർത്തി. ആത്മനിർവൃതിയുടെ നിമിഷങ്ങൾ. വിഭ്രാന്തിയുടേയും....

എത്രനേരം അങ്ങനെ കിടന്നു എന്നറിഞ്ഞുകൂട. ഏതോ കയത്തിൽ

ആണ്ടുകിടക്കവെ ഉപരിതലത്തിലേക്കു പെട്ടെന്നുയർന്നുവന്നതുപോലെ തോന്നി. തെല്ലനേരത്തെ വൈക്ലബ്യം. കിടക്കയിൽ എഴുന്നേറ്റിരുന്നു. സാന്ദ്രമധുരമായ ഒരു ഗാനം പോലെ ആ കൂടിക്കാഴ്ചയുടെ നിമിഷങ്ങൾ അകതാരിൽ ഇക്കിളിയുണർത്തുന്നു. വല്ലപ്പോഴുമൊക്കെ ഉള്ളിലിട്ടു കില്ലുക്കാറുള്ള ഒരു ഗാനശകലം ചുണ്ടിൽവന്നു നൃത്തമാടി.

ഏകാന്തതയിൻ വന്നെന്നെ കെട്ടിപ്പുണരുന്ന

സ്വപ്നത്തിലെ നായകാ....

ഞെട്ടിയുണരുമ്പോഴേക്കും...

ഓടിയൊളിക്കുന്ന നിൻ മുഖം...

ഞാൻ കണ്ടില്ലല്ലോ....

ഈയിടെ വായിച്ച മേരിക്കുട്ടിയുടെ മനസ്സമ്മതത്തിന്റെ കഥയോർക്കവെ അറിയാതെ ചിരിച്ചുപോയി.

-ബത്തേരിക്കാരനായ വിജയരാഘവക്കുറുപ്പ് എന്ന ചെറുപ്പക്കാരനെ ഭർത്താവായി സ്വീകരിക്കാൻ നിനക്കു മനസ്സാവുന്നുവോ?..... എനിക്കിഷ്ടമാണ്, ഇഷ്ടമാണ് നൂറുതവണ ഇഷ്ടമാണ്....!

കരുതിയതിലേറെ പരിഷ്കാരിയാണെന്നു തോന്നി. നടപ്പിലും ഭാവത്തിലുമൊക്കെ പ്രകടമായിക്കണ്ടില്ലെങ്കിലും. ഒരുവേള അച്ഛനും അപ്പുണ്ണിമ്മാമയ്ക്കുമൊന്നും അത്ര പന്തിയായി തോന്നിയിരിക്കില്ല. കൂടെ ഉണ്ടായിരുന്ന പ്രായം ചെന്ന ആൾ പറഞ്ഞു:

'ഊണുകാലായിട്ടുണ്ടെങ്കി വിരോധംല്ല്യ. ഞങ്ങൾക്കേ അധികം വൈകാൻ പറ്റില്ല. ഗംഗാധരൻനായർക്കറിയാലോ. കാര്യല്ലാതെ ടാക്സിക്കാരന് പണം കൂടുതൽ കൊടുക്കണ്ടല്ലോ....'

സംസാരത്തിനിടക്ക് നിർത്തി നിർത്തി ചിരിക്കുന്നതും, മാറിമാറി ഓരോരുത്തരുടേയും മുഖത്തേക്ക് നോക്കുന്നതും താൻ ഒളിഞ്ഞുകാണുകയുണ്ടായി.

ഗംഗേട്ടന്റെ അരികത്തായി അദ്ദേഹം ഊണു കഴിക്കാനിരുന്നു. കണ്ണുകൾക്ക് കീഴെ കറുപ്പ് വീണിരിക്കുന്നത് അപ്പോഴാണ് ശ്രദ്ധിച്ചത്. കറുത്ത കണ്ണട പതിവായി ഉപയോഗിക്കുന്നതുകൊണ്ടാവാം. നേർത്ത മീശ ആ മുഖത്തിന് എത്രമാത്രം യോജിക്കുന്നുവെന്നു നിനച്ചു. മാധവിയമ്മ വിഭവങ്ങൾ വിളമ്പുന്നതിനു തന്നെ വിളിച്ചു. ഒഴിഞ്ഞുമാറുകയാണുണ്ടായത്. അമ്മയൊട്ടു നിർബന്ധിച്ചതുമില്ല. താൻ ചെന്നുകാണാത്തതുകൊണ്ടാവണം അപ്പുണ്ണിമ്മാമ മുഖമുയർത്തി മെല്ലെ ചോദിക്കുന്നത് കേട്ടു;

മാലിനിയെവിടെ...

മാധവിയമ്മ വിസ്തരിത്തം വിളമ്പി:

ഓള് കുട്ട്യാക്കണ്ടേ, ഇങ്ങനുണ്ടോ ഒരു നാണം....

വേണ്ട അതൊക്കെ പഴയ പതിവല്ലേ, ഊണൊക്കെ കഴിഞ്ഞിട്ട് സാവകാശത്തിൽ കാണാം, സംസാരിക്കുകയും വേണം....

അദ്ദേഹം അങ്ങനെയപ്പോൾ പറയുമെന്ന് ആരും കരുതിയിരിക്ക യില്ല. കൂടെവന്ന പ്രായം കൂടിയ ആൾപോലും പരുങ്ങിയെന്നു തോന്നി. നേരിയൊരു വിറയലനുഭവപ്പെട്ടു. അപ്പുണ്ണിമ്മാമയുടെ മുഖം തെല്ലു മങ്ങി. ജാലകവിരിക്ക് പിന്നിൽനിന്ന് തിടുക്കത്തിൽ തലവലിച്ചു.

താൻ അധീരയാവുന്നു, എന്തിനെന്നില്ലാത്ത ഹൃദയം ക്രമാതീതമായി തുടിച്ചു. സംസാരിക്കണമത്രേ! എന്തൊക്കെ കാര്യങ്ങളാവും ചോദിക്കു ക!ഏത് ക്ലാസ്സുവരെ പഠിച്ചു! കുറേക്കൂടി പഠിക്കരുതായിരുന്നോ... പിടി കിട്ടാത്ത വലിയ ചോദ്യങ്ങളൊന്നും ചോദിക്കരുതേ...

ഉൽക്കണ്ഠയോടെ കാത്തിരുന്ന ആ നിമിഷം പിറന്നുവീണു. അറച്ചറ ച്ചാണ് ചെന്നത്. വിതാനിച്ച മുറി. മുറിയിൽ അദ്ദേഹം. ഇപ്പോൾ താനും. ഞങ്ങൾ മാത്രം. പ്രായം ചെന്ന മനുഷ്യൻ അച്ഛനുമായി ഉറക്കെ പൂമുഖ ത്തിരുന്നു നാട്ടുകാര്യങ്ങൾ പറയുന്നത് കേൾക്കാമായിരുന്നു. ഏതോ വിദൂരതയിൽനിന്നെന്നപോലെ.

കസേരയിലിരിക്കുന്ന അദ്ദേഹത്തെ ഒരുനിമിഷം നോക്കി. പിന്നെ മുഖമുയർത്താനായില്ല. സിഗരറ്റിന്റെ പുക കവിളുകളിൽ ഉരുമ്മി കടന്നു പോയി. നിമിഷങ്ങൾ, നിമിഷങ്ങൾ, നിമിഷങ്ങൾ.

'മാലിനി എന്നാണ് പേര് അല്ലേ....'

ശബ്ദിക്കാനായില്ല. ഒന്നു മൂളിയാൽ മതിയായിരുന്നു. എന്നിട്ടും തൊണ്ടയിലെന്തോ കുരുങ്ങിയതുപോലെ.

ഇത്രയും നാണമൊന്നും പാടില്ല. മുഖത്തു നോക്കു മാലിനി...

തലയുയർന്നതെങ്ങനെയെന്നറിയില്ല. നെറ്റി ചുളിച്ചുകൊണ്ട് മുഖത്ത് തറച്ചുനോക്കുന്നതു കണ്ടു. മുഖത്ത് മാത്രമായിരുന്നില്ല... ശരീരത്തിലെവി ടെയെല്ലാമോ, വിയർപ്പു പൊടിഞ്ഞു. പിന്നെയുമെന്തെല്ലാമോ ചോദിച്ചു. എന്തെല്ലാമോ പറഞ്ഞു.

കഴിഞ്ഞു. പ്രതീക്ഷിച്ചതുപോലെ, ആഗ്രഹിച്ചതുപോലെ, സങ്കല്പി ച്ചതുപോലെ കുസൃതിയുടെ ചുവയുള്ള ചോദ്യങ്ങളൊന്നുമുണ്ടായില്ല. അറിയാതെ വീണ്ടും മുഖം കുനിഞ്ഞുപോയി. മുറിയിൽനിന്ന് ഓടണമെന്ന് തോന്നി; അവിടെ തന്നെ നില്ക്കണമെന്നും...

കടവിനപ്പുറത്ത് തിരിച്ചു നിറുത്തിയിരിക്കുന്ന മഞ്ഞത്തൊപ്പി ധരിച്ച

ടാക്സി, ഈ കിടക്കയിൽ കണ്ണടച്ച് കിടക്കുമ്പോഴും അവൾക്ക് കാണാം. ഡോറിലൂടെ തലയിട്ട്, ഗംഗേട്ടന്റെ കൈപിടിച്ച് യാത്ര പറയുന്ന, അച്ഛനോട് ഭവ്യതയോടെ യാത്ര പറയുന്ന ആളുടെ ശബ്ദവും ഗന്ധവും ആവഹിച്ചെടുത്ത ഏതാനും നിമിഷങ്ങൾ സുഗന്ധലേപം പോലെ അവളുടെ ആത്മാവിൽ....

കുണ്ടും, കുഴിയും നിറഞ്ഞ മെറ്റൽ വിരിക്കാത്ത പാതയിലൂടെ അറച്ചറച്ച് നീങ്ങുന്ന ടാക്സി. ടാക്സിയുടെ പിൻസീറ്റിൽ, ഏതോ ഓർമ്മയിൽ തലചായ്ച്ചിരിക്കുന്ന കറുത്ത കണ്ണടവെച്ച ചെറുപ്പക്കാരൻ. ആ ഓർമ്മകളിൽ മാധുര്യത്തിന്റെ ഒരു ബിന്ദുവായി, കവിതയായി, പുളകമായി ചെന്നെത്തുവാൻ മാലിനിയെന്ന പെൺകുട്ടിക്ക്, പാവപ്പെട്ട എനിക്ക് കഴിഞ്ഞെങ്കിൽ....

ഇന്നലെവരെ കണ്ടിട്ടില്ലാത്ത ഒരു മനുഷ്യൻ പുതുമയുള്ള സ്വപ്നത്തിന് ഊട്ടും പാവും നല്കി കടന്നുപോയിരിക്കുന്നു. ഇനി നിനക്ക് സ്വപ്നങ്ങൾ നെയ്തെടുക്കാം. വർണശബളിമായ സങ്കല്പങ്ങൾ.... എന്നിട്ടും നിന്റെ ഏതോ ഭീതിയുടെ മിന്നുന്ന വാൾത്തല കണ്ടതുപോലെ, പകച്ചുപോകുന്നതെന്തുകൊണ്ടാണ്!

മാലിനി അസ്വസ്ഥയായി. ഈ വിവാഹം നടന്നില്ലെങ്കിൽ... അങ്ങനെ ചിന്തിക്കാനാവില്ല. അശുഭകരമായ കാര്യങ്ങളിലേക്ക് മനസ്സ് വഴുതിപ്പോവുക, ഈയിടെയായി ഒരു സ്വഭാവമായിരിക്കുന്നു.

അമ്പലക്കുളത്തിലേക്കൊഴുകിയെത്തുന്ന പെണ്ണുങ്ങൾക്ക് ഒരു വാർത്ത കൂടിയായിരിക്കുന്നു. പാലാഴിയിലെ മാലിനിയെ കാണാൻ വടക്കുനിന്നൊരു കൂട്ടര് വന്നത്, പാറുവമ്മയ്ക്കും കൂട്ടുകാർക്കും ഒരു വലിയ ചിന്താവിഷയം തന്നെയായിരിക്കും. നാളെ കുളക്കടവിലേക്ക് ചെല്ലാനാവില്ല. നൂറുകൂട്ടം അന്വേഷണങ്ങൾ, കുത്തുവാക്കുകൾ. എല്ലാം സഹിക്കാമായിരുന്നു. ഈ ആലോചന അലസിപ്പോയാൽ...!കാലക്രമേണ രതിയെപ്പോലെ താനും ഒരു കഥാപാത്രമായി മാറുമോ! അല്ലെങ്കിൽ ഇതെല്ലാം സാധാരണമെന്നോർത്ത് സമാധാനിക്കാം. വിവാഹാലോചനകൾ വരുന്നു. വിവാഹത്തിൽ കലാശിക്കുന്നു. ചിലതെല്ലാം നടക്കാതെ പോവുന്നു.

ഏറെ സങ്കല്പങ്ങൾ കെട്ടിപ്പൊക്കാതിരിക്കുക. മോഹങ്ങൾ പരിമിതമാവുമ്പോൾ, നൈരാശ്യത്തിന് കട്ടി കുറയുന്നു. വിവരം വൈകാതെ അറിയിക്കാമെന്ന് പ്രായം കൂടിയ മനുഷ്യൻ ചിരിച്ചുകൊണ്ട് അച്ഛനോട് പറയുന്നത് ഒളിഞ്ഞുനിന്ന് ശ്രദ്ധിച്ചിരുന്നു. എന്തായിരിക്കും അറിയിക്കുക?

ഇവിടെ എല്ലാവരും ഈ ബന്ധത്തിൽ സന്തോഷമുള്ളവരാണ്.

നമുക്ക് ആ കാര്യം അധികം വൈകാതെ...

അവരുടെ അഭിപ്രായം സാവധാനത്തിൽ അറിഞ്ഞാൽ മതിയെന്ന് ആശിച്ചുപോവുന്നു. പ്രതീക്ഷയുടെ പിടിവള്ളിയിൽ തൂങ്ങി, അത്രയും വരെ വിരസമായ ദിവസങ്ങളിൽനിന്ന് ഒഴിഞ്ഞുമാറാമെന്നുള്ളതുകൊണ്ടാണോ....!

അവളുടെ ഏകാന്തസ്വപ്നങ്ങളിലെ നായകന് ഒരു മുഖം കിട്ടിയിരിക്കുന്നു. സങ്കല്പങ്ങൾക്ക് മിഴിവും....മുത്തശ്ശി പറയാറുണ്ടായിരുന്നതുപോലെ എല്ലാം വിധിപോലെ സംഭവിക്കും....

കോവണി ശബ്ദിക്കുന്നു. തിടുക്കത്തിൽ കട്ടിലിൽ നിന്ന് എഴുന്നേൽക്കുന്നു.

'ദെന്താ കഥ ഇന്ന് ഊണു കഴിക്ക്യേം വേണ്ടേ. നേരം എത്ര്യയായി. ഞങ്ങള് നെന്നെ കാത്തിരിക്ക്യാ...'

'എനിക്കിപ്പോ വിശപ്പില്ല മാധവിയമ്മേ.'

'ണ്ടാവില്ല്യ മോളേ, എനിക്കറിഞ്ഞൂടെ, ന്നാലും ത്തിരിയൊക്കെ നോക്കാം...'

മാലിനി ചിരിച്ചുപോയി. പെട്ടെന്നെന്തെങ്കിലും പറയാൻ തോന്നിയില്ല. മാധവിയമ്മയുടെ കൂടെ, കോവണിയിറങ്ങി.

അമ്മ. മാധവിയമ്മയോട് ബത്തേരിയിൽനിന്നു വന്നവരെക്കുറിച്ചു സംസാരിക്കുന്നുണ്ടായിരുന്നു. കുട്ട്യേടത്തി ഗോതമ്പുകഞ്ഞി മുമ്പിൽ വെച്ച് മടുപ്പോടെയിരിക്കുന്നു. ഗോതമ്പു കഞ്ഞിയും ഇഷ്ടമല്ലാതായിരിക്കണം. ഇനി എന്നാണാവോ കുട്ട്യേടത്തി ഊണു കഴിക്കുവാൻ തുടങ്ങുക?

'നമ്മുടെ ഗംഗയുടെ പ്രായംണ്ടാവും അല്ലേ മാധവി'

'അത്രതന്നെ തോന്നില്ല്യാ....'

ഊണുകഴിച്ചെന്നു വരുത്തിയെഴുന്നേറ്റു.

'മാധവി പശുക്കുട്ടിക്ക് വെള്ളം കാട്ടീരുന്നോ'

'ആ... അത് മറന്നുട്ട്വോ തെരക്കില്....'

'മോളേ, മാലു പശുക്കുട്ടിക്കിത്തിരി വെള്ളം കൊടുക്കുട്ട്വോ....'

മാലിനി അടുക്കളയിൽനിന്ന് വടക്കെ പുറത്തേക്കു കടന്നു. മൂർച്ച വരുത്തിയ കത്തിയുടെ വായ്ത്തലപോലെ മിന്നുന്ന വെയിൽ. ശീമക്കൊന്നയുടെ ഒരില പറിച്ചെടുത്ത് കൈയിലിട്ടു കശക്കി. ആർത്തിയോടെ വെള്ളം കുടിക്കുന്ന പശുക്കുട്ടിയെ നോക്കി നിൽക്കെ, മനസ്സിൽ

കൗതുകം വിടർന്നു. പശുക്കുട്ടിയെ മൃദുവായി തലോടികൊണ്ട് മെല്ലെ വിളിച്ചു:

'ന്റെ മണിക്കുട്ട്യേ...'

ഒരു ശബ്ദത്തോടെ പശുക്കിടാവ് പെട്ടെന്ന് തലയുയർത്തി, ഏതാനും വെള്ളത്തുള്ളികൾ അവളുടെ മുഖത്തു തെറിച്ചുവീണു.

'ദാഹിച്ചു പൊരിഞ്ഞോ മണിക്കുട്ട്യേ...'

ഒഴിഞ്ഞ പാത്രവുമായി തിരിഞ്ഞുനോക്കവെ, പശുക്കിടാവ് കുസൃതിയോടെ തലയാട്ടുന്നതു കണ്ടു.

പൂമുഖത്തെ കണ്ണാടിയിൽ ഒളിഞ്ഞുനോക്കി. രാത്രിയിൽ വിളക്കു കെട്ടുത്തുവാനെത്തുന്ന വണ്ടിന്റെ മുരൾച്ച പോലെ അപ്പുണ്ണിമ്മാമയുടെ കൂർക്കംവലി കേൾക്കാം. മേശപ്പുറത്ത് ചിരിക്കുന്ന സുന്ദരിയുടെ മുഖചിത്രമുള്ള വാരിക. ചിത്രത്തിന് കീഴെ ഇംഗ്ലീഷിൽ എഴുതിയിരിക്കുന്നതു കണ്ടു.

വിജയരാഘവൻ-

ആ കൈപ്പടയിൽ ഉടക്കിനിന്നു മിഴികൾ: നിമിഷങ്ങളോളം. എടുക്കാൻ മറന്നിരിക്കും. അല്ലെങ്കിൽ തനിക്ക് വായിക്കാൻവേണ്ടി... വാരികയെടുത്ത് ഇടനാഴിയിലേക്കു കടന്നു. അപ്പോൾ മാലിനിയുടെ ഉള്ളിൽ മധുരതരമായ ഒരസ്വാസ്ഥ്യം നിറഞ്ഞുനിന്നിരുന്നു.

പതിനൊന്ന്

പകലിന്റെ വിളർത്ത മുഖം കണ്ട് മടുക്കുമ്പോൾ രാത്രിയുടെ കാലടി ശബ്ദം കേൾക്കാൻ കൊതിച്ചു. കൺതടങ്ങളിൽ കറുപ്പുവീണ രാത്രിയുടെ വികൃതമായ മുഖം കാൺകെ, വീണ്ടും പകലിനെ ധ്യാനിച്ചു.

ദിനരാത്രങ്ങളുടെ ഭാവപ്പകർച്ചപോലെ തന്റെ നിമിഷങ്ങളെ മെരുക്കിയെടുക്കാമായിരുന്നെങ്കിൽ, മാലിനിയോർത്തു. ഈയിടെയായി ഗംഗേട്ടൻ വരാറില്ല. അന്നത്തെ ആ കൊടുങ്കാറ്റിനുശേഷം. സമനില തെറ്റിയ അച്ഛൻ അന്ന് എന്തെല്ലാമാണ് പറഞ്ഞത്. വാസ്തവത്തിൽ ഗംഗേട്ടൻ കുറ്റക്കാരനായിരുന്നോ, എന്നിട്ടും തെറ്റുചെയ്തവനെപ്പോലെ അച്ഛന്റെ ശകാരവർഷങ്ങൾ സഹിച്ച് മൂകനായി നിന്ന ഗംഗേട്ടനെ തനിക്കിപ്പോഴും കാണാം.

ആദ്യത്തെ പൊട്ടിത്തെറിയിൽ, അമ്പരന്നുനിന്ന അമ്മ കൂട്ടിലിട്ട മെരുകിനെപ്പോലെ, അച്ഛന്റേയും, ഗംഗേട്ടന്റേയുമിടയ്ക്ക് വട്ടം ചുറ്റി. ഗംഗേട്ടൻ കൊണ്ടുവന്ന കത്തു ചുരുട്ടിക്കൂട്ടി മൂക്കത്തുനിന്ന് കണ്ണടയെടുത്തു മാററി അച്ഛൻ തെല്ലുനേരം മിണ്ടാതിരുന്നു. കൊടുങ്കാറ്റിനുമുമ്പുള്ള ശാന്തതയായിരുന്നില്ല.

'തറവാട്ടു മഹിമയില്ലാത്ത ആ കഴുതകളെ ഗംഗാധരൻ ഇവിടേക്കു കൊണ്ടുവരേണ്ടിയിരുന്നില്ല.'

ഗംഗേട്ടൻ നിശ്ചേഷ്ടനായി നിൽക്കുന്നു. തനിക്കൊന്നും വ്യക്തമായില്ലെങ്കിലും മനസ്സ് ഏതോ അസുഖകരമായ ചിന്തകളിൽ തട്ടി തളർന്നുപോവുന്നു.

'രക്തം പരിശോധിക്കണത്രേ. അവൾക്കു കുഷ്ഠമാണെന്നെഴുതിയേക്ക്, വേറെ എവിടുന്നെങ്കിലും പെണ്ണു കിട്ടുമോ എന്നന്വേഷിക്കാനും... എടോ എവിടന്നു കിട്ടി തനിക്കിങ്ങനത്തെ വകകളെ...'

ഹൃദയത്തിലേറ്റ ആഘാതത്തിൽ, ചിന്തകളിൽ വീണ്ടും ദുരൂഹത യുടെ കണ്ണികൾ മുറുകുന്നു.

ഇടനാഴിയിലെ ഇരുട്ടിൽ മറ്റൊരു ഇരുട്ടായി ഏറെനേരം നിൽക്കാൻ കഴിഞ്ഞില്ല. മുറിയിൽ, തന്റെ ഏകാന്ത ദുഃഖങ്ങളുടെ ഗന്ധം വമിക്കുന്ന കിടക്കയിൽ തളർന്നു കിടന്നു, ഒരു മൃതശരീരം കണക്കെ. ഒരു ചിത ആളിക്കത്തി മനസ്സിൽ. വീട്ടിനുള്ളിലെ ഇരുട്ടായി, ഇരുട്ടിനുള്ളിലെ തപ്തനിശ്വാസമായി, അമർത്തിയ വികാരമായി മാലിനി പുനർജ്ജനിച്ചു. തന്റെ മുഖത്തെ പാടുകളിൽ ഏതോ മഹാരോഗത്തിന്റെ ബീജങ്ങൾ പതിയിരിക്കുന്നുവെന്ന് സംശയിച്ച വിജയരാഘവക്കുറുപ്പ് എന്ന ചെറുപ്പ ക്കാരനെ, തന്റെ രക്തത്തിന്റെ പരിശുദ്ധി പരിശോധിച്ചറിയണമെന്നു നിനച്ച മെഡിക്കൽ കോളേജിലെ ടെക്നീഷ്യനായ ചെറുപ്പക്കാരനെ മറക്കാനാവുന്നില്ല, വെറുക്കാനും.

-എനിക്കൊരിക്കലും മറക്കാനാവില്ല.

നിദ്രയുടെ കാലടിശബ്ദം കേൾക്കാൻ തപസ്സിരിക്കുന്ന രാത്രികളിൽ-

കനത്തു നീലിച്ച ഇരുട്ടിൽ തപ്പിത്തടഞ്ഞെത്തുന്ന നിദ്രയെ കാത്തു കിടക്കവേ, മൂക്കറ്റം മദ്യപിച്ച് പാതിരക്കു വീടണയുന്ന ഭർത്താവിനെ പ്രതീക്ഷിച്ചിരിക്കുന്ന ഭാര്യയുടെ ചിത്രം വെറുതെ മനസ്സിൽ വരച്ചു. വൈകിയെത്തുന്ന നിദ്രയുടെ തലോടലിൽ, ലഹരി പൂണ്ട് എല്ലാം മറന്ന് കണ്ണടക്കുമ്പോഴെക്കും ഞെട്ടിയുണർന്നു കരഞ്ഞു. വിഹ്വലതയിൽ, വിഭ്രമത്തിൽ ഇടുങ്ങിയ കണ്ണുകൾ തുറക്കവേ, മുന്നിൽ വെളിച്ചത്തിന്റെ വൃത്തങ്ങൾ വരക്കുന്ന ചിമ്മിനി വിളക്കു കണ്ടു. ഉറക്കച്ചടവുള്ള, നിഴലുകൾ വീണ മുഖങ്ങൾ കണ്ടു. അച്ഛന്റെ, അമ്മയുടെ, ചിലപ്പൊഴൊക്കെ കുട്ട്യേടത്തിയുടെ. നഗ്നത പ്രദർശിപ്പിക്കപ്പെട്ടതുപോലെ നാണം തോന്നുന്ന ആ നിമിഷങ്ങൾ കൊഴിഞ്ഞുവീഴുമ്പോൾ ചിരിക്കുന്നു. സ്വയമറിയാത്ത ഒരു കൈത്തെറ്റുപോലുള്ള, ശബ്ദമില്ലാത്ത വികാരമില്ലാത്ത ആ ചിരി ഇരുട്ടിലലിയവേ കേൾക്കാം:

'നീ പേടിപ്പിച്ചല്ലോ മോളേ. ന്റെ കുട്ടി എന്തേ ഉറക്കത്തിൽ കണ്ടത്...'

'കെടക്കുന്നതിനുമുമ്പ് നാമം ചൊല്ലണം.'

ശബ്ദങ്ങളെ, വാക്കുകളെ, വെറുക്കുന്ന നിമിഷങ്ങൾ. മനസ്സിലൂറിക്കൂടു ന്ന അമർഷത്തെ മൗനത്തിലൊതുക്കുന്ന നിമിഷങ്ങൾ. പൊള്ളയായ സങ്കല്പം പോലെതന്നെ ചൂഴ്ന്നു നിൽക്കുന്ന വെളിച്ചത്തിന്റെ നുറുങ്ങുകളും മുഖങ്ങളും അകന്നുപോകാൻ കൊതിക്കുന്ന നിമിഷങ്ങൾ.

ഒടുവിൽ ഇരുട്ടിൽ, മുറിയിൽ കിടക്കയിൽ തനിച്ചാവുന്നു.

ഓടിയൊളിച്ച ഉറക്കം വീണ്ടും വന്നെത്തുമെന്ന വ്യാമോഹത്തെ ആശ്ലേഷിച്ച് കിടക്കവെ, കണ്ടുഭയന്ന ദുഃസ്വപ്നത്തെ കുറിച്ചോർക്കുന്നു.

ശരീരത്തിൽ ചലമൊഴുകുന്ന വ്രണങ്ങളുള്ള, ദ്രവിച്ച വികലമായ വിരലുകളുള്ള ഒരു സ്ത്രീ പൊട്ടിയഴുകിയ കൈയുയർത്തിതന്നെ മാടിവിളിച്ചു. വെറുപ്പോടെ ഭയത്തോടെ ഓടിയകലാൻ ശ്രമിക്കവേ കരുത്തോടെ ആ രൂപം അരികിലേക്കെത്തി. തീ പാറുന്ന കണ്ണുകൾ. ആ രൂപം തന്റെ മുഖത്തോടുരുമ്മാനെന്നോണം അടുത്തേക്ക്, അടുത്തേക്ക്. തനിക്കു രക്ഷപ്പെടാനാവാത്ത വിധം...

- ആ ദുഃസ്വപ്നത്തിന്റെ അർത്ഥം കണ്ടെത്തുവാൻ തുനിഞ്ഞു, തളർച്ചയുടെ താഴ്വരയിലെത്തുമ്പോൾ കോഴി കൂവുന്നതു കേൾക്കുന്നു. പിന്നെ കാക്ക കരയുന്ന ശബ്ദം. കിണറ്റിൻ കരയിൽ നിന്നു കപ്പി കരയുന്ന ശബ്ദം. ഉറക്കച്ചടവുള്ള കണ്ണുകൾ തിരുമ്മി പുറത്തു വരുമ്പോൾ കാണാം പ്രഭാതത്തിന്റെ നനഞ്ഞ മുഖം. എല്ലാം വിരസമായ ആവർത്തനങ്ങൾ മാത്രം.

പാലാഴിത്തറവാട്ടിൽ പുതിയൊരംഗം കൂടി. ഗംഗേട്ടനും കുട്ട്യേടത്തിയും താനും പിച്ചവെച്ച നടന്നിടത്ത് ഒരു അവകാശി കൂടി. ആ കൊച്ചു പോക്കിരിയെ കാണാൻ ആരെല്ലാമോ വരുന്നു, പോവുന്നു. വീടിനൊരു പുതിയ സ്വരവും ഭാവവും കൈവന്നിരിക്കുന്നു. ഈ ആഹ്ലാദത്തിലും ബഹളത്തിലും തനിക്ക് ഇഴുകിച്ചേരാനായിരുന്നെങ്കിൽ...!മാലിനി തെല്ലൊരു വേദനയോടെ നിനച്ചു.

സന്ദർശകരുടെ ആത്മാവില്ലാത്ത സംസാരങ്ങളിൽ നിന്നും, ചിരികളിൽനിന്നും അകന്നു നിൽക്കാൻ ശ്രദ്ധിച്ചു. എന്നാൽ ചിലർ വിളിച്ചു വരുത്തി വർത്തമാനങ്ങൾ തുടങ്ങും. തന്റെ ഉദാസീനഭാവം കാൺകെ വെറുതെ വിടുകയും ചെയ്യും. പലർക്കും നീരസം തോന്നിയിരിക്കാം. താനെന്താണ് വേണ്ടത്. സ്വയമറിയാതെ ഈ നിർവികാരത തന്നിൽ വേരുപിടിക്കുകയാണോ!

ഭക്ഷണം കഴിക്കാൻ വിളിക്കുമ്പോഴാണ് അങ്ങനെ ഒരു കാര്യമുണ്ടല്ലോ എന്നോർക്കുക. എന്നാൽ കരിയും പുകയും നിറഞ്ഞ അടുക്കളയിൽ, വെളുത്തുള്ളിയുടേയും മഞ്ഞളിന്റേയും മണം ചുരത്തുന്ന ഈറ്റില്ലത്തിൽ, വിയർപ്പിന്റേയും അദ്ധ്വാനത്തിന്റേയും തീക്ഷ്ണഗന്ധം പ്രസരിക്കുന്ന ഉരൽപ്പുരയിൽ എല്ലായിടത്തും താനെത്തുന്നു. നിങ്ങളുടെ സംതൃപ്തിക്കുവേണ്ടി.

സന്ധ്യകളിൽ പാമ്പിൻ കാവിലെ നീലിച്ച ഇരുട്ടിലേക്കു നോക്കി ശാപവചനങ്ങൾ ചൊരിയുന്ന അച്ഛനും മദ്ധ്യാഹ്നങ്ങളിൽ, വിയർത്തു

കിതച്ച നിൽക്കുന്ന യൗവനത്തെ നോക്കി ദീർഘനിശ്വാസമുതിർക്കുന്ന അമ്മയും നാളുകളുടെ പഴക്കമുള്ള ഓരോർമ്മ മാത്രമാണ്. അച്ഛന്റേയും അമ്മയുടേയും മുഖത്ത് ഈയിടെയായി ആത്മസംതൃപ്തിയുടെ ഭാവവും ദീപ്തിയുമുണ്ട്.

കുട്ട്യേടത്തിയുടെ കുഞ്ഞിന് കിരൺ എന്ന പേരിടുന്നത്, അർത്ഥവത്തായിരിക്കുമെന്ന തോന്നുന്നു. എന്നോ കണ്ട ഒരു സുന്ദരസ്വപ്നത്തിലെ, ഇട്ടത്ത ആൺകുഞ്ഞിന്റെ പേർ കിരൺ എന്നും പെൺകുഞ്ഞിന്റെ പേർ രശ്മി എന്നുമായിരുന്നു... കിരൺ, രശ്മി. ആദ്യത്തെ കുട്ടിക്ക് ഈ പാവപ്പെട്ടവൾ നിർദ്ദേശിക്കുന്ന പേർ കുട്ട്യേടത്തിക്കും രാജേട്ടനും സ്വീകാര്യമാവുമോ? എന്തായാലും താനതേ വിളിക്കൂ. കിരൺ മോനെ, ഈ ചെറിയമ്മ അതേ നിന്നെ വിളിക്കൂ ചെറിയമ്മ! ഓ അതുവേണ്ട. മേമയെന്ന മതി, അല്ലെങ്കിൽ ചേച്ചി...

അടഞ്ഞ വാതിലുകൾക്കുള്ളിലെ ഏകാന്തതയുടെ വിരാമമില്ലാത്ത ചിന്തകളിൽ താൻ ആശ്വാസം കണ്ടെത്തുവാൻ തുനിയുകയാണ്. എന്നാൽ അപൂർവമായെങ്കിലും മനസ്സിൽ തോന്നുന്നവരുടെ ഗന്ധമേൽക്കാൻ കൊതി തോന്നുന്ന സന്ദർഭങ്ങളുണ്ട്. ഏകാന്തതയുടെ മാളത്തിനു പുറത്തെ വെളിച്ചം നുകരാൻ കൊതിക്കുന്ന നിമിഷങ്ങളുണ്ട്. ആ നിമിഷങ്ങളുടെ അദമ്യമായ ദാഹം ഇപ്പോൾ താനനുഭവിക്കുന്നു, മാലിനി നിനച്ചു.

ഇന്നു വെളക്കത്രെ മീനാക്ഷിക്കുട്ടി വരില്ലെന്നുണ്ടോ? വാ തോരാതെ വർത്തമാനം പറയുന്ന മീനാക്ഷിക്കുട്ടി ഈയിടെയായി തന്റെ മനസ്സിൽ കയറി പററിയിരിക്കുന്നു. അത്താണിക്കലെ സ്കൂളിൽ അഞ്ചാം ക്ലാസുവരെ ഒന്നിച്ച പഠിച്ചിരുന്നുവെങ്കിലും വർഷങ്ങൾക്കു അകൽച്ചയുടെ വിടവുകൾ സൃഷ്ടിക്കാൻ കഴിഞ്ഞു. അതു സ്വാഭാവികം മാത്രം. നിമിഷങ്ങളുടെ മാന്ത്രിക ഭാവത്തിൽ മാളിവീഴുന്ന മനുഷ്യമനസ്സുകൾ. ഇന്നലെ കണ്ടവരോടു ചിരിക്കാൻ മടിക്കുന്നവരാണ് നമ്മൾ. മീനാക്ഷിക്കുട്ടി അഞ്ചാം ക്ലാസിൽ വെച്ച് പഠിത്തം നിറുത്തുകയാണുണ്ടായത്. താൻ മൂന്നു വർഷങ്ങൾ കൂടി അത്താണിക്കലെ സ്കൂളിൽ ചെലവഴിച്ച പിന്നീടാണല്ലോ കടൽക്കരയിലെ ഹൈസ്കൂളിൽ ചേർന്നത്. എത്രയോ പുതിയ മുഖങ്ങളുമായി ഇടപഴകിയപ്പോൾ മീനാക്ഷിക്കുട്ടിക്കും അതേപോലെ പലർക്കും മനസ്സിൽ ഇടമുണ്ടായില്ല. അവൾ എല്ലാമോർത്തിരിക്കുന്നുവെന്നുതോന്നി. തന്റെ പിൻ കഴുത്തിലെ അരിമ്പാറയെക്കുറിച്ചുപോലും സംസാരമുണ്ടായപ്പോൾ അത്ഭുതപ്പെടാതിരുന്നില്ല അവളുടെ വാചാലത ഉള്ളിൽ കൗതുകമുണർത്തി.

മീനാക്ഷിക്കുട്ടിയുടെ നാടുവിട്ട് പോയ ഏട്ടൻ. മംഗലത്തെ ഉണ്ണി. ചുറ്റും കാടുകെട്ടിയ മംഗലത്തെ അമ്പലക്കുളം. ജീർണ്ണിച്ച് തുടങ്ങിയ ശിവക്ഷേത്രം. തരിശായി കിടക്കുന്ന മുണ്ടിയൻ കാവ് പറമ്പ്. മുണ്ടിയൻ കാവ് പറമ്പിന്റെ മൂലകളിൽ ചീട്ടുപെട്ടിയുമായി വട്ടം കൂടുന്ന പഠിപ്പുള്ള ചെറുപ്പക്കാർ. അങ്ങനെ പലതും അവളുടെ കഥകളിൽ, ഒരിക്കലും തീരാത്ത കഥകളിൽ ഒതുക്കമില്ലാതെ കിടന്നു.

ഉണ്ണിയെക്കുറിച്ച് സംസാരിക്കുമ്പോഴൊക്കെ അവൾ കൂടുതൽ വാചാലയാവുന്നത് താൻ ശ്രദ്ധിക്കുകയുണ്ടായി. എണ്ണക്കുഴിയിലെ ലീലയേയും കൂട്ടി അവൻ ഏതെല്ലാമോ ദേശത്തൊക്കെ ചുറ്റി സഞ്ചരിച്ചത്രേ. കോഴിക്കോട്ടെ ഒരു ഹോട്ടലിൽ വെച്ച് ആരോ പിടികൂടിയത്രേ. വാസ്തവമായിരിക്കാം. എങ്കിൽ ഇപ്പോൾ ഭാർഗവിയേടത്തിക്ക് കണ്ണുകൾ നനയാത്ത നേരമുണ്ടാവില്ല. പാവം, എല്ലാവരും അവരെ പഴി പറയുവാനായിരിക്കും മുതിരുക, മക്കൾ കേട്ടുവരുന്നത് അച്ഛനമ്മമാരുടെ കുറ്റം കൊണ്ടാണോ? ആയിരിക്കാം. എണ്ണക്കുഴിക്കാർക്ക് ഇതൊന്നും ഒരു പ്രശ്നമായിരിക്കില്ല. അമ്മയുടേയും ചെറിയമ്മമാരുടേയും പാരമ്പര്യത്തെ പിൻതുടരുന്ന ലീലയ്ക്കു മറ്റൊന്നും ഓർക്കാനുണ്ടാവില്ല. കഴിഞ്ഞ വർഷത്തെ താലപ്പൊലിക്കാണ് ലീലയെ അവസാനമായി കണ്ടത്. സൗന്ദര്യം വേണ്ടതിലേറെയുള്ള പെൺകുട്ടി. പ്രായം വന്ന പെണ്ണുങ്ങൾ അവളെ നോക്കി മുറുമുറുത്തിരുന്നത് ഓർമ്മ വരുന്നു. ചെറുപ്പക്കാരുടെ ആരാധന നിറഞ്ഞ കണ്ണുകൾ അവൾക്കു ചുറ്റും താവളമടിച്ചപ്പോൾ തനിക്കുപോലും അമർഷം തോന്നിയിരുന്നു. അതേക്കുറിച്ച് ഒരിക്കൽ ഉണ്ണിയോട് സംസാരിക്കുകയുണ്ടായപ്പോൾ അവൻ ചിരിച്ചു.

പിന്നീട് പറഞ്ഞു:

'നിനക്ക് അസൂയയാണ്.....'

ആയിരുന്നോ! അതേക്കുറിച്ചെല്ലാം ഇപ്പോഴോർക്കുന്നതെന്തിനാണ്? പടിപ്പുരയുടെ നേരെ മിഴിയുറപ്പിച്ച് മാലിനിയിരുന്നു. മീനാക്ഷിയുടെ അവസാനിക്കാത്ത കഥകൾ കേൾക്കാനുള്ള കൊതിയോടെ. അവൾ വരാതിരിക്കില്ല.

പന്ത്രണ്ട്

പുതിയ കലണ്ടറുകൾ, പുതിയ ഫോട്ടോകളും. പഴയ ഫോട്ടോകൾ പലതും അപ്രത്യക്ഷമായിരിക്കുന്നു. കൃത്യസമയം കാണിക്കാത്ത നിക്കൽ അടർന്നു തുടങ്ങിയ ടൈംപീസെവിടെ? ഈ വലിയ ക്ലോക്ക് എന്നാണ് ചുമരിൽ സ്ഥലം പിടിച്ചത്?

നീയറിയാത്ത മാറ്റങ്ങൾ... നിന്റെ മനസ്സിലെന്നപോലെ ഓരോ നിമിഷത്തിലും നിന്റെ ചുറ്റിലും പരിവർത്തനങ്ങൾ നടന്നുകൊണ്ടിരിക്കുന്നു. ഓർത്തുനോക്കൂ; നീ ഇന്നലെവരെ അരുമയായ ഒരു മകളായിരുന്നു, അനിയത്തിയായിരുന്നു.

ഇന്നോ...?ഇന്ന്...ഇന്ന്...

'എടി മാലിനീ....'

അവൾ ഞെട്ടിയുണർന്നു. തുരുമ്പുപിടിച്ച ഓടാമ്പൽ നീക്കുന്നതു പോലുള്ള, മയമില്ലാത്ത ശബ്ദം വെറുപ്പുളവാക്കിയെങ്കിലും അടുത്തേക്കു ചെന്നു.

'വല്യമ്മ എന്തിനേവിളിച്ചു.'

'അതേപ്പം നന്നായത്. നീ വിരുന്നുകാരിയായിനിക്ക്വാ. ന്റെ കുട്ടി എത്ര കാലായ് വ്ടേയ്ക്കൊന്നു വന്നിട്ട്. വല്യമ്മോട് ന്തെങ്കിലും മിണ്ടിപ്പറഞ്ഞൂടെ കുട്ട്യേ...'

മാലിനി വെറുതെ ചിരിച്ചു. ശരിയാണ്. കുട്ട്യേടത്തിയും താനുംകൂടി മുമ്പെന്നോ വന്നതാണിവിടെ. കുട്ട്യേടത്തി ബോംബെയിൽനിന്നു എത്തിയ അവസരത്തിലാണെന്നു തോന്നുന്നു. അതിനിടയ്ക്ക് വലിയമ്മ എത്രതവണ പാലാഴിയിൽ വന്നിരിക്കുന്നു! കുട്ട്യേടത്തി പ്രസവിച്ചതിനു ശേഷം നിത്യമെന്നോണം അവിടെയെത്താറുണ്ട്. എന്നാലും വലിയമ്മ അങ്ങനെയാണ്. എതിർത്തെന്തെങ്കിലും പറഞ്ഞാൽ ഒച്ചവെക്കും.

പിന്നീട് കരയുകയും ചെയ്യും.

'അവടെ എപ്പഴും തെരക്കല്ലെ വല്യമ്മേ. ഒരൊഴിവ് കിട്ടണ്ടെ എവിടേക്കെങ്കിലും ഒന്നു കടക്കാൻ....'

'പോടി പെണ്ണേ... നീയൊരു കാരണോത്തി, ന്റെ കുട്ടി വല്ലാതെ പരവശായ്ക്കണൂട്ട്വോ....'

വലിയമ്മയുടെ കുഴിഞ്ഞ കണ്ണുകൾ വാത്സല്യപൂർവ്വം തന്റെ മേനിയിൽ പരതിനടക്കുന്നതു കാൺകെ വല്ലായ്മ തോന്നി. വിഷയം മാറ്റാനായി അവൾ ചോദിച്ചു:

'ഗംഗേട്ടൻ എവിടെ പോയതാ? പെറന്നാളായിട്ട് ആളിവിടെ വേണ്ടെ'

'അതൊന്നും പറയണ്ട മോളെ ലീവെടുത്തു എവടേം പോണില്ലെന്നു പറഞ്ഞ് ഇരുന്നതാ. അപ്പോഴേക്കും ഏതോ രണ്ടാളുകള് വന്നു കൂട്ടിക്കൊണ്ടുപോയി. ഇതുവരേം കാണുന്നില്ല, ഉണ്ണാറാവുമ്പഴെക്കെങ്കിലും വന്നാമത്യാരുന്നു....'

പ്രതീക്ഷിച്ചതുപോലെ ഗംഗേട്ടനെക്കുറിച്ചുള്ള നീണ്ട പരാതികളുണ്ടായില്ല. അടുക്കള ജോലിയിൽ വ്യാപൃതയായതുകൊണ്ടാവണം. പാവം വലിയമ്മ! ഒരേയൊരു മകനെ ചുറ്റിപ്പറ്റി എന്തെല്ലാം സ്വപ്നങ്ങൾ കാണുന്നുണ്ടാവും! അല്ലെങ്കിൽ അതിലെന്താണ് പുതുമ? നമ്മളെല്ലാവരും സ്വപ്നം കാണുന്നു. ചിലരുടെ സ്വപ്നങ്ങൾ സഫലമാവുന്നു. സ്വപ്നം കാണാനുള്ള കഴിവ് നഷ്ടപ്പെടുമ്പോൾ മാത്രം...

ഇന്ന് ഗംഗേട്ടന്റെ എത്രാമത്തെ പിറന്നാളാണ്? അറിഞ്ഞുകൂടാ. ഓരോ വർഷവും പഞ്ചാംഗം നിവർത്തി, മകന്റെ ജന്മനക്ഷത്രം കണ്ടെത്തുന്ന വലിയമ്മ മരിക്കുന്നതുവരെ ഈ പിറന്നാൾ മുടക്കമില്ലാതെ ആഘോഷിക്കുമായിരിക്കാം. അവനവന്റെ ജന്മദിനമോർക്കാൻ, ആയുസ്സിൽ ഓരോ വർഷവും പിന്നിടുന്നു എന്നോർമ്മിക്കാൻ ആരാണഭിലഷിക്കുക! എല്ലാറ്റിനും ഒരു കാലമുണ്ട്. ചെടികൾ പുഷ്പിക്കുന്ന കാലം, കായ്ക്കുന്ന കാലം, അതേപോലെ....

വരേണ്ടിയിരുന്നില്ല. ഇഷ്ടമുണ്ടായിട്ടല്ല. അമ്മ നിർബന്ധിച്ചിരുന്നില്ലെങ്കിൽ....! കുട്ടിക്കാലത്തെ വർണപ്പകിട്ടുള്ള ചിത്രങ്ങൾ ഓർമ്മയിൽ മിന്നുന്നു. പിറന്നാൾ സദ്യക്ക് പോവുക ഒരു ഉത്സവത്തിനെന്നതുപോലെയായിരുന്നു. മംഗലത്തേക്ക്, നെല്ലിപ്പറമ്പിലേക്ക്, അക്കരയ്ക്ക്...

ഓരോയിടത്തും ധാരാളം സമപ്രായക്കാരുണ്ടാവും. അവരുമായി പുളച്ചു തിമിർത്തു നടക്കും. അതിനുവേണ്ടി മാത്രമായിരുന്നു പിറന്നാൾ സദ്യക്കു പോയിരുന്നത്. എല്ലാം കഴിഞ്ഞു മടങ്ങുക,

നിറകണ്ണുകളോടെയാവും. കൂട്ടുപിരിയുമ്പോഴുള്ള ദുഃഖം! നിറഞ്ഞ കൊച്ചു മിഴികളിൽ നോക്കി മുതിർന്നവർ പൊട്ടിച്ചിരിക്കുമായിരുന്നു....

വലിയമ്മയുടേയും തന്റേയുമിടക്ക് മൂകത പാടകെട്ടുന്നു. ചവിട്ടേറ്റ തേരട്ടയെപ്പോലെ ചുരുണ്ടുകൂടുന്ന മനസ്സ്. വലിയമ്മ എന്തു കരുതുമാവോ! എനിക്ക് ആരേയും സംതൃപ്തരാക്കാൻ കഴിയില്ല. എന്നെപ്പോലും.....

വലിയമ്മ ഇടക്കിടയ്ക്ക് വെളിയിലേക്ക് പാളിനോക്കി പിറുപിറുത്തു.

'ഇവനെ കാണുന്നില്ലല്ലൊ, വല്ല്യേട്ടനേയും കാണുന്നില്ല'

'അപ്പുണ്ണിമ്മാമ വരാതിരിക്കില്ല്യ വല്ല്യമ്മേ.'

തളർന്നുകിടക്കുന്ന ശബ്ദം വീണ്ടും തലയുയർത്തി. കുട്ട്യേടത്തിയുടെ കുട്ടിയെക്കുറിച്ച്, രാജേട്ടന്റെ വീട്ടുകാരെക്കുറിച്ച്. എല്ലാറ്റിനും മൂളിക്കൊണ്ടിരുന്നപ്പോൾ ഭയപ്പെട്ടു. തന്റെ തകർന്നുപോയ വിവാഹാലോചനയെപ്പറ്റി വർത്തമാനമാരംഭിക്കുമോ?

'ഞാനെന്താ ചെയ്യണ്ടുന്ന് ച്ചാ വല്ല്യമ്മ പറഞ്ഞോളൂട്ട്വോ...'

'വേണ്ട വേണ്ട ന്റെ കുട്ടിത്തിരി വിശ്രമിക്കാന്നിച്ചിട്ടാവും വന്നത്.'

'അങ്ങനൊന്നുംല്ല്യ... വ്ടെ സഹായത്തിന് വന്നിരുന്ന ആ പെൺകുട്ടി ഏടുത്തു?'

'ഞാൻ വരണ്ടാന്നു പര്യേ. ആ എണ്ണക്കുഴിയിലെ വകയല്ലേ, ഒക്കെ അശ്രീകരങ്ങളാ. ന്തെങ്കിലും ആപത്തു വരുത്തിവെച്ചിട്ട് പറഞ്ഞിട്ട് കാര്യംണ്ടാവില്ല്യാ. വ്ടാന്ന് വെച്ചാ ഒന്നിനാത്രം പോന്ന ഒരുത്തനാ ജനങ്ങൾക്ക് പറയാൻ വേറെ വല്ലതും വേണോ....'

വലിയമ്മയുടെ സൂക്ഷ്മദൃഷ്ടികൾ, ആ പെൺകുട്ടിയുടെ ചലനത്തിൽ അപാകം കണ്ടെത്തിയിട്ടുണ്ടാവാം. അവിവാഹിതനായ ഗംഗേട്ടൻ! എന്തെങ്കിലും സംഭവിച്ചിരിക്കുമോ? പുഴയോരത്ത് കാണുന്ന പൊന്മയെപ്പോലെയാണ് പുരുഷന്മാർ എന്നുപറഞ്ഞ വെളക്കത്രെ മീനാക്ഷിയെക്കുറിച്ചോർത്തു. തനിക്കങ്ങനെ ചിന്തിക്കാനാവുന്നില്ല.

'ഇനി പ്രത്യേകിച്ച് പണിയൊന്നുംല്ല്യ. വേണങ്കി മോളുപോയി കൊറച്ച് കെടന്നോളൂ, ഒറങ്ങിക്കളയരുതുട്ട്വോ...'

അഭിലഷിച്ചുകൊണ്ടിരിക്കുന്നതും അതായിരുന്നു. ഗംഗേട്ടന്റെ മുറിയിൽ ചെന്നിരിക്കാം. എന്തെങ്കിലും പുസ്തകങ്ങൾ കാണും. അസ്വസ്ഥതയുണർത്തുന്ന ചിന്തകളിൽനിന്ന് തലയൂരാം.

ചാരിയിട്ട വാതിൽ തുറന്നു. പുതുതായി വെള്ള വലിച്ചതിന്റെ രൂക്ഷഗന്ധം. കട്ടിലിൽ മടക്കിവെച്ച കിടക്ക. ഹേങ്ങറിൽ കൊളുത്തിയിട്ട ഖദർ ഷർട്ടുകൾ. മേശപ്പുറത്ത് അടുക്കും ചിട്ടയുമില്ലാതെ കിടക്കുന്ന

പുസ്തകങ്ങൾ. ഗംഗേട്ടന്റെ ഒരു ടേബിൾ ഫോട്ടോ. ഫോട്ടോവിൽ മിഴിനട്ട് തെല്ലനേരം നിന്നു.

ചുവന്ന പ്ലാസ്റ്റിക് കവറുള്ള ഡയറി പെട്ടെന്നാണ് കണ്ണിൽ പെട്ടത്. മനസ്സിൽ ജിജ്ഞാസ, ഒന്ന് മറിച്ചുനോക്കാനുള്ള കൗതുകം. വേണ്ട. മറ്റുള്ളവരുടെ ഡയറി വായിക്കുന്നത് ഭംഗിയല്ല. ഒരു വാരികയെടുത്തു നിവർത്തി. നഷ്ടസൗഭാഗ്യങ്ങളെക്കുറിച്ച് എന്നും ഒരേ തരത്തിൽ എഴുതുന്ന കഥാകൃത്തിന്റെ കഥ കണ്ടു. ഏതാനും വരികൾ പിന്നിട്ടപ്പോൾ മടുപ്പ്. വായിച്ചിടത്തോളം ഒന്നും മനസ്സിലേക്കിറങ്ങിച്ചെന്നില്ലെന്നും തോന്നി. ഈ കഥാകൃത്തിന്റെ കഥകൾ മുമ്പ് തേടിപ്പിടിച്ച് വായിച്ചിരുന്നതോർത്തു. വാരികയടച്ചുവെച്ചു. നുണക്കുഴി വിരിയിച്ച്, മന്ദഹസിച്ചുകൊണ്ട് നിൽക്കുന്ന യുവതിയുടെ മുഖചിത്രത്തിൽ തെല്ലനേരം നോക്കിയിരുന്നു.

ചുവന്ന പ്ലാസ്റ്റിക് കവറിൽ വീണ്ടും മിഴികൾ ചെന്നുപറ്റി. ഒന്നു വായിച്ചുനോക്കിയാലെന്താണ്. തെറ്റാണെന്നറിയാം. എത്ര തെറ്റുകൾ ചെയ്തിരിക്കുന്നു! ഇതാരും അറിയാൻ പോവുന്നില്ല. ഗംഗേട്ടനെങ്ങാനും പെട്ടെന്നു കയറിവന്നാൽ... വാതില്ക്കലേയ്ക്കൊന്നു തിരിഞ്ഞുനോക്കി. ഡയറിയെടുക്കവേ കൈകൾ വിറച്ചു. ഏതോ ഒരാവേശത്തിന്റെ തിരയിലമർന്നപോലെ. ഡയറിയുടെ മിനുത്ത താളുകളിൽ വിരലുകളുരസിയപ്പോൾ കുട്ടിക്കാലം തന്റെ മുന്നിൽ അടർന്നുവീഴുകയാണെന്നു തോന്നി. അച്ചടി മഷിയും വർണ്ണങ്ങളുമൊരുക്കിയ അത്ഭുതത്തിന് മുന്നിൽ പുത്തൻ കടലാസിന്റെ ഗന്ധമാവാഹിച്ചു. കൗതുകം വിടർന്ന മിഴികളോടെ കുത്തിയിരിക്കുന്ന കുഞ്ഞുട്ടപ്പിട്ട മാലിനി എന്ന കൊച്ചു പെൺകുട്ടി...!

ഏതെല്ലാമോ കണക്കുകൾ ആരുടെയെല്ലാമോ വിലാസങ്ങൾ, ശൂന്യമായി കിടക്കുന്ന ഏതാനും താളുകളും. ഗംഗേട്ടന്റെ ഡയറിക്കുറിപ്പുകൾ! അവൾ ചിരിച്ചുപോയി. താല്പര്യമില്ലാതെ കുറെ പേജുകൾ കൂടി ധൃതിയിൽ വെറുതെ മറിച്ചു. പെട്ടെന്നാണ് കണ്ടത് ഉറുമ്പിൻ ചാലുപോലെ കുറുത്തുരുണ്ട അക്ഷരങ്ങളുടെ വരികൾ. ആർത്തിയോടെ മിഴികൾ കുതിച്ചുചാടി.

ഞായർ - ഒഴിവുദിനങ്ങളിലാണ് മനസ്സിൽ അസ്വാസ്ഥ്യം കൂടുകൂട്ടുന്നതെന്ന് തോന്നുന്നു. കോഴിക്കോട്ട് പോവണമെന്നു കരുതി പോയില്ല, പോവാമായിരുന്നു. വൈകുന്നേരം അലഞ്ഞുതിരിഞ്ഞു. വാരിയത്തെ രതീദേവി എന്തിനാണ് പരിഭവിച്ചത്? ഉദ്യോഗസ്ഥയായപ്പോൾ അവൾ അകലാൻ ശ്രമിക്കുകയാണോ?

ബുധൻ - ഈയിടെയായി ക്ലാസ്സിൽ വേണ്ടത്ര ശ്രദ്ധ ചെലുത്താൻ കഴിയുന്നില്ല. കേശവൻ പറഞ്ഞതുപോലെ അടുത്ത റൂമിൽ വിലാസിനി

ക്ലാസെടുക്കുന്നതുകൊണ്ടല്ല തന്നെ. ഏതായാലും എന്റെ ബലഹീനത വിലാസിനി അറിഞ്ഞുകൂട. വിലാസിനി, വിലാസിനി, വിലാസിനി.

വെള്ളി- സി.എൽ എടുത്തു ഇന്ന് തകൃതിയായി പാടത്തുപണി. കാർത്തിപ്പെണ്ണുണ്ടായിരുന്നതുകൊണ്ട് വെയിലിന്റെ ചൂടനുഭവപ്പെട്ടില്ല. അവളുടെ തള്ള മനഃപൂർവ്വം കണ്ണടയ്ക്കുകയാവണം. അപ്പുണ്ണിമ്മാമയ്ക്കെന്തെങ്കിലും സംശയം തോന്നിയിരിക്കുമോ ആവോ? കറുത്ത കാർത്തി, വെളുത്ത രതീദേവി....

ശനി... വളരെ വൈകിയാണ് വീട്ടിലെത്തിയത്. കാർത്തി വാക്കുപാലിച്ചു, ഈ വേട്ടയാടൽ എത്രകാലം വേണ്ടിവരും.

ഞായർ- പാലാഴിയിൽ പോയി. അമ്മിണി പ്രസവത്തിന് വരുന്നുണ്ടത്രേ. ജീനി പൊട്ടിക്കാൻ ശ്രമിക്കുന്ന പടക്കുതിരയെപ്പോലെ നില്ക്കുന്ന മാലിനിയെ കാണുമ്പോൾ എന്നും അസ്വാസ്ഥ്യമാണ്. അവൾ അനിയത്തിയാണെന്ന് ഉള്ളിലുറപ്പിക്കേണ്ടിവരുന്നു; ഓരോരി

ക്കലും. മാലിനിക്ക് വിവാഹാലോചനകളൊന്നും വരാത്തതിൽ ചെറിയമ്മയ്ക്കുള്ള ഉൽക്കണ്ഠ, അവരുടെ സംസാരത്തിൽനിന്നും മനസ്സിലായി.

തിങ്കൾ - മതിലോരത്ത്, ഇടവഴിയിലേക്ക് കണ്ണും നട്ട നിൽക്കുന്ന മാലിനി മനസ്സിൽ നിറഞ്ഞുനിൽക്കുന്നു. അവൾ എന്റെ ചെറിയമ്മയുടെ മകളല്ലായിരുന്നെങ്കിൽ! ഞാനവളുടെ ഏട്ടനല്ലായിരുന്നെങ്കിൽ-!ഇനി അടുത്തൊന്നും പാലാഴിയിലേക്ക് പോവില്ല. മനസ്സിനെ എത്രമാത്രം കടിഞ്ഞാണിട്ട് പിടിച്ചാലും... എപ്പോഴെങ്കിലും...

മാലിനിക്ക് മതിയായി. ഡയറി മേശപ്പുറത്തേക്കിട്ടു. പാരവശ്യം, അമർഷം, അത്ഭുതം, കണ്ണുകളിൽ നനവുപൊടിയുന്നു. മനസ്സിൽ ഒരു മരണം സംഭവിക്കുകയാണ്;തന്റെ ഗംഗേട്ടന്റെ! ഏട്ടനാണത്രേ!

ആരുടെയോ കാലടി ശബ്ദം. നടുക്കം. തിടുക്കത്തിൽ കണ്ണുതുടച്ചു. ഒന്നുമറിയാത്തപോലെ കട്ടിലിലിരുന്നു. പരിഭ്രമം തിരയടിക്കുന്ന മനസ്സ്. വിയർപ്പ് പൊടിയുന്ന ശരീരം.

'മോള് ഒറ്റക്കിരുന്നു മടുത്തോ?'

'ആവൂ വലിയമ്മ!'

'ഞാൻ ആഴ്ചപ്പതിപ്പ് വായിക്ക്യായിരുന്നു'

'വായനയൊക്കെ മതി. വല്ല്യേട്ടനും ഗംഗയും വരുന്നുണ്ട് എണീറ്റ് വാ...'

മാലിനി എഴുന്നേറ്റു. വലിയമ്മയോടൊത്തു നടക്കവെ, നിനച്ചു: വരേണ്ടിയിരുന്നില്ല. ഇവിടേക്ക് വരേണ്ടിയിരുന്നില്ല.

പതിമൂന്ന്

ഇടവഴിയിൽ ഇരുട്ടിന്റെ കീറിമുറിഞ്ഞ തുണ്ടങ്ങൾ വീണുകിടപ്പുണ്ടായിരുന്നു. വഴിയിലേക്ക് തൂങ്ങിക്കിടക്കുന്ന വേലിച്ചെടികളുടെ സ്പർശത്തിൽ കുളിരും ഒരു നിമിഷത്തെ വിറയലുമനുഭവപ്പെട്ടു. അടുത്ത ഏതോ വീട്ടിൽനിന്ന് വാതിൽ തുറക്കുന്ന പരുത്ത ശബ്ദം കേൾക്കെ, കുഞ്ഞിപ്പാർവ്വതിയമ്മ തിരിഞ്ഞുനോക്കി മെല്ലെ പറഞ്ഞു:

'നമ്മളിത്തിരി നേർത്തെ തന്ന്യാ മോളെ'

'ഉം'

ഒരു നിമിഷം കഴിഞ്ഞാണ് അമ്മിണിയൊന്നു മൂളിയത്. ചരൽക്കല്ലുകൾക്ക് പതിവിലേറെ മൂർച്ചയുള്ളതായി തോന്നി. കാലടികൾ വേദനിക്കുന്നു. അമ്മയുടെ ഒപ്പമെത്താൻ ആയാസപ്പെട്ടു.

താലപ്പൊലിപ്പറമ്പിലെ കടപുഴങ്ങി വീണ കരിങ്കൽ സ്തംഭങ്ങളിലും കൽത്തറയിലെ പുൽപ്പടർപ്പുകളിലും മഞ്ഞുകണങ്ങൾ ചരമാവരണം പോലെ കിടക്കുന്നു.

കുളിരുവിതയ്ക്കുന്ന കാറ്റിന്റെ സ്പർശമേല്ക്കെ, അമ്മിണി നിനച്ചു; വെളുപ്പാൻ കാലത്തെ ശുഭ്രമായ കാറ്റിന്റെ തലോടലും അമ്പലക്കുളത്തിലെ വിസ്തരിച്ച കുളിയും എല്ലാം ഒരോർമ്മയായി മാറാൻ പോവുന്നു!നഗരത്തിലെ പൊടിയും പുകയും നിറഞ്ഞ വരണ്ട കാറ്റുളവാക്കുന്ന ജീർണ്ണതയുടെ ദിനങ്ങൾ എന്നെ തേടിവന്നിരിക്കുന്നു.

കുളപ്പുരയുടെ ഉറക്കച്ചടവുള്ള മുഖം. മറ്റാരും വന്നിട്ടില്ലെന്നു തോന്നുന്നു. എങ്കിൽ നന്നായി. ഈയിടെയായി പുറത്തേക്കിറങ്ങാൻ മടിയാണ്. എവിടെ നോക്കിയാലും സഹതാപം പ്രകടിപ്പിക്കുന്ന മുഖങ്ങൾ. പൊള്ളയായ വാക്കുകൾ കേട്ടുമടുത്തിരിക്കുന്നു. വെറുപ്പ് പ്രദർശിപ്പിക്കാനാവില്ല. അതുകൊണ്ടുമാത്രം പരിചിതരായ മനുഷ്യർക്കിടയിൽ സ്വയം

മതിലുകളുയർത്താൻ ശ്രമിക്കുന്നു.

കുളപ്പുരയുടെ വാതിൽ കടക്കവേ, മുഖത്ത് മാറാല പറ്റി. സാരിത്തല പ്പുകൊണ്ട് മുഖം തുടയ്ക്കുന്നതിനിടയ്ക്കു കേട്ടു.

'മോളേ വേഗം കുളിച്ചു കയറണംട്ട്വോ.'

അമ്മിണി അത്ഭുതപ്പെട്ടു. അമ്മയും താനും ഇതുവരെ ഏതു ലോകത്തിലായിരുന്നു! സാധാരണഗതിയിൽ അമ്മക്കിന്നു തന്നോട് സംസാരിച്ചാൽ മതിവരുമായിരുന്നില്ല. വാത്സല്യം നിറഞ്ഞ ഉപദേശങ്ങ ളെക്കൊണ്ട് തന്നെ കൊച്ചുകുഞ്ഞാക്കി മാറ്റാറുള്ള അമ്മ. എന്റെ അമ്മ. അമ്മിണിയുടെ മനസ്സ് ആർദ്രമായി.

നനഞ്ഞ തോർത്തുമുണ്ടെടുത്ത് കൈത്തണ്ടയിലിട്ട് അക്ഷമ പ്രക ടിപ്പിക്കാനാവാതെ അമ്മിണി നിന്നു പരുങ്ങി. അമ്മ ഇനിയും കുളിച്ചു കളിഞ്ഞിട്ടില്ല അതിനിടയ്ക്ക് ആരെല്ലാമോ കളിയ്ക്കാനെത്തിയിരിക്കുന്നു. പരിചയമുള്ളവരോടെല്ലം യാന്ത്രികമായി ചിരിച്ചു.

പത്മാവതി വാരസ്യാര് അമ്മയെ വർത്തമാനത്തിലേക്ക് വലിച്ചിഴ യ്ക്കുകയാണെന്ന് തോന്നുന്നു.

'മരുന്നും മന്ത്രവുമൊക്കെ കഴിഞ്ഞില്ലേ. ഇനി ഒരു കാര്യം ചെയ്യൂ ഗുരുവായൂർ നടക്കൽ ഭജനമിരുത്തിക്കോളൂ. ഒക്കെ ശര്യാവും...'

അമ്മ എല്ലാം മറന്ന് പത്മാവതിവാരസ്യാരുടെ വായിലേക്കും നോക്കി നിൽക്കുന്നു. അമ്മയ്ക്കൊരു പിടിവള്ളികിട്ടിയിരിക്കുന്നു. ഇനി അതിൽ പിടിച്ചുതൂങ്ങാം. ഡോക്ടർ പ്രശാന്തുപോലും പരാജയപ്പെ ട്ടിടത്ത്... ഇതുകേൾക്കുമ്പോൾ പുച്ഛഭാവത്തിൽ മുഖം തിരിക്കുന്ന ഒരു രൂപം മനസ്സിലോടിയെത്തി. അദ്ദേഹം! അദ്ദേഹത്തെക്കുറിച്ചോർക്കവെ സങ്കടമിരട്ടിക്കുന്നു. വളരെ വിഷമിച്ചാണത്രെ ലീവുകിട്ടിയത്. ഭാവനയിൽ സ്വർഗ്ഗം വിരിയിച്ച്, കുതൂഹലത്തോടെ ഓടിക്കിതച്ചെത്തിയിട്ട്-

ചേളാരിയിലേക്ക് പോവുമ്പോൾ അദ്ദേഹം പറഞ്ഞത് ഉള്ളിൽ പതിഞ്ഞുകിടപ്പുണ്ട്.

'കുഞ്ഞുമോനെ കാണാനുള്ള തിടുക്കം മാത്രമായിരുന്നില്ല. പലതും കരുതിയാണ് വന്നത്. ഇവിടെ വന്നപ്പോൾ... മടുത്തു, ലീവ് കഴിയുന്ന തിനുമുമ്പ് നമ്മൾക്ക് പോണം. മാലിനിയുടെ രോഗം മാറുന്നു തോന്നു ന്നില്ല. ആ അന്തരീക്ഷത്തിലൊരു നിമിഷം കഴിയാൻ വയ്യ എനിക്ക്. കുഞ്ഞിന്റെ കാര്യം പോലും ശ്രദ്ധിക്കാനാളില്ലല്ലോ....'

ഒന്നുമുരിയാടിയില്ല. അണപൊട്ടിയ വേദന പിടിച്ചുനിറുത്തി. കിര ൺമോന്റെ കാര്യം വേണ്ടത്ര ശ്രദ്ധിക്കാനാവുന്നില്ല എന്നുള്ളത്

ഏറെക്കുറെ ശരിയല്ലേ? പക്ഷേ ആരെ കുറ്റപ്പെടുത്താനാണ്! അമ്മ ശരിക്കുറങ്ങാറില്ല. അച്ഛൻ ആകെ പരവശനായിരിക്കുന്നു. താനോ?

'മോളെ പോവ്വ'

അമ്മ കുളിച്ചുകയറിയിരിക്കുന്നു. മെല്ലെ നടക്കാൻ തുടങ്ങവെ, പത്മാവതി വാരസ്യാരുടെ ചോദ്യം:

'അമ്മിണി ഇനി ഇപ്പഴൊന്നും നാട്ടിലേക്കുണ്ടാവില്ല. വ്വൊ?'

മറുപടിയൊന്നും പറയാനായില്ല. വെറുതെയൊന്നു നോക്കി ചിരിയുതിർത്തു. ഓർത്തു; ഇനി എന്നാണ് വരിക! എനിക്കറിഞ്ഞുകൂട പത്മാവതിവാരസ്യാരേ. ഞാനല്ലല്ലോ ഇതൊന്നും തീരുമാനിക്കുക. ഹൃദയത്തിലെവിടെയോ നൊമ്പരം പൊടിയുന്നു. എന്തൊരു നിസ്സഹായത. മനസ്സെവിടെയും ഊന്നിനിറുത്താനാവുന്നില്ല. സ്ത്രീയായി ജനിച്ചാൽ ഇങ്ങനെയൊക്കെയാവാം. എല്ലാം ക്ഷമിക്കുക സഹിക്കുക.

അമ്പലത്തിൽ പ്രദക്ഷിണം വെക്കുമ്പോഴും നടക്കൽ കൈകൂപ്പി നിൽക്കുമ്പോഴും അകമേ കരയുകയായിരുന്നു. അമ്പലമുറ്റത്തെ പച്ചപ്പില്ലാത്ത മുത്തങ്ങപ്പുല്ലിൽ ചവിട്ടി അമ്മയുടെ കൂടെ നടക്കവെ ശബ്ദമില്ലാതെ യാത്ര പറയുകയായിരുന്നു. ഇടിഞ്ഞുതുടങ്ങിയ മതിൽക്കെട്ടിന്മേൽ ഇളവെയിലും കാത്തു കൂനിപ്പിടിച്ചിരിക്കുന്ന കഴുത്തിൽ മുഴയുള്ള കിഴവൻ മൊച്ചേ, കുളത്തിലെ പായൽനിറഞ്ഞ മൂലയിൽ തലയുയർത്തിനില്ക്കുന്ന നീലപ്പൂക്കളേ, അല്ലലും അലട്ടുമില്ലാതെ പുളഞ്ഞുകളിക്കുന്ന പരൽമീനുകളേ... അമ്മിണി പോവുകയാണ്. ഇനിയെന്നാണ് കാണുകയെന്ന് ചോദിക്കരുതേ...

ദുർഗന്ധം നരയിട്ടുനിൽക്കുന്ന വെളിച്ചം മോഹാലസ്യപ്പെട്ടു കിടക്കുന്ന അടച്ചിട്ട മുറി. നിന്റെ തടവറ, നിന്റെ വരണ്ട ചുണ്ടുകൾക്കിടയിൽനിന്ന് തെറിച്ചുവീഴുന്ന അംഗഭംഗം വന്ന പാട്ടുകൾ, അട്ടഹാസങ്ങൾ, ആർത്തനാദങ്ങൾ.

മുണ്ഡനം ചെയ്ത ശിരസ്സും മാംസം വാർന്നുപോയ മുഖവും ചൈതന്യമറ്റ മിഴികളും നിന്റേതാണോ? എന്റെ അനിയത്തി മാലിനിയുടേതാണോ?

രക്ഷപ്പെടുകയാണ് ഞാൻ. ഈ ദുഃഖഭൂമിയിൽനിന്ന്, അസ്വസ്ഥ മേഖലയിൽനിന്ന്. എല്ലാ കെട്ടുപാടുകളും അഴിച്ചുമാറ്റി ശേഷിപ്പുള്ള ജീവിതത്തിന്റെ ഭാണ്ഡവും മുറുക്കി ഒരിക്കലും മടങ്ങിവരാത്തവിധം രക്ഷപ്പെടുവാൻ കഴിയില്ലെന്നിരിക്കിലും...

കിരൺമോന്റെ മോണ പ്രദർശിപ്പിച്ചുകൊണ്ടുള്ള ചിരിയിൽ,

അസ്പഷ്ടമായ കൊച്ചുശബ്ദത്തിൽ, ചേഷ്ടകളിൽ, ഉത്സവച്ഛായ പരന്ന വീടെവിടെ?

അവന്റെ തൊട്ടിൽ മിക്കപ്പോഴും ഒഴിഞ്ഞു കിടന്നു. അവനെ എടുത്തു നടക്കാൻ, പാലുകൊടുക്കുവാൻ മത്സരമായിരുന്നു. അച്ഛന്, അമ്മയ്ക്ക്, അപ്പുണ്ണിമ്മാമയ്ക്ക്, മാധവിയമ്മയ്ക്കുപോലും. നനഞ്ഞ കോഴിക്കുഞ്ഞിനെപ്പോലെ പരുങ്ങിനടന്ന മാലിനിയിൽ ഉന്മേഷത്തിന്റെ ചലനങ്ങൾ കാൺകെ, ആശ്വാസം തോന്നിയിരുന്നു. നിഗൂഢമായ ആനന്ദവും. പൊടുന്നനെയാണ് എല്ലാ സംതൃപ്തഭാവവും നഷ്ടപ്പെട്ടത്.

ഉറക്കമില്ലാത്ത മാലിനി. അവൾ രാത്രിയിൽ ഉറക്കെ പാട്ടുപാടി. പൊട്ടിച്ചിരിച്ചു. അർത്ഥമില്ലാതെ പുലമ്പി. അകത്തിരുന്നു മലമൂത്രവിസർജ്ജനം നടത്തി. ഉടുതുണിയുരിഞ്ഞു. മറ്റുള്ളവരെ ദേഹോപദ്രവത്തിനുപോലും തുനിഞ്ഞു.

ആ ദിവസം -

ഓർത്തുകൂടാ. അവളെ, എന്റെ അനിയത്തിയെ തടവിലാക്കിയ ദിവസം. കിരൺമോനെ തൊട്ടിലിൽ കിടത്തി, താൻ കുളിമുറിയിലേക്കോ മറ്റോ പോയതായിരുന്നു. അമ്മയുടെ ആർപ്പുവിളി കേട്ട് ഓടിക്കിതച്ചെത്തിയപ്പോൾ... ഇപ്പോഴും നടുക്കമുണ്ടാവുന്നു.

പറമ്പിൽ കിളയ്ക്കാൻ വന്ന രാവുണ്ണിനായരുടെ ഉരുക്കുമുഷ്ടികൾക്കുള്ളിൽ മുടിയഴിച്ചിട്ട് രൗദ്രഭാവത്തിൽ കിതച്ചുകൊണ്ട് നില്ക്കുന്ന മാലിനി. ആരെല്ലാമോ ഓടിയെത്തി. പുറത്തെവിടെയോ ആയിരുന്ന അച്ഛൻ വന്നു. അപ്പുണ്ണിമ്മാമ വന്നു. അച്ഛനും അപ്പുണ്ണിമ്മാമയും കൂടി അവളെ പിടിച്ചു അകത്തേക്കു കൊണ്ടു പോകുന്നതിനിടയ്ക്കു കേട്ടു:

'രാവുണ്ണിനായരേയും വിളിക്കിൻ. എന്റെ നായരാ അയാള്...'

ആരും ഒന്നും മിണ്ടിയില്ല. കണ്ണുതുടച്ചുകൊണ്ടു നില്ക്കുന്നു. ഒരു നിമിഷം തെറ്റിയിരുന്നെങ്കിൽ.....! അവൾ കിരൺമോന്റെ കഴുത്തുപിടിച്ചു ഞെരിക്കാൻ തുടങ്ങുകയായിരുന്നത്രേ...

'നീയെന്താ ഓർത്തുനിക്കണെത്. സമയം വൈകി. ബസ്സു തെറ്റിയാൽ ആകെ കുഴങ്ങും'.

അമ്മിണി ഞെട്ടിയുണർന്നു. മുമ്പിൽ തുറന്നുവച്ച ട്രങ്കിലേക്കും തന്റെ മുഖത്തേക്കും നോക്കി അദ്ദേഹം ചോദ്യഭാവത്തിൽ നില്ക്കുന്നു. സാധനങ്ങൾ അടുക്കിവെക്കാൻ തുടങ്ങി. വടക്കെ മുറിയിൽനിന്ന് മാലിനി ഇരുട്ടിനോടു സംസാരിക്കുന്നതു കേൾക്കാം. പുരുഷന്മാരെ കാണുമ്പോൾ അവൾക്കു ശുണ്ഠിയാണ്. അച്ഛനെപ്പോലും എന്തെല്ലാമാണ് പറയാറ്! ഇന്നലെ മാലിനി തന്നെ വിളിച്ചു. ഭീതിയോടെയാണ് വാതിൽ തുറന്നത്.

ഇരുട്ടിൽ പെറ്റുകിടക്കുന്ന ദുർഗന്ധം. മാധവിയമ്മ നിത്യവും വൃത്തിയാക്കാറുള്ളതാണ്. എന്നിട്ടും... തന്നെ കാൺകെ അവൾ ഉറക്കെ ചിരിച്ചു.

'കുട്ട്യേടത്ത്യേ സുന്ദരിപ്പെണ്ണേ..കിരൺ മോൻ വന്നില്ലേ...

''ഇല്ല്യ മോളെ അവൻ ബോംബെയിലല്ലേ...'

'അവൻ എന്റെ മോനാ, അല്ലേ കുട്ട്യേടത്തി?'

'ഉം.'

'നമ്മുടെ ഗംഗേട്ടൻ മരിച്ചുപോയി അല്ലേ കുട്ട്യേടത്ത്യേ....'

'ഉം'

'നന്നായി. അവൻ ഒരീസം എന്റെ മുണ്ടഴിക്കാൻ വന്ന തെമ്മാടി'

'ഉം'

'രാജേട്ടനെവിടെപ്പോയി?കുട്ട്യേടത്തി ഇനി അയാൾ ടെ കൂടെ പോണ്ടട്ട്വോ. പോവ്വോ?'

'ഇല്ല.'

'കുട്ട്യേടത്തി പ്പം ഒന്നരയുടുക്കാറില്ലേ? ഉടുക്കണം ട്ട്വോ...'

'ഉം.'

അർത്ഥമില്ലാത്ത സംസാരം നീണ്ടുപോയി. എല്ലാം മൂളിക്കേട്ടു. എല്ലായ്പ്പോഴുമെന്നപോലെ, മറുത്തെന്തെങ്കിലും പറഞ്ഞുകൂടാ. അമ്മ അടുത്തു ചെന്നാൽ ഉപദേശമാണ്; അമ്മ വൃത്തിയായി നടക്കണം. കണ്ണെഴുതണം, പൊട്ടുതൊടണം. എല്ലാം കേൾക്കുമ്പോൾ അമ്മയുടെ കണ്ണുകൾ നിറഞ്ഞൊഴുകുന്നുണ്ടാവും.

'നീ വേഗം പുറപ്പെടുന്നുണ്ടോ...'

കിരൺമോനെ എടുത്ത് അദ്ദേഹം അടുത്തേക്കു വന്നു. സിഗരറ്റിന്റേയും പൗഡറിന്റേയും സമ്മിശ്രഗന്ധം. പൂമുഖത്തുനിന്ന് അപ്പുണ്ണിമ്മാമയുടെ ഉച്ചത്തിലുള്ള ശബ്ദം കേൾക്കാം. പെട്ടിയും കിടക്കയുമേറ്റാൻ വന്ന പൊട്ടൻ കുഞ്ഞുണ്ണിക്ക് നിർദ്ദേശങ്ങൾ കൊടുക്കുകയാണെന്നു തോന്നുന്നു.

ധൃതിയിൽ സാരി മാറ്റി. നിമിഷം പ്രതി താൻ ദുർബ്ബലയാവുകയാണോ! മാധവിയമ്മ തന്നെ ചുറ്റുപറ്റി നിൽക്കുന്നതെന്തിനാണെന്നറിയാം. അധികം പഴക്കമില്ലാത്ത ഒരു സാരിയും ജാക്കറ്റും അവർക്കു കൊടുത്തു.

മെല്ലെ ഉമ്മറത്തേക്കു നടന്നു. അദ്ദേഹം കുഞ്ഞിനേയുമെടുത്ത് ഇറങ്ങിക്കഴിഞ്ഞു. നിറഞ്ഞകണ്ണുകളോടെ അമ്മയുടെ മുഖത്തുനോക്കി.

വെള്ളിരോമങ്ങൾ കാടുകെട്ടിയ അച്ഛന്റെ മുഖത്തു നോക്കി. വാചാലമായ മൂകത. ഒഴുക്കില്ലാത്ത നിമിഷങ്ങൾ.

ഒന്നും പറയാനാവാതെ മുറ്റത്തേക്കിറങ്ങി. പടിപ്പുരയുടെ വാതിൽ കടക്കവെ, തിരിഞ്ഞുനോക്കി. ദുഃഖത്തിന്റെ പ്രതീകം പോലെ, എങ്ങോ മിഴിനട്ടുനിൽക്കുന്ന വീടിന്റെ മ്ലാനമായ മുഖം.

www.ingramcontent.com/pod-product-compliance
Lightning Source LLC
LaVergne TN
LVHW090406051026
849518LV00006B/2256
* 9 7 8 9 3 5 5 1 7 8 2 8 2 *